Ræktun Heimilisketta og ráð til að Halda þeim Ánægðum

RÆKTUN HEIMILISKETTA OG RÁÐ TIL AÐ HALDA ÞEIM ÁNÆGÐUM

First edition. February 15, 2023.

ISBN: 979-8215318997

Written by Edwin Pinto.

KYNNING

FLESTIR KETTIR KOMA óvænt inn í líf okkar, við verðum skyndilega ástfangin, það er sérstök tenging. Við önnur tækifæri finnum við fyrir okkur að okkur langi í félagskött og þar vakna margar efasemdir um hvernig og hvar á að finna kött og hvort hann passi vel í okkar félagsskap, ef upp koma vandamál og hvernig hægt er að leysa þau á annan hátt. Þeir vita ekkert um ketti.

EF ÞÚ HEFUR ALDREI átt ketti gætir þú haldið að það sé betra að eiga kött sem hentar þér, því við höldum að þegar við ættleiðum fullorðinn kött muni hann hafa "áhugamál". Það er ekki satt. Þar sem þú hefur enga reynslu af köttum er kannski ekki besta hugmyndin að eiga kött. Mörg hegðunarvandamál stafa af lélegri félagsmótun eða sambandi við köttinn á fyrstu mánuðum lífsins. Að leika sér með hendurnar með þeim er alvarlegra en það virðist, eða þeir haga sér ekki vel þegar þeir bíta okkur líka. Þar að auki gerum við oft önnur mistök, eins og að B. skamma eða refsa köttnum fyrir náttúrulega hegðun eða jafnvel gera sjúkdómsmynd án skýrra einkenna (þvaglát fyrir utan ruslakassann,

ÞAÐ ER MJÖG MIKILVÆGT og lífsnauðsynlegt að köttur dvelji hjá fjölskyldu sinni, móður og systkinum í að minnsta kosti 3 mánuði.

EF HANN Á EKKI FJÖLSKYLDU ætti hann að vera með öðrum ungum kött sem hann getur leikið sér mikið við. Frá um það bil

1,5 til 3 mánuði fer kötturinn í gegnum eitt mikilvægasta stig lífs síns, að læra að vera yfirvegaður köttur eða þvert á móti köttur með félagsleg vandamál og óöryggi. Um einum og hálfum mánuði síðar byrja kettlingarnir að leika sér einn á móti systkinum sínum eða öðrum köttum sem vilja leika við þá. Að læra mörk, sjálfsstjórn, hvenær á að meiða, hvenær á að hætta og hvernig á að umgangast aðra ketti er mjög mikilvægt til að ná öryggi og jafnvægi. Þegar hann hefur snúist að fullu, á hann auðvelt með að hafa samskipti við aðra ketti, með meira eða minna svæðisbundið (það er í eðli hans, ekki svo mikið að læra), og hann mun vita það. Hvernig á að laga sig betur að breytingum og streituvaldandi aðstæðum. Óöruggustu kettirnir

MEÐ ÞESSARI BÓK MUNUM við læra allt sem tengist og mikilvægt þegar kemur að því að koma kettlingi inn í líf okkar, við munum nota allt sem við vitum og þurfum til að kenna kettlingnum okkar, við munum beita öllu á þessum síðum við verðum tilfinningalega og líkamlega heilbrigður köttur sem gerir það að fullkomnu lífi okkar. Félagi og síðast en ekki síst hefur þú skilning okkar, ást og virðingu.

Hlutunum 5 sem mynda þessa bók er lýst stuttlega hér að neðan:

Hluti 1:

Ertu að hugsa um að eignast kött?

Þó að það sé satt að hver köttur sé sérstakur og einstakur, þá eru sumir sérkennilegri en aðrir. Margir ættköttir falla í þennan flokk, svo sem stuttfættir B. Munchkins, Sphynx (sem er hárlaus) eða Scottish Fold (sem eyru eru felld niður á höfuðkúpunni). Þó að flestir kettir sem boðið er upp á sem gæludýr séu ekki með rollur, viljum við að þú hafir nægar upplýsingar um þá sem gera það til að vita hvers þú ert að missa af.

Fyrir utan þessar tegundir, sem sumir segja að séu sjaldgæfar, þá er annað sem þarf að huga að. Sumir kettir eru virkari en aðrir, sumir eru háværari og sumir hljóðlátari. Þegar þú ákveður tegund af loðfeldi, löngum eða stuttum, meðal hundruða fallegra lita og samsetninga, ættir þú líka að hugsa um hvernig þessi dýrmæta skinn mun líta út á mottunni þinni eða uppáhalds peysunni þinni. Þú þarft líka að vita hvar þú átt að leita að köttum - ræktendur, skjól, gæludýrabúðir eða dýralæknar, vinir og nágrannar - svo þú átt möguleika á að finna þinn rétta, heilbrigða og félagslega kött. Þú getur líka fundið umhirðuhugmyndir um villta kött í þessum hluta.

2. hluti:

Mig langar svo sannarlega í kött í líf mitt.

Þegar þú veist hvers konar köttur þú ert að leita að - fullorðnum köttum, geldlausum köttum eða stutthærðum köttum frá virtu athvarfi - þarftu hjálp við að finna þennan sérstaka kött sem verður gæludýrið þitt alla ævi . Í þessum hluta finnur þú upplýsingar sem hjálpa þér að ákveða ákveðinn kött. Við gefum þér nokkrar spurningar til að hjálpa þér að velja bestu valkostina. Meðal þessara möguleika geturðu látið hjartað leiða þig og velja einn eða kannski tvo.

Við bættum einnig við upplýsingum um hvernig á að hefja nýja sambandið á hægri fæti, þar sem farið er yfir eftirfarandi efni: hvernig á að kynna nýja gæludýrið fyrir restinni af fjölskyldumeðlimum, ef þeir eru tví- eða ferfættir; hvernig á að ganga úr skugga um að heimili þitt sé ekki fullt af heilsufarsáhættum frá forvitnum kisu og hvernig á að horfa á uppbyggilegan hátt á gæludýrið þitt klóra, brýna klærnar og létta sig. Einnig eru til skýringar á líkamstjáningu katta svo þú getir skilið hvað kötturinn þinn er að reyna að segja.

Í þessum hluta bjóðum við einnig upp á ráðleggingar um fylgihluti fyrir ketti, svo að kötturinn þinn muni þakka þér fyrir að velja það besta fyrir hann.

Part 3:

Hvernig á að þjálfa og halda köttinum þínum heilbrigðum og ánægðum

AÐ ANNAST KÖTTINN ÞINN felur í sér meira en bara að setja fram matarskál. Í þessum hluta gefum við nýjustu upplýsingar um góða næringu og fyrirbyggjandi heilsu, allt sem þú þarft að vita til að þekkja og skilja algeng vandamál og leiðbeiningar um að velja dýralækni sem er gott fyrir alla - köttinn þinn og þig. .

Við útskýrum líka umönnun og þarfir kettlinga og tileinkum nokkrum blaðsíðum hvernig á að gera síðustu árin kattarins þægileg. Og erfiði aðskilnaðurinn er líka hluti af þessum kafla.

Hluti 4:

Hvernig á að lifa hamingjusamlega með kött það sem eftir er ævinnar

Í þessum hluta finnur þú ráð til að takast á við hegðunarvandamálin sem gera gæludýraeigendur brjálaða og valda því oft að kettir lenda fyrst í skjóli. Verndaðu teppin þín, húsgögn, plöntur á heimili þínu og jafnvel hugarró með því að fylgja ráðum okkar til að leysa vandamál katta. Og þar sem gæludýraþjálfun ætti ekki bara að einbeita sér að vandamálum, þá munum við líka kenna þér hvernig á að fá köttinn þinn til að gera nokkur grunnbragð. Þú getur notið þeirra!

Við fjöllum líka um ræktun og hvers vegna, í flestum tilfellum, er ekki góð hugmynd að leyfa köttinum þínum að vera með ruslakassa.

Fleiri en þú getur ímyndað þér að ferðast með kettina sína, og það snýst ekki bara um að flytja frá einni borg til annarrar (þó við höfum fjallað um það líka). Ef þú vilt frekar skilja gæludýrið eftir heima þegar þú ferðast, eru hér nokkur ráð til að halda gæludýrinu þínu í góðu ástandi á meðan þú ert í burtu. Og þú munt líka finna upplýsingar um hvernig á að sýna köttinn þinn á dýrasýningum, nóg til að vita hvort þetta sé athöfn sem kötturinn þinn mun njóta.

Hluti 5:

Grundvallarreglur "The Decalogue"

Allt frá algengum heimilisáhættum til þess besta sem sagt hefur verið um ketti, við vistuðum það besta til síðasta. Þessar upplýsingar eru skemmtilegar og það er enn betra að lesa þær með spinnandi kött í kjöltunni.

1. hluti

Ertu að hugsa um að eignast kött?

Í ÞESSUM HLUTA...

Þessi hluti útskýrir allt sem þú þarft að vita til að velja hentugasta köttinn fyrir fjölskylduna þína. Ertu að hugsa um hreinræktaðan kött? Við segjum þér allt svo þú getir íhugað ekki aðeins þekktustu tegundirnar, heldur einnig þær sjaldgæfustu, mismunandi persónuleika katta og jafnvel viðeigandi ræktun. En þar sem flestir eru ekki að leita að hreinræktuðum ketti höfum við almennar upplýsingar fyrir allar aðstæður.

Kafli 1

Ný sýn á ketti.

Í ÞESSUM KAFLA

• HVERNIG Á AÐ ÚTSKÝRA nýlegar vinsældir katta

• SUMAR RANGHUGMYNDIR um ketti

• LIFA MEÐ KÖTTUM OG ofnæmi

• AF HVERJU KETTIR ÆTTU að búa innandyra

Við getum gleymt Egyptalandi til forna þar sem kötturinn var dýrkaður sem guð, því nú er gullöld þessara katta. Fleiri skrifa og tala um ketti í dag en í nokkurri kynslóð á undan okkar. Kettir eru stjörnur söngleikja, viðfangsefni dýralæknarannsókna, viðfangsefni viðskiptaskýrslna fyrir þær milljónir dollara sem fjárfest er í að halda þeim heilbrigðum, hreinum og hamingjusömum. Fólk í þróuðum löndum, með svo mikla tækni og svo lítinn tíma, er farið að uppgötva það sem listamenn og kattaunnendur hafa vitað í langan tíma: kettir eru ekki bara útgáfa af hundi: þeir eru elskandi félagar fyrir náttúruna og vinalegir, og réttilega.

Kötturinn hefur gengið í gegnum tæmingarferlið en er ekki enn að fullu siðmenntaður. Rétt eins og mjúkar lappir kattarins fela hvössar klærnar, þá felur glæsilegur líkami sem grenjar af ánægju hinn grimma anda sem enn býr í hverjum kötti. Auðvitað hefur hluti af sjarma katta að gera með gamalt orðatiltæki: "Kötturinn býður okkur félagsskap svo við getum klappað tígrisdýrinu."

Líkaminn kattarins er líka fullkomið dæmi um náð og samhverfu. Það sýnir fullkomlega hvernig hægt er að draga form úr virkni og hefur veitt mannkyninu innblástur í kynslóðir. Í kafla 11, lærðu meira um þetta efni og veistu hvenær eitthvað er að köttinum þínum.

Hundar og hestar, kýr, svín og hænur, og jafnvel tómatar og rósir hafa breyst mikið í okkar höndum. Kettir eru það aftur á móti ekki. Líkamlegur fjölbreytileiki þeirra hefur nýlega stækkað og nú eru til kettir með mismunandi litum og tegundum af feld, eyrum og líkama, þó þrátt fyrir afbrigðin séu þeir enn kettir með nokkurn mun, en eiga margt sameiginlegt. Þegar þú hugsar um afríska villiköttinn með brjálaðan feld, sem gæti verið forfaðir heimiliskattanna okkar, tekur þú alltaf eftir því að hann líkist mjög kettinum í kjöltu þínu.

Kötturinn valdi hvernig hann vildi láta temja sig og valdi líka fyrirtækið okkar. Og við byrjum að skilja þessa fallegu gjöf sem við höfum fengið.

Auðmjúkt upphaf: Hvernig kettir vaxa í vinsældum

RÉTT EINS OG Í EGYPTALANDI til forna leiddu breytingar í nútímalífi til dags kattarins. Forsögulegir menn samsama sig hundaflokksvitinu vegna þess að þeim finnst þeir gagnlegir ekki aðeins til veiða heldur einnig til smalamennsku. En kötturinn var ekki að miklu gagni fyrr en forfeður okkar fóru að rækta og geyma uppskeru sína. Elstu sönnunargögnin fyrir heimilisketti eru 6.000 ára, samanborið við 12.000 fyrir hunda, en áreiðanlegustu sönnunargögnin fyrir heimilisketti eru aðeins 4.000 ára.

Svo var kötturinn heiðraður fyrir hæfileika sem við vildum stundum glatast með tímanum: veiði. Áður en kettir komu fram á sjónarsviðið stunduðu mýs og rottur veiðar í hlöðum. Veiðihæfileikar katta kom jafnvægi á þessa einhliða baráttu, sem leyfði litlum afrískum köttum að taka yfir heiminn, sem voru gagnlegir starfsmenn á kornskipum forðum daga. Bændurnir á þeim tíma voru meira en þakklátir fyrir hjálpina.

Þótt kötturinn stundi enn forna iðn sína að veiða mýs og rottur á bæjum og ökrum um allan heim, er mikilvægasta hlutverk hans í dag sem félagadýr. Og á þessu sviði sýnir hann líka frábærar gjafir.

Mynd 1-1: Þótt kötturinn hafi verið tamdur missir hann ekki villianda sinn

EINS MIKILVÆG OG VEIÐIKUNNÁTTA kattarins var fyrir forfeður okkar, kunna flestir í dag ekki að meta það að sjá hálf étna mús. Í 19. kafla verður fjallað um vinsæla goðsögn um ketti og veiðar.

Tveir þættir hafa gert núverandi vinsældir kattarins í þróuðum löndum óumflýjanlegar. Í fyrsta lagi að við búum í minni rýmum en nokkru sinni fyrr í sögunni: Íbúðum, samfélögum og húsum á litlum lóðum. Þó það sé ekki hindrun að hafa hunda heima þá kjósa margir að eiga kött sem býr heima. Kettir geta auðveldlega deilt sama umhverfi og menn, búa í þéttbýlisíbúðum eða sveitabæjum, í heitara eða kaldara loftslagi, í litlum húsum eða einbýlishúsum. Kettir eru mjög aðlögunarhæfir og þola einmanaleika mun betur en hundar.

Annað atriðið sem hefur breyst er að flest okkar höfum lítinn pening og tíma til að helga gæludýrinu en á sama tíma höfum við meiri þörf fyrir félagsskap. Sem börn þurfum við einhvern til að hlusta á okkur. Sem unglingar og fullorðnir frestum við ákvörðuninni um að stofna fjölskyldu eða veljum að stofna ekki. Á miðjum aldri neyta kröfur fjölskyldu og vinnu okkur. Og eldri árin geta verið virkari en fyrri kynslóðir, en líka einmana því börnin okkar búa kannski langt í burtu.

Kötturinn sem hlustar á okkur án þess að dæma okkur og býður okkur ástríkt félagsskap gerir gæfumuninn fyrir marga og táknar hóflega fjárfestingu í tíma og peningum. Þess vegna hefur það fundið sinn stað hjá okkur og komið til að vera.

Einhverjar ranghugmyndir um ketti

ÞRÁTT FYRIR AÐ VINSÆLDIR katta séu í fullum gangi eru margir sem hafa ranghugmyndir um þá. Margt af þessu fólki langar að eignast kött, en fyrst þarf það að ákveða að opna hug sinn og hjörtu.

Flestar hugmyndir um hvað kettir eru koma ekki frá samanburði við hunda og auðvitað er það ekki rétta leiðin til að sjá það. Aðrar ranghugmyndir eiga við um hálfvildaða ketti sem búa utandyra. Köttur sem hefur verið vel félagslegur frá fæðingu og hefur tengsl við menn er annað dýr.

Mundu líka að það sem er skortur fyrir suma getur verið dyggð fyrir aðra. Ekki finnast allir taugaástand ást klípandi hunds þægileg.

Fyrir meira um kattagoðsagnir, sjá kafla 19. Nú skulum við setja hlutina í samhengi og kalla þá nöfnum þeirra.

„Kettir eru kaldir og fjarlægir“

Auðvitað velja kettir sína eigin tíma og sætta sig við mannlegan félagsskap á eigin forsendum.

Mynd 1-2: Föt sem eru nýkomin úr þurrkaranum eru griðastaður fyrir marga ketti

ÞÓ AÐ SUMIR KATTAGAGNRÝNENDUR haldi því fram að kettir hafi aðeins áhuga á matnum sem eigendur þeirra gefa þeim, veit allir sem hafa einhvern tíma átt kött að þetta er ekki satt. Þeir hafa líka áhuga á hlýju: fangið, rúmið og mörg tæki með þægilegu yfirborði eru dásamlegur staður fyrir langa lúra, sem er aðalstarf kattarins.

MYND 1-3: ÞÓTT KETTIR virðast stundum fálátir leita þeir félagsskapar

EN ÞAÐ ER EKKI ALLT. Kettir telja fólkið í kringum sig hluti af fjölskyldunni og sýna það á margvíslegan hátt. Ef þeir gefa þér eina af bráð sinni, munu þeir fæða þig. Ef þeir nudda þig með loppunum sínum á meðan þeir purra, koma þeir fram við þig eins og þeir komu fram við móðurköttinn sinn. Þegar þeir leika við þig, haga þeir sér eins og ruslfélagar eða félagakettir. Ef þeir kyssa þig skaltu ekki gera mistök, málið er alvarlegt.

Auðvitað þurfa kettir umhugsunarstundir sínar eins og við. Köttur þarf tíma til að hugsa, hugsa um hversu mikið hann elskar þig eða hversu bragðgóð músin gæti verið. Og allir sem hafa búið með kött geta vottað einlægni og stöðugleika ástúðarinnar sem þeir sýna.

Kattarinniskór kvarta oft yfir því að kettir vilji hvíla sig í kjöltu kattaskóna, þó margir leyfi það glaðir. Þessi hegðun er oft nefnd sem dæmi um sjálfstætt og illvígt eðli þessara litlu dýra. Sannleikurinn er sá að aðrir þættir koma við sögu: köttum finnst þeim ógnað af beinu augnaráði og forðast ókunnuga sem taka sér þetta frelsi. Í herbergi fullt af kattaelskendum, ef það er bara einn hatursmaður, gætu þeir verið sá sem lítur ekki velkominn á kött, og þeir munu vera sá sem vekur athygli kattarins.

„Kettir eru tengdir stöðum, ekki fólki“

Það eru margar vel skjalfestar sögur af köttum sem ferðast hundruð eða jafnvel þúsundir kílómetra til að snúa aftur til fyrri heimila sinna eftir flutning. Þessi ótrúlega hegðun hefur fengið marga til að segja að kettir festist við staði en ekki fólk. Sama trú leiðir til þeirrar sorglegu staðreyndar að margir skilja ketti sína eftir þegar þeir flytja búferlum í von um að nýir eigendur taki þá með sér.

Flestir yfirgefnir kettir ganga í sorgarraðir villiketta (dýra sem snúa aftur í hálfvillt ástand) eða enda í skjóli þar sem þeim er aflífað.

Það er rétt að kettir eru mjög landlægir og munu merkja eign sína. Þeir merkja líka eigendur sína með lyktinni þegar þeir nudda fæturna, hendurnar eða andlitið. Þessi landhelgishegðun þýðir ekki að þeir kjósi staði en fólk, en það bendir til þess að þeir eigi erfitt með að umgangast ástvini á nýju heimili og gætu reynt að leita á gamla heimilinu.

Kötturinn þarf húsbændur sína í nýja húsinu eins og í því fyrra, en hann verður að fá tíma til að aðlagast.

Að flytja kött á nýtt heimili krefst skipulagningar, þolinmæði og umhyggju. Sjá kafla 18 fyrir frekari upplýsingar um hvernig hreyfing virkar fyrir báða.

"Kettir sjá um sig sjálfir"

Enginn getur neitað því að það er tiltölulega auðvelt að eiga kött. En allir sem ættleiða kött og halda að það sé eins og að kaupa plöntu, bara dúnkenndari, kemur á óvart. Kettir leita og þurfa athygli og ástúð. Þeir þurfa einnig reglulega umönnun og forvarnir við fjölda algengra kvilla. Hegðunarvandamál, eins og B. að nota ekki ruslakassann, eru algengari en margir gera sér grein fyrir. Til að hugsa vel um köttinn þinn þarftu nokkra grunnþætti, gott mataræði og traustan dýralækni til að spyrja þegar vandamál eru uppi.

Þó kettir þurfi umönnun er hún ekki mikil miðað við það sem önnur dýr þurfa. Þau eru hentug gæludýr fyrir fólk sem vinnur, ferðast eða leitar einfaldlega áhyggjulauss félagsskapar sem kötturinn veitir. Sem húsdýr heldur kötturinn alltaf sinn hluta af kaupinu; Aðalatriðið er að þú fylgist með.

KETTIR ERU AÐLÖGUNARHÆF, sveigjanleg og ódýr gæludýr, en þeir hafa nokkrar sérstakar þarfir. Þú berð ábyrgð á að vernda köttinn þinn og veita honum þá umhyggju og ást sem hann á skilið. Í staðinn munt þú eiga fallegan og ástríkan maka í mörg ár.

Má maður eiga kött ef maður er með ofnæmi?

ÞÓ AÐ KETTIR SÉU VEL þegnir af fleiri og fleiri fólki, halda sumir sig frá þeim gegn vilja þeirra. Þessi fjarlægð er vegna einni af helstu hindrunum: ofnæminu sem veldur þeim. Fleiri eru með ofnæmi fyrir köttum en hundum og einkenni þessa ofnæmis eru verri en hjá hundum. Fyrir astmasjúklinga, sérstaklega börn, getur ofnæmi fyrir köttum verið banvænt.

Það fyrsta sem þú þarft að vita um ofnæmi og ketti er að þau stafa ekki af hári, heldur af efni sem kallast Fel D1, sem finnst í munnvatni þeirra og sest á feld og húð katta fyrir svefn. Þessi ofnæmisvaldur verður hluti af flösu kattarins, sem eru feldagnir, seyti og munnvatni sem kötturinn dreifir um allt vegna þess að þær svífa í loftinu.

Annað sem þarf að vita tengist því fyrra: Þar sem þessar ofnæmisfullu húðagnir eru undirrót vandans er tilgangslaust að velja kött með lítinn sem engan feld, segja ofnæmislæknar. Sumir ræktendur af Sphynx tegundinni, sem er hárlaus, eða Cornish Rex og Devon Rex, sem eru stutthærðir, krefjast hins vegar annars.

Eins og er er hægt að búa til ofnæmisvaldandi ketti með erfðatækni. Hins vegar er þessi "nýjung" langt frá því að vera framkvæmanleg fyrir alla kattaeigendur.

Raunveruleikinn er sá að það eru margir sem ná að lifa með kettinum sínum og ofnæminu og ef þú ert að hugsa um að feta í fótspor þeirra, eða ert þegar í svona aðstæðum, ættirðu að finna ofnæmislækni sem segir þér nei. að það fyrsta sem þú ættir að gera er að fjarlægja gæludýrið þitt, í sumum tilfellum, fyrir sumt fólk, er það eina lausnin. En vinna kattarins þíns ætti ekki að vera upphafspunkturinn til að leysa ofnæmisvandamál hans.

Hér eru nokkur ráð til að lifa með köttum og ofnæmi:

- EKKI VANRÆKJA ÖNNUR ofnæmi. Að vinna með ofnæmislækninum þínum til að stjórna öðru ofnæmi getur gert lífið með köttum þolanlegra. Mundu að ofnæmi og astmi eru alvarleg heilsufarsvandamál og ætti ekki að taka létt.

- GERÐU HERBERGIÐ ÞITT að "ofnæmisfríu" svæði. Við eyðum meira en þriðjungi ævinnar í svefni og því er mjög mikilvægt að þessi tími sé eins rólegur og mögulegt er fyrir líkama okkar. Haltu herberginu þínu lokuðu og minnkaðu yfirborðið sem getur safnað ryki, forðastu teppi og mottur, gluggatjöld, uppstoppuð dýr og ýmis leikföng. Lofthreinsitæki er góð fjárfesting og það er góð hugmynd að halda loftræstingarviftum og -opum hreinum. Gleymdu dúnpúðum og sængum. Notaðu rykþétt rúmteppi og púða, og berjast gegn rykmaurum með því að þvo sængurföt og teppi oft í heitu vatni.

VINSAMLEGAST LEYFÐU ekki gæludýrum þínum inn í herbergið þitt af einhverjum ástæðum. Allir myndu vilja hafa spinnandi kött í rúminu sínu, en fyrir ofnæmi getur það verið nauðsynleg fórn.

- REYNDU AÐ TAKMARKA útsetningu fyrir öðrum ofnæmisvökum. Forðastu slípiefni, sprey, tóbaksreyk, sterk ilmvötn og íhugaðu að nota grímu þegar þú sinnir húsverkum og garðvinnu, sérstaklega ef þú býrð á svæði sem hefur frjókornaofnæmi. Enn betra, ráða einhvern annan til að ryksuga, slá og þrífa kassann. Við endurtökum eitthvað sem við höfum sagt áður: Ef þú heldur öðru ofnæmi þínu í skefjum geturðu líklega þolað kött.

- GERÐU ALLT SEM HÆGT er til að halda gæludýrunum þínum hreinum og vel hirt. Best er að láta fjölskyldumeðlim sem ekki þjáist af ofnæmi axla þessa ábyrgð. Mikilvægt er að gefa kettinum reglulega vatnsböð því það heldur húðinni hreistri. Ef kötturinn þarf almennilegt bað er mælt með sápu, en ofnæmisvaldaeftirlit er ekki nauðsynlegt eins og vatn gerir. Það eru nokkrar auglýsingavörur sem segjast stjórna flasa og aðrar sem segjast vinna. Reyndu með þeim til að sjá hvort þeir virka fyrir þig.

Að baða köttinn Höfum við orðið brjálaðir að leggja til? Sjá kafla 9 fyrir ábendingar um að halda köttinum þínum hreinum án þess að klóra.

Venjulegur ágreiningur: inni kettir eða úti

kettir?

ÞAR SEM KÖTTURINN HEFUR breyst úr hálf-vildveiðimanni í ástúðlegan félaga hefur ekki aðeins samskipti fólks við þessa ketti breyst heldur einnig lífsstíll þeirra. Sífellt fleiri kettir búa inni.

En jafnvel þótt það sé orðið auðveldara að nota ruslakassann og þú þurfir ekki einu sinni að takast á við vonda lykt lengur, þá er til fólk sem vill ekkert hafa með þessi áhöld að gera. Og þegar við bætum við þeim sem trúa því að köttur verði ekki ánægður nema hann hafi tækifæri til að ganga laus, þá höfum við eina hlið á einni stærstu deilu kattaeigenda: á að halda köttum inni? Eða munu þeir geta komist út?

Málið er svo heitt að næstum allir virtir ræktendur og vaxandi fjöldi dýraathvarfa og björgunarhópa neita að gefa kött til allra sem ekki gefa skriflegt samþykki fyrir því að hafa dýrið eitt heima. Með sumum tegundum er þessi takmörkun nauðsynleg: litli hárlausi Devon Rex eða Sphynx myndi aldrei lifa af utandyra.

Sannleikurinn er sá að allir kettir eru í hættu ef þú hleypir þeim út þegar þeir vilja.

Með réttu mataræði og fyrirbyggjandi umönnun getur heimilisköttur auðveldlega lifað 15 til 20 ár eða lengur. Köttur sem er leyfður úti er heppinn að lifa helmingi lengri tíma þó það séu auðvitað undantekningar. Eftirfarandi listi inniheldur fjölda þátta sem geta haft áhrif á köttinn að venju utandyra:

• BÍLAR: ÞÓ AÐ ÞEIR geti orðið fyrir höggi eru þeir einnig hættulegir þegar lagt er. Kettir elska hlýjuna frá heitri vél og það besta sem hægt er að gera er að láta einhvern ræsa bílinn á meðan kötturinn er enn þar.

• HUNDAR: ÞAÐ ERU HUNDAR sem veiða ketti og það er meðvitundarlaust fólk sem hvetur líka hunda til árása.

• RÁNDÝR: VEL FÓÐRAÐUR köttur er freisting villtra rándýra. Og það er ekki nauðsynlegt að búa í dreifbýli, þar sem það er hægt að finna þessi dýr í þéttbýli.

• Eitur: Allt frá köldum eplum til rottueiturs (í beitu eða jafnvel það sem er eftir í maga dauðrar rottu) til garðáburðar og skordýraeiturs. Útiköttur getur innbyrt eða orðið fyrir banvænum skammti af efni sem inni köttur myndi ekki verða fyrir. (Það er líka áhætta fyrir inniketti. Lærðu hvernig á að forðast þá í 6. og 21. kafla.)

• SJÚKDÓMAR: KATTAHVÍTBLÆÐI, kattaónæmisbrestsveira og kattarsmitandi kviðbólga eru þrír af smitandi og næstum alltaf banvænum sjúkdómum sem kötturinn þinn getur fengið við snertingu við aðra ketti, slagsmál eða pörun. Talandi um bardaga, kettir sem fara út eyða miklum tíma í að verja yfirráðasvæði sitt og þú munt eyða miklum tíma í að fara með þá til dýralæknis til að meðhöndla bit og rispur. (Sjá kafla 12 fyrir frekari upplýsingar um smitsjúkdóma.)

• FÓLK: ÞAÐ ER TIL FÓLK sem hatar ketti og myndi gera allt til að meiða þá.

Sumum garðyrkjumönnum finnst til dæmis að þeir þurfi að sjá um það sjálfir, því þeir eru að eyðileggja blóm og tré. Það er líka ógn af þeim sem stela köttum til að selja þá síðar til rannsóknarstofum, svo dæmi séu tekin. Þetta fólk er alvarleg ógn við gæludýrið þitt.

ÞAÐ ERU NÆGAR HÆTTUR fyrir slysni og viljandi utandyra til að réttlæta að halda köttinum þínum inni. Það mun ekki meiða að vega hlutina líka frá sjónarhóli ábyrgðar þinnar.

Ertu nágrannarnir þér að pirra þig ef þú leyfir köttinum þínum að borða í garðinum sínum bara vegna þess að þú vilt ekki hafa ruslakassa til staðar? Hvað ef kötturinn þinn er með kattahvítblæði og sýkir önnur dýr? Og ef þú hefur ekki látið kettlinginn þinn eða kettlinginn ófrjálsri hendi skaltu ekki halda að ef þú leyfir þeim að maka sig þá ertu að hluta til ábyrgur fyrir kettlingatökunum sem eru gerðar á hverju ári vegna þess að við vitum ekki hvað við erum að gera eða ætlum að gera. .

Við skulum bregðast við samvisku þinni.

Hvað varðar hina spurninguna um hvort kettir geti lifað hamingjusamir inni alla ævi, þá er svarið afdráttarlaust já. Heimaræktaðir kettlingar vaxa úr grasi og verða kettir sem hafa ekkert á móti því að vera úti og með þolinmæði geta fullorðnir kettir aðlagast innilífinu. Leikföng, klórapóstar, innanhúsgarðar og innskírðar verandir eða svalir geta gert líf innanhúss kattarins sérstakt, sem og að hafa annan kött (eða jafnvel hund) til að halda þeim félagsskap.

8 OG 22.

Sjá kaflana fyrir frekari upplýsingar um hvernig á að eiga hamingjusaman heimiliskettin.

Mynd 1-4: Þú verður að ákveða hvort kötturinn þinn muni búa einn í húsinu eða hvort hann megi koma og fara eins og hann vill.

Þáttur 2

takmarka tækifærið

Í þessum kafla

- Veldu á milli kettlinga og fullorðins köttar

- KÖTTUR EÐA KÖTTUR?

- FÓLK MEÐ SÍTT HÁR og fólk með stutt hár

- HREINRÆKTAÐIR EÐA ættköttir

- EINKENNI HVERS KYNÞÁTTAR

- ALGENGI KÖTTURINN sem er ekki svo algengur

ÞÚ HEFUR ÞEGAR HUGSAÐ um allt: húsið sem þú býrð í, tímann sem þú hefur og tekjur þínar. Það er köttur í framtíðinni þinni, það er á hreinu, en hvers konar köttur? Hugsaðu um stofuna þína: geturðu ímyndað þér þægan persneskan kött í sófanum, með fallega feldinn hans glitra í sólarljósinu streyma inn um gluggann?

Eða sérðu virkan Abyssiníumann gefa þér hverfult en öruggt augnaráð úr bókahillu til að hoppa fullkomið og lenda á borði án þess að skemma neitt? Eða kannski ertu að leita að venjulegum kötti, kannski þrílitum, með skapgerð á milli þeirra fyrstu tveggja og skottið upp í alhliða kattakveðju: „Halló. Ég er hér fyrir þig til að líta á mig."

En bíddu því það eru fleiri atriði sem þarf að huga að! Áður en þú ímyndar þér "fullkomna köttinn þinn" ættir þú að íhuga hvort þroskaður köttur henti því lífi sem þú lifir betur en kettlingur, svo yndislegur sem sá síðarnefndi kann að vera. Og áður en þú ákveður tegundina, á milli venjulegs köttar og ættköttar, ættir þú að spyrja sjálfan þig spurningarinnar um hár: langt eða stutt?

Hvað með kynlíf? Eru konur betri gæludýr? Eða karlarnir?

Þær ákvarðanir sem þú tekur hafa langtímaafleiðingar. Kettir borga gjaldið fyrir skyndiákvörðun og ef þú trúir henni ekki geturðu athugað það í hvaða athvarfi sem er.

Eins alvarleg og staðhæfingin hér að ofan er, hugsaðu um hversu gaman það er að velja félagakött. Þú munt sjá fullt af mögnuðum köttum, leika með yndislegum kettlingum og sjá ótrúlega fjölbreytni heimsins aðlögunarhæfasta og sveigjanlegasta félaga sem nýtur vaxandi vinsælda.

Hvort sem þú velur venjulegan kött eða hreinræktaðan, fullorðinn eða hvolp, karl eða kvendýr, síðhærðan eða stutthærðan, heilan eða marglitan, bröttóttan, blettóttan eða hvað sem er, þá viljum við að þú heillast af kattardýrinu þínu um ókomin ár. Svo haltu áfram að lesa.

Þegar þú ákveður hvaða tegund af köttum þú vilt skaltu örugglega velja góðan stað til að kaupa köttinn þinn og finna köttinn sem þú ert að leita að sem passar við lífsstílinn þinn. Í 3. kafla er talað um klakstöðvar, dýraathvarf, björgunarhópa og aðrar heimildir. Sjá kafla 5 fyrir ráðleggingar um val á rétta köttinum, þar á meðal skapgerð og heilsufarsvandamál. Þú gætir líka viljað prófa villtan (eða villtan) kött. Sjá kafla 4 fyrir frekari upplýsingar um þessi dýr.

Köttur eða kettlingur... hver er besti kosturinn?

ÞEGAR FÓLK HUGSAR UM að bæta kött við líf sitt sér það sjálfkrafa fyrir sér kettling.

Af hverju ekki? Það er mjög skynsamlegt vegna þess að það er lítill loðkúla sem vex í húsinu þínu og í hjarta þínu. Hins vegar, fyrir sumt fólk, er fullorðinn köttur betri valkostur. Jafnvel þó þú hafir þegar ákveðið kettling, þá er gott að þú íhugar möguleikann á heilum kettlingi, þar sem þú munt komast að því að það eru mörg falleg dýr sem eru nú þegar stór og flest þeirra eiga ekki sekúndu. Tækifæri til að sýna hversu fullkominn þú getur verið.

Ekki útiloka valkosti áður en þú vegur alla kosti.

Allir elska kettlinga!

Jafnvel fólk sem heldur því fram að það líkar ekki við ketti getur ekki annað en tjáð hrifningu sína á kisu. Alls konar hvolpar eru krúttlegir en kettlingar hafa yfirhöndina. Kannski eru það þessi stóru forvitnu augu sem fylgjast náið með hverri hreyfingu þinni. Eða stór eyru og gaum að hverju hljóði. Eða fjörugur háttur sem hann hefur til að elta og reyna að ná öllu sem hreyfist, hvort sem það er fingur hans eða góðgæti sem rúllar yfir eldhúsgólfið. Eða ósléttan feldinn sem kötturinn getur ekki sleikt eins og fullorðinn maður. Kettlingur er allt það og meira til.

Það sem margir hugsa ekki þegar þeir verða ástfangnir af kettlingi er að slíkt dýr getur þýtt mikla vinnu og vandamál. Ef Kitty ákveður að nota öll sjö lífin gæti hún þurft að heimsækja dýralækninn einu sinni eða tvisvar á ári. Þú þarft að eyða miklum tíma og orku í að þjálfa köttinn þinn til að skilja hvað þú ætlast til að hún geri í ruslakassanum og klifra ekki upp á eldhúsbekkinn. Þú þarft líka að læsa húsinu þínu eða loka unganum þínum á öruggum stað þegar þú getur ekki fylgst með því og eyða nokkrum mánuðum í að fjarlægja tígrisdýrið stöðugt af gluggatjöldum og aftan á gluggum hússins. Börn eða sófabakið, og þú þarft að taka þau af inniskónum í hvert skipti,

Í kafla 6 finnurðu ráðleggingar um fyrstu stig uppeldis gæludýrsins.

Kettlingur getur verið lélegur kostur fyrir barnafjölskyldur eða einhvern eldri eða með hreyfivandamál vegna veikinda. Þrátt fyrir áræðni eru kettlingar mjög viðkvæmir og lítil börn, sem skilja ekki hugtakið fínleiki þegar þeir meðhöndla þær, geta slasað þær fyrir slysni. Sömuleiðis fara þeir illa með einhvern sem getur ekki séð fyrir sér eða getur ekki haldið í við ofvirkan kött.

Þess í stað getur kettlingur verið draumur að rætast fyrir fjölskyldu með eldri, ábyrg börn eða uppspretta skemmtunar fyrir virkan fullorðinn. Það er mikilvægt að huga að aðstæðum þínum og vega þær áskoranir og ánægju sem það getur haft í för með sér að eiga kött.

Að lokum skaltu hugsa um tímann. Fullorðinn köttur getur eytt miklum tíma einn heima á meðan þú ferð í vinnuna og sefur mestan hluta dagsins. Kettlingur þarf meiri tíma vegna þess að hann þarf þjálfun og næringu til að komast út úr vandræðum eða forðast þau.

Hugleiðingar um fullorðna köttinn

Fullorðnir kettir hafa marga frábæra kosti og mjög fáa galla. Aðalatriðið er að þeir eru ekki sætir eins og kettlingar.

Kettlingar hlaupa alltaf í burtu, krúttlegur klaufaskapur þeirra tekur þær upp á kröftugan mælikvarða, en ef þig grunar að þú verðir fljótlega þreyttur á að vera hent fyrir fætur þínar þegar þú hefur áhyggjur af því að litlu börnin þín séu börn, hefurðu ekki nóg athygli eða Þú vilt ekki hafa áhyggjur af því hvað hvolpurinn þinn mun gera hvenær sem er sólarhringsins, fullorðinn köttur er besti kosturinn.

Þegar þú ættleiðir fullorðinn kött veistu nákvæmlega hvað þú færð. Lögun líkamans, hárið og augnliturinn er þegar komið á fót. Hann getur verið rólegur eða virkur, rólegur eða sterkur, ástúðlegur eða krefjandi, en fullorðinn köttur hefur þegar mótað persónuleika sinn. Þessar hugleiðingar eru kannski ekki mjög mikilvægar hjá hreinræktuðum köttum vegna hegðunar hvolpsins og þekkingar og orðspors ræktandans á því hvernig fullorðinn einstaklingur verður hvað varðar líkamsgerð og skapgerð. En hjá venjulegum köttum eru þessir eiginleikar óþekktir. Ef þú vilt vera viss um hvers konar kött þú átt við, eins og ástúðlegt gæludýr, skaltu velja kött sem er kominn yfir eirðarlausa kisustigið.

Örlát ástúð og auðveld umhirða fullorðinna katta gerir þá að fullkomnu gæludýri fyrir þá sem hafa átt í erfiðleikum með að ganga með hund. Rannsókn eftir rannsókn staðfestir mikilvægi katta í lífi þeirra sem finna fyrir einangrun vegna aldurs eða fötlunar.

Ein mikilvæg ástæða fyrir því að ættleiða fullorðinn kött er sú að flestir þessara fullorðnu katta fá ekki annað tækifæri þegar þeir lenda í athvarfinu, sama hversu heilbrigðir, fallegir og haga sér vel. Kettlingar eru svo dýrmætir að það er erfitt að gleyma þeim og margir nenna aldrei að skoða búr fullorðinna katta þegar þeir heimsækja dýraathvarf.

Mögulega ókosturinn við að ættleiða fullorðinn kött er að þú gætir átt kött með hegðunarvandamál, svo sem of þungan. B. Að vita ekki hvernig á að nota ruslakassann. Virtur dýraathvarf, ræktandi eða björgunarhópur mun ekki fela heilsu- eða hegðunarvandamál dýranna sem þeir hafa til ættleiðingar. Hins vegar má ekki gleyma því að mörg dýr lenda í skjóli vegna hegðunarvandamála sem hægt er að leysa eða sem á endanum er ekki þeim að kenna, eins og kötturinn sem heldur áfram að finna óhreinan ruslakassa og ákveður að finna sér annan stað til að kæla sig. . .

VANDAMÁL MEÐ RUSLAKASSA eru ein helsta ástæða þess að kettir lenda í skjólum. Það er satt að það er pirrandi að eiga kött sem neitar að nota kassann, en það er hægt að laga þennan skort. Kafli 15 veitir upplýsingar til að hjálpa þér að skilja hvers vegna köttur forðast ruslakassann og ráð til að hefja endurþjálfunaráætlun og leysa vandamálið.

Nú þegar er hægt að skilgreina persónuleika fullorðins kattar, en það sama er ekki hægt að segja um ástúð hans. Fullorðinn köttur getur tengst manneskju álíka sterkt og kettlingur. Við trúum því að fullorðnir kettir kunni að meta eigendur sína meira vegna þess að þeir hafa tekið vel á móti þeim á heimilum sínum.

Flestir, þar á meðal þú, kjósa frekar kettling. En við viljum tryggja að þú útilokar ekki sjálfkrafa dýr sem búa til dásamleg gæludýr. Horfðu meðal kettlinga, en ekki gleyma köttunum. Bendum á aldursfordómum! Að ættleiða dýr sem þegar hefur allt skilgreint hefur sína kosti, jafnvel þótt það sé enn ungt. Fullorðinn köttur þýðir minni peninga og tíma.

Köttur eða köttur: hvor er betri?

Þú munt ekki hafa endanlegt svar við þessari spurningu vegna þess að við gerum það ekki. Karldýr og kvendýr eru jafn góð dýr, með eitt mjög mikilvægt skilyrði: dauðhreinsun.

Heilbrigður köttur (með öðrum orðum, sá sem er enn fullbúinn til æxlunar) er sársauki í rassgatinu, karl eða kona. Þegar kvendýrin verða þunguð, sem gerist nokkrum sinnum á ári og varir í nokkrar vikur, verða þær flóttalistamenn og laða að sér rómaða sækjendur úr fjarska. Sumir telja að karlmenn séu enn verri kynferðislega: þeir byrja að merkja yfirráðasvæðið með þvagi sem er innrennsli með ferómóni, og þessi lykt er ekki aðeins óþægileg, heldur einnig ómögulegt að losna við; Þeir koma líka út til að flakka og berjast.

Spying hjálpar til við að útrýma þessari tilhneigingu til að þvagmerki, en það eru aðrar hliðar á þessari hegðun. Sjá kafla 15 fyrir frekari upplýsingar um þetta efni.

Hvað þýðir það að dauðhreinsa kött? Svarið er í kafla 16.

Sérfræðingar, þar á meðal virtir ræktendur sem halda ketti heilbrigðum til undaneldis, eru sammála um að óhjákvæmilegt sé að úða kött, hvort sem það er karlkyns eða kvenkyns, til að búa til gott gæludýr. Mikilvægt framlag þátttakenda á kattasýningum er að geldur dýr, jafnvel þótt þau séu dauðhreinsuð, geta keppt í sérflokki. Þetta er mjög framsækinn þáttur sýninganna og hjálpar þeim sem vilja sýna ketti sína, en vilja ekki rækta þá.

Þegar kettir eru geldnir, eru þeir þá betri karlkyns eða kvendýr? Svarið fer eftir því hvern þú spyrð. Sumir halda að karlmenn séu félagslyndari; aðrir halda því fram að konur séu gáfaðari. (Við lentum í rifrildi á þessum tímapunkti, eftir að einn okkar, sem var ekki Paul, hrópaði: „Auðvitað!“ Við leituðum síðan að dæmum um snjalla karlmenn og félagslyndar konur, og síðasti hópurinn var köttur Pauls, PC.).

Þrátt fyrir áhuga Páls á tölvum hefur nafn kattarins hans ekkert með einkatölvur eða pólitíska rétthugsun að gera. Það er stytting á bænaköttur eða bænaköttur vegna þess að hann hefur þann sið að sitja á afturfótunum og lyfta framfótunum tveimur til að biðja um það sem hann vill og svo virðist sem hann sé að biðja. (Þú getur séð mynd af tölvunni í þessari stöðu í inngangi bókarinnar á síðu 2.)

Kannski er aðalástæðan fyrir því að það er fólk sem kýs eitt eða annað kynið að það hefur alltaf átt karlmenn eða það hefur alltaf átt konur og reynsla þeirra hefur verið góð og það sér enga ástæðu til að breyta.

Ef þú ert að íhuga að ættleiða hreinræktaðan kettling getur verið að þú megir ekki velja á milli karlkyns og kvenkyns. Ræktandinn býður aðeins upp á karlhunda, sérstaklega ef um sérstaka eða nýja tegund er að ræða. Þetta er annað hvort vegna þess að hann heldur kvendýrunum sem hluta af ræktunarstofni sínu eða vegna þess að hann deilir þeim aðeins með fólki sem er tilbúið að rækta köttinn samkvæmt ráðleggingum hans.

Bæði karldýr og kvendýr eru góð gæludýr og við höfum enga ástæðu til að sveifla skoðunum þeirra á einn eða annan hátt. Ef þú hefur persónulega val, farðu með það. Ef ekki, taktu þá ákvörðun um hin atriðin og veldu síðan það dýr sem best uppfyllir skilyrðin þín, bæði karlkyns og kvendýr.

langur og stuttur skinn

Eitt ætti að vera ljóst frá upphafi: næstum allir kettir úthella. Í „næstum" eru kettir sem eru ekki með feld, eins og Sphynx, sem þrátt fyrir útlitið er með gat sem festist við föt.

Kettir geta haft þrjár tegundir af hári. Prófkjörið, sem er það lengsta og er einnig þekkt sem medaljon. Undirfeldurinn eða aukahárið, sem er styst, fínasta og mjúkast. Og millilagið sem inniheldur þykkasta og ónæmasta hárið. Ekki eru allir kettir með allar þrjár tegundirnar. Sphynx kötturinn, einnig þekktur undir tegundarnafninu Sphinx, hefur aðeins einn undirfeld og mjög lítið. Cornish Rex hefur aðeins eina feld og millifeld. Í millistiginu eru hártrefjarnar venjulega styttri en í aðalfeldinum (en lengri en feldurinn), en þegar þeir eru jafnlangir, eins og í Russian Blue kyninu, er það kallað tvöföld feld.

Ertu með ofnæmi fyrir kattaflöss? Þú gætir í raun verið með ofnæmi fyrir öðrum hlutum. Sjá kafla 1 fyrir frekari upplýsingar og ráð um að lifa með köttum og ofnæmi.

Þegar þú velur á milli kattafeldsvalkosta þarftu að hafa þrjú atriði í huga:

- FAGURFRÆÐI: SUMIR elska þokka stutthærðra katta, aðrir kjósa flæðandi mýkt síðhærðra katta. Stutthærðir kettir hafa ákveðið tígrisdýr: vöðvar þeirra sýna þegar þeir ganga, vísbending um styrk þeirra og lífsþrótt þegar þeir sofa. Með sítt hár er krafturinn aðeins lúmskari, falinn undir þykkum þráðum af mjúkri húð. Viltu frekar strjúka stuttum, mjúkum úlpu eða sökkva fingrunum í feld á löngum kötti? Þessi val er fyrsti kosturinn þinn.

• HÁRSTIG: ÞETTA ER þar sem málamiðlanirnar byrja að birtast. Þó að allir kettir falli (þ.e. þeir falla), getur munurinn á stuttum og löngum köttum verið stórkostlegur, sérstaklega hjá tegundum sem eru metnar fyrir feldinn, eins og American Shepherd. B. Persar. Ertu til í að búa með fatabursta á baðherberginu, annan í hanskahólfinu í bílnum og annan í skrifborðsskúffunni þinni á skrifstofunni? Væri þér sama ef vinur þinn grípi eitt af þessum fallegu 4 tommu löngu hárum úr peysunni þinni? Ef þú ert nálægt „núllþol" enda hárlossins, þá er betra að velja stutthærðan kött. Ef þú hatar laust hár skaltu íhuga fiskabúr.

• TÍMI OG PENINGAR: Langir kettir þurfa sérstaka umönnun. Hár þeirra flækjast og þarf að greiða oft til að forðast að flækjast. Hárboltar sem safnast fyrir í meltingarvegi kattarins við snyrtingu eru stöðugt vandamál fyrir langar tegundir og gætu þurft læknisaðstoð. Ef flækjur kattarins þíns fara úr böndunum þarftu að fara með hann til dýralæknis í faglega klippingu (eða raka) og það kostar peninga.

LANGIR KETTIR BJÓÐA upp á mismunandi áskoranir. Sumt af þvagi og saur getur fest sig við hárið (þess vegna kjósa eigendur oft að hafa sum svæði mjög stutt) og sandur eða grófur leir úr ruslakassanum getur festst á milli hársins og loppunnar. Púðar og dreift um allt húsið.

Sjá kafla 9 fyrir frekari upplýsingar um snyrtingu.

8 býður þér uppástungur um að velja rétta efnið til að fylla völlinn, kassa til að byggja og ýmsa fylgihluti.

Kötturinn á feldinum hefur líka eitthvað að gera með það hvort hægt sé að hleypa honum út eða halda honum inni. Dreifður dúnn Sphinx eða Rex veitir enga vernd gegn sól eða kulda. Á hinum enda litrófsins, meðal síðhærðra katta, eru Maine Coons og norskir skógarkettir með feld sem haldast vel við veðrunum, en silkimjúkur feldur Persans þarfnast verndar.

Þótt kápulengd, gerð og litur sé persónulegt val, er eitt sem þarf að hafa í huga varðandi feldslit: hvítir kettir með blá augu eru líklega heyrnarlausir. Sum þessara dýra hafa hvert auga mismunandi lit og eru aðeins heyrnarlaus á hlið bláa augans. (Þú getur séð hvort það er erfitt að heyra með því að smella fingrunum eða klappa.) Þó að heyrnarlaus köttur geti verið gott gæludýr, þá er gott að vita hvað þú færð þegar þú ættleiðir hann.

Er það þess virði að íhuga að ættleiða hreinræktaðan kött?

Allir valkostir eru þess virði að íhuga! Jafnvel þó að ættköttir séu lítið hlutfall af heildarkattastofninum (minna en 5% samkvæmt sumum heimildum), þá er fólk sem myndi aldrei íhuga að eiga annan kött en uppáhaldstegundina sína. Þrátt fyrir að þróun hundategunda hafi átt sér stað síðan þau urðu gæludýr, er áhuginn á hreinræktuðum köttum tiltölulega nýlegt fyrirbæri, sem vaknaði á síðustu öld. Kannski er aðalástæðan fyrir þessum mun að hunda var þörf til mismunandi athafna (hirða, veiða eða gæslu), á meðan kötturinn var þegar fullkomlega búinn fyrir þarfir manna. Þá eins og nú var ekki hægt að finna árangursríkari nagdýraveiðimann.

Af hverju að raska þessari sátt?

Sumir hafa alltaf metið ketti fyrir fegurð þeirra og félagsskap, sem og veiðihæfileika þeirra. Sumir þeirra unnu reyndar að því að varðveita og þróa kattakyn, sem vakti oft deilur.

Hverjir eru kostir hreinræktaðs köttar? Það sem skiptir kannski mestu máli er að eigandi hennar veit nú þegar hverju ég á að búast við: ef þú kaupir hreinræktaðan kettling frá viðurkenndum kettlingum geturðu spáð fyrir um hvernig hún muni reynast fullvaxin. Stærð, líkamsbygging, feldslitur og virkni og mjáningar eru allt innprentuð í hann frá getnaði. Þó að hver einstaklingur sé einstakur, vertu viss um að Síamverji deilir mörgum útliti og persónueinkennum með öðrum Síamverjum og síður með Persa. Síamverjinn er virkur og ræðinn á meðan persinn er rólegur og rólegur. Ef smekkur þinn á köttum hefur tilhneigingu til einhverra þessara öfga, þá er besta leiðin til að fá það sem þú vilt að fá þér ættkött.

Hreinræktaðir kettir hafa líka meiri fjölbreytni en venjulegur köttur. Ef þú vilt frekar tignarlegan og grannan kött, þá eru til tegundir sem hafa þessa líkamlegu uppbyggingu. Sama er að segja um sterkari og þéttari líkama eins og svokallaðan corpulent kött. Litavalkostirnir eru enn meiri hjá hreinræktuðum köttum. Dæmigerður grái liturinn á Korat og rússneskum bláum, sem er í raun upplausn gensins sem framleiðir svart, sést sjaldan utan ættköttsins, eins og silkimjúkt Havana brúnt.

Og hver er fréttaþátturinn? Einungis meðal ættkötta er hægt að finna lítil dýr með fram eða aftur hallandi eyru, ketti með krullað hár (eða án), ketti með stuttan hala eða engan hala, ketti með stutta fætur o.s.frv., en það margfaldar einnig valkostina þegar tekin er ákvörðun á ákveðinni tegund.

Hvað hreinræktaða ketti varðar þá kjósa kaupendur þá stóra og dúnkennda (a.m.k. í Bandaríkjunum, samkvæmt tölfræði frá samtökum kattavina þar í landi, sem skipar persneska köttinn í efsta sæti listans yfir óskir) og síðan Maine Coon). Í hinum efstu 5 eru síamarnir, Abyssinian og framandi (persískur stutthár köttur). Það eru um 50 kattategundir um allan heim, sumar þeirra eiga aðeins nokkur hundruð fulltrúa.

Flestir sem vilja ættleiða kött endar ekki á því að velja hreinræktaðan kött. Fyrir suma snýst ákvörðunin um verð og þægindi. Hreinræktaðir kettir geta verið dýrir. Þeir geta líka verið erfitt að finna ef þú ert að leita að einni af minna vinsælustu tegundunum. Að snyrta yfirhafnir sumra tegunda getur líka þýtt að margir dáist bara að uppáhalds kattardýrinu sínu úr fjarlægð.

Þó að ættköttir séu almennt jafn heilbrigðir og almennir ættingjar þeirra, þá er mikilvægt að hafa nokkur heilsufarssjónarmið í huga. Til dæmis er persi viðkvæmt fyrir öndunarerfiðleikum, stífluðum táragöngum og tárum vegna flats andlits hans, sem er mikils metið af ræktendum. Önnur vandamál tengjast þeim eiginleikum sem aðgreina ákveðnar tegundir: got af Scottish Fold eða Manx ketti geta verið með galla í beinbyggingu þeirra. Fróðustu ræktendur eru meðvitaðir um erfðafræðileg vandamál sem vinnandi kyn þjást oft af og eru umhugað um að halda þeim í skefjum. Allir sem íhuga að kaupa hreinræktaðan kettling ættu að hafa opinn huga varðandi vandamál sem áhugategundin gæti haft og um,

Einkenni eftir tegund

Ættarkettir skiptast meira og minna handahófskennt í tvo hópa, aðgreindir með líkamsbyggingu og virkni tegunda þeirra.

Þeir sem mynda fyrsta hópinn, hinir svokölluðu Austurríkismenn, einkennast af því að kettir hafa langan og grannan líkama og taka virkan þátt í heiminum í kringum þá. Þeir verða ekki ánægðir nema þeir séu að hafa umsjón með kvöldmatnum eða snyrta hillur, trufla annars hugar hund eða ganga úr skugga um að þeir viti hvað hver fjölskyldumeðlimur er að gera. Frá sjónarhóli þessara katta geturðu ekki verið án hjálpar þeirra. Kettir í þessum hópi, sem fela í sér Síam, Bern og Abyssiníu, eru almennt taldir gáfaðari og þjálfari.

Hinn hópurinn, kettir sem ekki eru austrænir, sjá heiminn allt öðruvísi. Þegar þú ert hár og fallegur uppfyllir lífið þarfir þínar. Af hverju að trufla góðan blund til að sjá hvað er á hillunni? Kettir í þessum hópi, eins og persar, tuskudýr og breskir stutthærðir, sofna venjulega auðveldlega í kjöltu þér á meðan þú lest og finnst ekki þörf á að leika sér með blaðsíðurnar þegar þú flettir þeim.

Við fyrstu sýn virðist munurinn á þessum tegundum vera tengdur feldinum, þær sem eru mjóar og stutthærðar eru í fyrri hópnum og þær sem eru með sítt hár og stífan í seinni hópnum. Þessi tilgáta gæti verið sönn ef ekki væri fyrir eintökin, sem bjóða upp á enn fleiri möguleika í köttum, eins og síamísku (Balinese) og Abyssinian (Sómalíska) tegundunum, tegund sem er næstum stutt útgáfa. -hærður frá Persum (af svokölluðu framandi).

Ólíkt hreinræktuðum hundum, sem eru í stórum dráttum flokkaðir eftir getu: veiðimenn, hirðar o.s.frv. - Kettir eru ekki svo auðvelt að flokka. Þetta ætti ekki að koma á óvart þar sem hver köttur er einstakur og ef þú ert ekki sannfærður skaltu spyrja einhvern um þessa ketti.

Þar sem flokkunin sem við höfum gert er ekki nóg, kynnum við hér að neðan röð af flokkum sem flokka tegundirnar, og þetta er jafn erfitt og að ala upp ketti. Skiptingin er ekki fullkomin þar sem til dæmis eru margir síðhærðir kettir meðal þeirra stærri og sumar af virkari tegundunum hafa líka önnur einkenni. (Í þessum tilvikum nefnum við tegundirnar tvisvar, einu sinni í hverjum flokki.) Ástæðan fyrir því að við bjuggum til þessa flokka er sú að við héldum að ef deila næstum 50 tegundunum eftir eiginleikum þeirra gæti það auðveldað þér að ákveða hvers konar kött þú vilt.

Hópur virkra extroverts

Síamstvíburar eru frumgerð þessa hóps. Þeir blanda sér í allt, vilja alltaf vita hvað þú ert að gera og mjáa alltaf hátt til að benda á betri leiðir til að gera það. Þessir eiginleikar eru kjarninn í þessum ketti, sumir af þeim auðveldustu að sjá vegna vel þekktra bletta þeirra (dökku svæðin á endum eða ábendingum líkama þeirra). Síamska tegundin er svo mikilvæg að genum hennar hefur verið blandað saman við þróun margra annarra tegunda eins og B. Himalayan tegundarinnar (flettótt útgáfa af persneska tegundinni); Balinese (í stuttu máli, löng útgáfa af Síamönsku); Búrma; Búrma; Havana; ocicatinn; Oriental Shorthair (Síamsköttur með djörf liti og mynstur sem þekja allan líkamann); stutthærði oddurinn (síamsköttur með meira úrval af punktlitum) og Tonkinesinn. Búast má við að mörg þessara tegunda séu einnig virkir, eins og síamarnir. Himalajafjöll eru undantekning.

Köttur þarf ekki að vera síamsi eða deila erfðakóðanum með þessari tegund til að vera sérstaklega virkur. Með merkingar sem minna á gaupa og orðspor fyrir að vera ein snjöllasta og gáfaðasta tegundin, hafa Abyssinians svipaðan, ef ekki alveg eins málglaðan, persónuleika. Aðrar orkuríkar tegundir eru Bombay, Cornish og Devon Rex (með krullað hár), Egyptian Mau, Sómali (sönghærður Abyssinian) og Sphynx (sem hefur ekkert hár).

ÞÓ AÐ ÞESSI KYNÞÆTTI geti verið stöðug uppspretta skemmtunar vegna virkni þeirra og áræðis, þá geta þeir líka farið út í hina öfga. Þú verður að vera tilbúin að þola að kötturinn skríði upp fyrir gluggatjöldin og unglegur hegðun hans haldist í gegnum árin, alla ævi. Þessir kettir vilja alltaf leika sér, sama hvernig veðrið er. Þeir vilja vera með þér allan tímann, en ekki með þér vegna þess að það er eitthvað annað. Ekki búast við því að þeir leggist hljóðlega í kjöltu þína - þeir hafa mikilvægari hluti að gera.

Fólk sem kýs þessar tegundir gerir það af ástæðu: þetta eru skemmtilegir kettir. Ef þú hefur áhuga á einhverju af þessu, búðu þig þá við alls konar leikföng því þú þarft á þeim að halda.

Snerting af meyri náttúru

Eitt af því mörgu sem okkur mönnum finnst aðlaðandi hjá köttum er að jafnvel þeir tamustu og ástúðlegustu þessara félaga halda snertingu við tígrisdýrið. Eflaust eru tígrisrönd eftir á mörgum af dýrunum okkar, sem minna okkur á tengslin milli stórra og lítilla katta; Þetta minni styrkist þegar við sjáum köttinn okkar ganga, hlaupa eða hoppa. Þokka og gífurlegur styrkur er það sama fyrir stóra og litla ketti.

Kettir okkar hafa sætt sig við að vera temdir, en á sinn hátt, og halda samt smá forða af villtri fortíð sinni.

Aðdráttaraflið sem þessi villta snerting hefur á okkur sést af áhugi okkar á að þróa kattategundir sem hafa eitthvað af þessum eiginleikum, ekki svo mikið í bröndóttum röndum sem eru svo algengar, heldur í flekkóttum og flekkóttum feld þeirra, sem vekur okkur til umhugsunar. . -ögrar er annar stór köttur: hlébarði.

Ein umdeildasta tegundin er California Spangled, vegna þess hvernig skapari hennar ákvað að selja kettlingana: í gegnum jólaskrá Neiman Marcus, mjög dýrrar verslunar. Hver kettlingur kostaði 1.400 dollara og þetta hóf umræðuna þar sem mörgum fannst að sala á ketti eftir vörulista sendi röng skilaboð: kettir eru lítið annað en lifandi leikföng eða fylgihlutir með skreytingarstimpli.

Eins og á við um þessa umdeildu tegund og flesta ketti, þá er blettahlébarðafeldurinn ekki með villt blóð, heldur er hann afleiðing af mörgum ræktunarkrossum til að framleiða yfirhafnir sem munu láta heimilisköttinn þinn líkjast villtum frændum sínum. Þessi flokkur felur í sér ocicat, sem er kominn af síamískum og Abyssinian tvíburum og nefndur eftir ocelot sem hann líkist. Egypska mau (mau þýðir "köttur" á egypsku) er önnur flekkótt fegurð, glæsilegt kattardýr sem sagt er líkjast köttum í fornegypskri list.

MYND 2-2: BENGALINN, Egyptian Mau og Ocicat kalla fram fegurð hlébarðans með blettafeldi sínum.

ALLT ANNAR KÖTTUR ER Bengal kötturinn, búinn til úr kynstofni húskatta og Bengal katta, asískra villikatta. Aðdáendur þessarar tegundar halda því fram að villtir eiginleikar skapgerðar þeirra hafi horfið í gegnum kynslóðirnar með því að fara aðeins yfir vingjarnlegustu Bengala og halda því villta kattarútliti sem þeir komu frá.

Skapgerð þessara „villtari“ blanda fellur yfirleitt einhvers staðar á milli virkrar og rólegri, sem við munum kanna í næsta kafla. Þeir eru ekki eins rólegir og kyrrsetu, en þeir eru heldur ekki eins orkumiklir og aðrar tegundir. Fyrir þá sem þrá útlit eins og hlébarða, en í minni, meðfærilegri og kelinn pakka, eru þessar kattardýr fyrir þig.

síhærðar snyrtimenni

Burtséð frá síamistanum er persinn hinn kötturinn sem næstum allir, elskendur eða ekki, þekkja í hópnum. Ótrúlegur kápu þessarar tegundar hefur heillað fólk um aldir. Þegar fyrirtæki er að leita að kötti sem vekur glamúr velur það oft persa og ekki fyrir tilviljun. Þessi köttur er vissulega eitt glæsilegt dýr.

Það er ef til vill engin önnur tegund sem sýnir slíkan fjölbreytileika, þar sem bröndur koma í öllum litum, skjaldböku, þrílitum, hverju litarófi sem hægt er að hugsa sér og afbrigði af öllum gerðum. Sérkenni síamanna er einnig að finna í Himalajafjöllum, sem er litið á sem staðurinn. -Persísk merking á kattasýningum.

Ef þú ert að leita að náttúrulegum, síðhærðum ketti, þá eru margir möguleikar í boði. Tyrkneska Angora og Wan Lake kötturinn eru tvær fornar langar tegundir. Norski skógarkötturinn, Maine Coon og Siberian kötturinn eru allar tegundir sem hafa ákveðna sveitalega aðdráttarafl. Svo má ekki gleyma Búrma, hinum heilaga kött í Búrma, tegund sem líkist Himalajafjöllum en er dekkri á litinn á oddunum, fyrir utan framfæturna sem eru flekklaus hvítir.

Annar langflekkóttur, hvítfættur köttur, en af nútímalegri uppruna (hann var "fundinn upp" á sjöunda áratugnum), Ragdoll er góður kostur fyrir þá sem vilja langhært kattardýr, sérstaklega ef þeir fljúga með rólegu geðslagi. . . Annað yndislegt síðhært dýr sem hefur verið búið til nýlega er Chantilly/Tiffany, köttur með mjög silkimjúkt hár, venjulega súkkulaðilit.

Meðal langhærðra eru margar tegundir sem eru aðeins frábrugðnar þekktari ættingjum sínum hvað varðar lengd feldsins. Í þessum flokki eru Cymric, síðhærður Manx, sem og Sómali (sönghærður Abyssiníumaður), Balíverji (síamískur síamari) og Javan (sönghærð útgáfa).

Stærsta áskorunin fyrir eigendur þessara katta er umhyggja. Langi, gljáandi feldurinn á Persanum flækist auðveldlega og þarf að bursta daglega til að halda honum í góðu ástandi. Aðrir síðhærðir kettir þurfa ekki mikla snyrtingu en þeir þurfa meiri athygli en stutthærðir kettir. Og allir berjast þeir á áberandi hátt. Að kyngja hár, þekktur sem hárboltar, eru líka vandamál fyrir þessa ketti.

Í 9. kafla er að finna allar þær upplýsingar sem þú þarft að vita um umhirðu felds þessara dýra og einnig er að finna frekari upplýsingar um feld.

Skapgerð langhærðra katta fer eftir því hvað er undir silkimjúkum feldinum. Ef við finnum okkur með mjótt og aflangan líkamsbyggingu, austurlenskan, eins og raunin er með Balinese, verður kötturinn virkur. Stærri og sterkari tegundir, eins og persneski kötturinn og norski skógarkötturinn, hafa tilhneigingu til að vera rólegar.

MYND 2-3: PERSAR, BÚRMABÚAR og Himalajabúar eru þekktir fyrir langa, glansandi feld.

Stórir kattardýr

Þó að þú finnir ekki húskött á stærð við Saint Bernard, vonum við ekki, það eru nokkrar tegundir sem eru flokkaðar sem "þungavigt" meðal katta. Flestir heilbrigðir kettir, hreinræktaðir eða ekki, vega á bilinu 4 til 6 kíló, en meðal þessara frábæru afbrigða eru karlkettir sem ná 8 eða 10 kílóum. Þessir kettir munu örugglega hita þig upp á köldu kvöldi!

Stærsti heimiliskötturinn var Síberíuskógarkötturinn, en karldýr hans vógu meira en 10 kíló. Þessi tegund er mjög sjaldgæf, svo ef þú ert að leita að stóru dýri gæti Maine Coon verið rétt fyrir þig, eða kannski Norski skógurinn, annar langur köttur. Aðrar stærri en meðaltegundir með sítt hár eru Ragdoll, Turkish Van og American Bobtail.

Ef þú vilt frekar stóran kött án mikils felds skaltu velja breskt stutthár, amerískt stutthár og Chartreux eða Chartreux.

Stórir kettir hafa tilhneigingu til að vera léttir og áhyggjulausir að eðlisfari. Ef þú ert að leita að virkum kötti til að taka þátt í athöfnum þínum, þá eru þetta ekki þeir.

MYND 2-4: TURKISH VAN, Maine Coon og British Shorthair eru fullkomnar tegundir fyrir þá sem kjósa stóra ketti

Eitthvað fleira

NÝJAR KATTATEGUNDIR eru alltaf búnar til, sumir óvart, aðrir með vísvitandi hönnun. Margir byrja þegar einhver tekur eftir því að kettlingur hefur eitthvað „öðruvísi," hvort sem það eru eyru, lappir eða sérkenni. Þessir kettir eru sjaldgæfustu og jafnframt umdeildustu. Þeir eru líka með þeim dýrustu ef þú kemst í hendurnar á þeim.

Feldurinn eða skortur á honum greinir mismunandi tegundir. Meðal þeirra eru Sphynx kötturinn, sem hefur nánast ekkert hár (aðeins ló í andliti, fótleggjum og hala), Rex kynin (með Cornish,

Devon, German og Selkirk afbrigðum) með krullað hár, Laperm og American vír - hár. .

Halinn, eða skortur á honum, einkennir aðrar tegundir. Manxinn er þekktastur af halalausu eða stutthala köttunum, en það eru aðrir. Cymric er síðhærður Manx. Japanski bobbhalinn, ameríska bobbinn og pixie bobbinn klára birgðahald katta með sérstökum hala.

Og eyrun? Það eru tvær tegundir sem skilgreinast af eyrnastökkbreytingunni: Scottish Fold, þar sem eyrun eru brotin fram, og American Curl, þar sem eyrun eru krulluð aftur.

Eflaust er sú tegund sem hefur valdið mestum deilum undanfarin ár Munchkin, stuttfættur köttur. Þó sumir segi að þetta sé stökkbreyting sem ætti ekki að þróast sem tegund, þá sjá aðrir ekki mikinn mun á þessum köttum og stuttfættum hundum, sem til eru margar tegundir, eins og hundurinn. Sannleikurinn er sá að deilan um kynþætti sem þróast úr stökkbreytingum mun ekki hverfa í bráð.

Ertu að íhuga eitthvað af þessum störfum sem valmöguleika? Auðvitað. Ef þú ert að leita að kötti sem fær fólk til að tala, þá eru þessir bestu. En þú ættir líka að vera viðbúinn skoðunum þeirra sem telja það slæm hugmynd að halda áfram með svona erfðafræðilegar óvæntar uppákomur.

óflokkaðir kettir

Við höfum sagt það áður: Það er mjög erfitt að flokka ketti og það eru tegundir sem standast flokkun. Þessi staðreynd á sérstaklega við þegar um Singapúran er að ræða, suðaustur-asísk tegund sem líkist Abyssinian en er einstaklega lítil og gæti opnað sér flokk.

Og hvar er snjókötturinn, kattategund sem kemur frá kynblöndun nokkurra tegunda og líkist hvítfættum síamistum en hefur ekki svo virkt skapgerð? Við getum ekki flokkað.

Það eru þrjár aðrar þægar, meðalstórar tegundir sem eru merkilegar yfirhafnir: Korat og rússneskur blár, fyrrum taílenskur og síðari rússneskur, frægur fyrir blágráan feld, eins og Nibelung.

Algengi kötturinn sem er ekki svo algengur

FLESTUM ER SAMA UM hvort köttur hafi ættbók eða hvort tegund hans ber skrítið nafn. Honum líkar einfaldlega við ketti og það er nóg fyrir hann að ættleiða einn sem þykir honum fallegur eða sem fyllir líf hans. Venjulegir kettir eru einnig kallaðir mestizos eða criollos, sem þýðir "af blönduðum tegundum." Meðalkötturinn er afrakstur tilviljunarkenndrar blöndu þar sem tilviljun var aðalþátturinn, án rökfræði eða rökstuðnings, að minnsta kosti frá mannlegu sjónarhorni. Þrátt fyrir handahófið eru margir algengir kettir sem líkjast hreinræktuðum frændum sínum. Stór, síðhærður brúnköttóttur getur líkst Maine Coon. Hvað varðar ást og væntumþykju eru þessir kettir hvorki meira né minna verðmætir en ættbálkar þeirra.

Er það satt að þrílita- og skjaldbakaprentun sést aðeins á konum? Svarið sem kemur á óvart við þessari spurningu er að finna í 19. kafla.

Það er mikilvægt að skilja að allir kettir geta verið sérstök gæludýr, sama hvaðan þeir koma eða hvernig þeir líta út. Og þó að þeir líti öðruvísi út, þá eiga þeir margt sameiginlegt hvað varðar heilsu, stærð og hegðun.

Munurinn er aðeins marktækur hvað varðar hvers má búast við frá dýrinu. Áður en þú opnar hjartadyrnar þínar fyrir kötti, verður þú að þekkja hjarta þitt.

MYND 2-6: ÞRÍLITIR og smókingkettir tákna hluta af fjölbreytileika hins almenna kattar

3. kafli

mismunandi uppruna

Í þessum kafla

- Skjól sem valkostur

- HVERNIG Á AÐ VIÐURKENNA traust byggjandi

- HVERNIG Á AÐ ÞEKKJA hugsanleg vandamál með suma kettlinga í gæludýrabúðum

- EF ÞÚ ÆTTLEIÐIR KETTLING úr ruslakassa nágrannans...

Þú veist nú þegar hvað þú vilt: kettling eða fullorðinn kött, hreinræktaður eða venjulegur, síhærður eða stutthærður, kvenkyns eða karlkyns. Þú hefur nú lokið þeim hluta verkefnisins þíns og þú ert miklu nær draumnum þínum um að deila lífi þínu með kötti. (Og ef þú ert ekki enn búinn að þrengja valkostina þína gætirðu viljað endurlesa kafla 1 og 2.)

Hvar finnur þú gæludýrið þitt?

Eitt er víst: það virkar ekki án tjakks. Það eru tímar ársins þegar þeir eru í boði alls staðar, frá matvöruverslun til nágranna eða vinnufélaga til gæludýra og dýraathvarfa. Það er aðeins erfiðara að finna hreinræktaða ketti, en það er ekki ómögulegt að eignast einn.

Af hverju ættirðu að fara í öll þessi vandræði til að finna kött? Af hverju ekki að halda því sem kötturinn hans nágrannans átti? Með hreinræktaða ketti, skiptir það virkilega máli hvort þú kaupir köttinn þinn frá virtri hundarækt eða gæludýrabúð, eða frá einhverjum sem ræktar ketti til að selja síðar? Ef það kemur frá áreiðanlegum heimildum, er þá ekki nóg að það sé með ættbók?

Farðu varlega! Og okkur er alvara, jafnvel þótt þú kaupir ekki kött, ættleiðir bara einn. Taktu þér tíma og gerðu restina af heimavinnunni þinni.

Ekki eru allar leturgerðir eins og því er þægilegt að kynna sér efnið og láta ekki fyrsta skeggið blekkjast.

Það er hægt að fá gott gæludýr nánast hvar sem er og það eru mörg tilvik sem geta verið dæmi. Vinkona Ginu á fallegan kött sem hún fann hálfdauðan í ruslakassa þegar hún var hvolpur. Hins vegar eru líkurnar á því að fá heilbrigðan, vel félagsaðan kettling betri ef þú færð hann frá virtu ræktun eða skjóli. Það er fátt sorglegra en að verða ástfanginn af flækingsketti, aðeins til að komast að því hjá dýralækninum að hann hafi prófað jákvætt fyrir kattahvítblæði. Við fjöllum um þetta efni í 12. kafla.

Það sem þú þarft að vita um neyðarskýli

Fyrir nokkrum árum fór Gina á athvarf starfsmannafundar og sótti málþing um að halda köttum vel og heilbrigðum í athvörfum. Einn kynnanna sagði frá því hvernig miklar breytingar voru gerðar á athvarfinu þar sem hann starfaði og var með myndir því til sönnunar.

Áður fyrr var staður katta í dýraathvarfum búr með hlífum til að koma í veg fyrir að þeir klifra upp veggina og sleppa. Öllum kettunum var bókstaflega „hent“ í þessar ræktunarbúðir. Eina leiðin fyrir fallinn kött var ættleiðing eða dauði, og hvort sem valkostur var, til að komast út úr ræktuninni þurfti verkamaður að grípa hann í hálsinn og lyfta honum upp á meðan greyið kötturinn hvæsti af reiði og skelfingu. Áhrifin sem kötturinn hafði á hugsanlegan ættleiðanda var nokkuð jákvæður. (Sú tilfinning skipti ekki miklu þar sem flestir kettirnir enduðu með að vera aflífaðir á þessum stöðum.)

Þetta skjól hefur breyst mikið, eins og önnur (en ekki öll). Kettir eru nú meðhöndlaðir betur af virðingu og umhyggju, jafnvel við lok lífs síns, og lifa þægilegra og heilbrigðara, jafnvel í svo erfiðu umhverfi sem skjól. Margar þessara aðstöðu eru með hrein búr á rólegu svæði fjarri hundasvæðinu eða „nýlendunni" fyrir marga ketti, sem gerir umhverfið betra. Fyrir allt of mörg dýr sem lenda þar er eina leiðin út úr skjólinu að aflífa þar sem fjöldi katta er langt umfram það sem hægt er að nota, en með mörgum er reynt að finna heimili fyrir þessi dýr.

Það eru mjög skapandi forrit sem vinna með fjölmiðlum og fyrirtækjum eins og gæludýrabúðum til að koma dýrum á staði þar sem fólk leitar að þeim, því miða þau að því að fjölga ættleiðingum. Og húsnæðið sjálft hefur líka breyst. Eftir margra ára kvartanir yfir dapurlegri aðstöðu reyndu dýraverndarsamtök að gera upp byggingar sínar til að gera þær bjartari og hljóðlátari. Bestu athvörfin hafa þjálfað, umhyggjusamt starfsfólk og hóp sjálfboðaliða sem umgangast kettina og leiðbeina væntanlegum ættleiðendum um skyldur þeirra gagnvart nýjum félaga.

Í dag henta kettir frá athvörfum betur til ættleiðingar þökk sé forritum sem prófa gæludýr og veita grunn (og minna grunn) heilbrigðisþjónustu áður en dýrin eru sleppt til almennings. Gleymdu gömlu hugmyndunum þínum um dýraathvarf sem niðurdrepandi staði þar sem gæludýr endar með að deyja. Í dag eru þau létt, hrein, loftgóð og falleg.

Það er erfitt að velja skjólkött vegna þess að þú vilt ættleiða þá alla og að vita að sum þessara dýra munu ekki finna heimili er hjartnæmt. En ekki gera neinum greiða með því að láta hjartað ráða í máli sem þessu. Taktu vin með þér þegar þú heimsækir athvarfið til að innihalda það og vertu viss um að vinurinn sé ekki of hrifinn þar sem þið tvö gætuð lent með rangt dýr. Taktu þessu máli rólega.

Þú ættir að vera meðvitaður um hugsanleg vandamál sem þú gætir lent í með skjóldýrum. Skjólkettlingar geta verið í streituvaldandi aðstæðum sem gera þá næmari fyrir sýkingum í efri öndunarvegi, sem venjulega er hægt að meðhöndla. Þeir geta einnig komist í snertingu við kattahvítblæðisveiru (FEV), smitandi kviðbólgu (FIP) og kattaónæmisbrestsveiru (FIV), og þetta eru ólæknandi sjúkdómar. (Sjá kafla 12 fyrir frekari upplýsingar um sjúkdóma.) En við skulum vera sanngjörn, hvaða köttur sem er getur þróað PFI og hvaða kettlingur sem er frá landi sem ekki prófar fyrir hvítblæði eða ónæmisbrest getur prófað jákvætt.

Þó að flestir skjólkettir, og flestir kettir almennt, séu stuttar tegundir og blandaðar tegundir, birtast hreinræktaðir kettir stundum í skjólum, þó ekki eins oft og hreinræktaðir hundar. Þú munt aldrei finna sjaldgæfa tegund eins og Devon Rex eða Havana, en ef þú ert að leita að persneskum eða síamska ketti gætirðu fundið einn. Þú getur fundið gæludýrið sem þú vilt á mjög sanngjörnu verði. Þar að auki, þar sem hreinræktaðir kettir hafa ekki skjólsréttindi, bjargar þú líka lífi.

Ekki eru öll gisting eins. Sum eru sveitarfélög, önnur tilheyra sjálfseignarstofnunum og það eru almennileg heimili í báðum flokkum. Sama hver stjórnar þeim, þú getur fundið gott lukkudýr í hverju þeirra, þrátt fyrir slæmt ástand aðstöðunnar eða skort á hvatningu starfsfólks. Eftir allt saman getur köttur aldrei vitað hvar hann mun lenda. En rétt eins og þú getur aukið möguleika þína á að finna heilbrigðan og vinalegan kött með því að velja virtan ræktanda, þá muntu hafa betri ættleiðingarheppni ef þú velur athvarf sem er framsýnt, lætur sér annt um dýrin, er annt um starfsmenn sína og ættleiðendur. .

Þú hefur líklega ekki möguleika á því hvort þú eigir að láta gelda gæludýrið þitt, þar sem flest skjól gera það að skilyrði fyrir ættleiðingu. Sjá kafla 16 fyrir frekari upplýsingar um dauðhreinsun.

Bæjar- og einkaathvarf (non-profit) athvarf

Það eru margar tegundir af þessari tegund gistingar. Sum eru með mjög grunnaðstöðu og eru enn með þröngt fjárhagsáætlun, önnur eru vel fjármögnuð samtök með ýmis verkefni sem hjálpa ekki aðeins heimilislausum dýrum, heldur vinna einnig að því að bæta aðstæður fyrir öll dýr og dýraunnendur í heiminum. .

Flest skjól eru í byggingum sem gætu þurft úrbætur og þeir sem þar starfa gera það sem þeir geta með þeim úrræðum sem þeir hafa til að hlúa að dýrunum í sínu samfélagi. Það eru mörg dýr sem henta þér í þessum skýlum.

Ný bygging þýðir ekki endilega að skjólið á staðnum sé betra, en ef þú ættleiðir kött ættir þú að leita að skjóli sem er góður við dýr og heldur þeim hreinum og öruggum við aðstæður sem leyfa útbreiðslu sjúkdóma. .

Vinna í athvörfum er streituvaldandi og krefjandi og starfsfólk og sjálfboðaliðar brenna oft út og hætta fljótt. Vel rekið dýraathvarf á að taka tillit til bæði dýra sinna og þeirra sem þar starfa. Veldu einn þar sem starfsfólkinu þykir vænt um þau, þekkir dýrin og hefur áhuga á að finna gott heimili fyrir hunda og ketti.

Í bestu skýlunum munu þeir alltaf taka sögu kattarins og veita upplýsingar um heilsu hans og skapgerð áður en hann gefur hann til ættleiðingar. Þú berð líka ábyrgð á því að gera allt sem í þínu valdi stendur til að umgangast köttinn og finna viðeigandi heimili fyrir skapgerð hans. Þeir bjóða ekki aðeins upp á ráðgjöf fyrir ættleiðingu, heldur einnig hegðunarráðgjöf eftir ættleiðingu. Sumir þessara staða hafa einnig þá stefnu að dýralæknaþjónusta sé á lægra verði fyrir þau dýr sem þar eru vistuð.

Finndu leiðir til að hjálpa skjólum sem eru ekki tilbúnir til. Oftast vantar fjármuni og sjálfboðaliða og mikið er lagt af mörkum á báðum vígstöðvum. Farðu í dýraathvarfið þitt og sjáðu hvað þú getur gert.

MYND 3-1: DÝRAATHVARF bjóða upp á mörg dýr til ættleiðingar, svo þú getur valið á milli kettlinga og fullorðinna katta.

Frjálsir björgunar- og ættleiðingarhópar

Þúsundum hópa tekst að gera eitthvað fyrir ketti án þess að geta tekið við þeim í athvörfum og margir þeirra geta verið frábærar heimildir fyrir dýr. Hópar eru skipaðir sjálfboðaliðum sem hafa það hlutverk að bjarga og temja villiketti, ala munaðarlausa kettlinga, finna heimili fyrir aðra ketti og safna peningum til að dauðhreinsa ketti fyrir fólk sem hefur ekki efni á því (til dæmis aldraðir sem búa við þröngt fjárhagsáætlun).).).

Þessir hópar mæta brýnni þörf. Sumir sérhæfa sig í dýrum sem erfitt er að ættleiða sem ekki var hægt að sleppa í skjóli. Þessir sjálfboðaliðar sem sjá um ketti á heimilum sínum bjóða upp á einstakt tækifæri fyrir dýr sem önnur samtök telja of gömul eða ung, of villt eða of veik til að ættleiða. Með heilbrigðum skammti af ást og þolinmæði búa þeir til góð gæludýr fyrir þá sem skilja að þeir hafa sérþarfir.

Margir þessara samfélagshópa taka þátt í herferðum til að hjálpa villiköttum að halda fullorðnum á sínum stað og temja kettlinga svo þeir geti fundið heimili. Sjá kafla 4 til að fá frekari upplýsingar um hvernig hægt er að afvegaleiða villikatta í dag.

Að ættleiða kött úr einum af þessum samfélagsvinnuhópum er besta leiðin til að umbuna þessum sjálfboðaliðum fyrir rausnarlegt starf þeirra fyrir ketti. Það er þess virði að ganga í einn af þessum hópum ef þú ert að íhuga að ættleiða kött. Og hver veit, þú gætir endað í sjálfboðaliðastarfi.

Ræktendur: Hinir traustu, óupplýstu og þeir sem ber að forðast

Þó að um 50 kattategundir séu greinilega viðurkenndar eru margar illa þekktar. Flestar af þessum sjaldgæfu tegundum er erfitt að finna í venjulegum gæludýrabúðum þar sem ræktendur þeirra leggja sig fram við að viðhalda og bæta línur og flest afkvæmi eru geymd eða send til annarra ræktenda.

Vinsælustu tegundirnar, eins og persneska og síamska, eiga sér marga aðdáendur, þar á meðal fólk sem hefur ekki áhuga á að koma með dýrin sín á kattasýningu, það vill bara ákveðið útlit. Heil gæludýraiðnaður hefur sprottið upp til að fullnægja fólki sem vill gæludýr og ekkert annað. Þó að þessi leikur framboðs og eftirspurnar sé skynsamlegur, þá er mikilvægt að lesa sér til um það: ræktendur sem framleiða dýr eingöngu fyrir gæludýramarkaðinn eru almennt ekki besti kosturinn þinn.

Margir skilja ekki að tjakkur er ekki rafeindavél og að finna þann rétta er ekki eins og að finna MP3 spilara. Þetta snýst ekki um að finna rétta vörumerkið og leita síðan í ofvæni í verslunum þar til þú finnur besta verðið og staðsetninguna.

Vottun dýrsins, sem við höfum þegar talað um, segir ekki mikið um kött, en það segir um þekkingu og orðspor ræktandans. Það segir sig sjálft að þar sem tækifæri eru til að græða peninga er fólk sem nýtir sér þau. Annað fólk hefur ekki næga þekkingu á erfðafræðilegum vandamálum sem geta komið upp eða um hvernig eigi að umgangast kettlinga. Og þú ættir að forðast þessar tegundir ræktenda í ættköttaveiðunum þínum: frjálsa reiðmennina og ómenntaða.

ERTU AÐ HUGSA UM AÐ ala upp köttinn þinn? Í kafla 16 útskýrum við hvers vegna kattahald er ekki eins hagkvæmt og það virðist og krefst meiri fyrirhafnar en þú gætir haldið. Foreldri setur gæludýrið þitt í hættu og gerir sambúð erfiða. Einnig stuðlar ræktun að vandamálinu við óhófleg gæludýr, jafnvel þótt þú ætlir að rækta hreinræktaða ketti.

Ef þú vilt líka rækta ketti þá gef ég þér í þessum kafla samantekt á því hvernig á að finna maka, ala upp kettlinga og finna heimili fyrir þá á réttan hátt.

Hvernig á að finna hinn fimmti „trausta ræktanda“

Það getur verið mjög erfitt að finna virtan ræktanda og þú átt kannski ekki köttinn sem þú vilt þegar þú vilt hann. Þessar aðstæður valda því að margir kaupendur leita að óviðkomandi valkostum.

Ef allt gengur að óskum muntu eiga köttinn þinn í að minnsta kosti tuttugu ár. Er ekki þess virði að eyða tíma í að leita að rétta ræktandanum? Væri ekki góð hugmynd að hringja nokkur símtöl, lesa nokkrar bækur, rannsaka internetið og fara í nokkrar ferðir? Eða talar þú við einhvern sem hefur lifað með tegundinni sem þú vilt í mörg ár til að fá meiri upplýsingar en bók getur gefið þér?

Svo hvað ættir þú að horfa á? Í flestum tilfellum vilt þú einhvern sem getur gert sitt besta í samkeppni við aðra. Góður ræktandi sýnir næstum alltaf ketti sína því hvernig getur hann vitað hvort hann sé að framleiða góð eintök af tegundinni ef það er enginn til að dæma?

Og þetta er aðeins byrjunin. Þeir vilja reynslu jafnt sem þekkingu. Dýrabúð sem hefur ákveðnar tegundir af kettlingum getur oft ekki gefið þér þær upplýsingar sem þú þarft um tegundina sem þú ert að leita að því starfsfólkið sem vinnur þar, sama hversu vingjarnlegt, hefur aðeins lauslegar upplýsingar um tegundirnar á markaðnum, Fyrirtæki kattaræktanda í bakgarði getur sagt þér hvernig lífið er með síamska kött, en hann veit ekki nóg til að tala um tegundina. Og hvorug heimildin færir þér ketti sem eru sérstaklega ræktaðir fyrir framúrskarandi heilsu og skapgerð, sem er nákvæmlega það sem þú ert að leita að.

Virtur ræktandi getur sagt þér miklu meira um tegund en þú heldur. Skylda ræktanda við köttinn endar ekki með sölutilgangi. Þú ert með heilbrigðan, félagslegan, ræktandi „tækniaðstoð" kisu sem hvaða hugbúnaðarfyrirtæki sem er myndi öfunda.

Kaupa á kattasýningu

Gæludýrasýning er besta sýningin fyrir kattaelskendur og hugsanlegan eiganda til að finna það sem þeir leita að. Viltu finna góða ræktendur? Farðu á staðinn þar sem þau hittast til að sýna bestu frammistöðu sína.

Gakktu brosandi um salina og spurðu allt sem þú vilt vita. Nema það sé tíminn þegar ræktandinn er að búa sig undir að láta dómara sjá kettina sína, finnst flestum köttum gaman að tala og spyrja um uppáhaldsefnið sitt: kettir. Þú munt líklega ekki hafa öllum spurningum þínum svarað og þú munt vilja tala við ræktendur seinna. Biddu síðan um kortið þeirra og skrifaðu niður símanúmerin þeirra. Spyrðu um framboð og afkvæmaskipulagningu, en ekki grafa of djúpt því ræktandinn verður upptekinn. Njóttu dagsins og sætu kettanna og sparaðu alvarlegt samtal til seinna, í síma eða í eigin persónu.

Nýttu þér ókeypis efni sem þú finnur á sýningunni. Þú getur skoðað tilkynningar um væntanlegar sýningar, auk upplýsinga um kattakyn, umönnun þeirra og tengd samtök. Fólkið sem dreifir þessum upplýsingum er venjulega vingjarnlegt og fróður.

LEITA AÐ STÖÐUM

Kannski er besta leiðin til að finna ræktanda að fara á sýningu, en það eru aðrir möguleikar. Tímarit um ketti eða dýr almennt auglýsa venjulega ræktendur sem geta hjálpað þér í leitinni.

Hvernig á að finna ræktendur til að forðast þá

Það eru nokkrir ömurlegir ræktendur sem dekka ekki einu sinni grunnþarfir dýranna sinna. Það eru aðrir sem þjást af geðsjúkdómum og búa í nánast yfirgefnu húsum fullum af villiköttum. Þetta fólk er auðvelt að sjá og forðast, nema það sé einhver milliliður sem tekur ketti sem þeir rækta, þrífur þá og selur þá annars staðar.

Flestir slæmir ræktendur eru ekki slæmir, þeir eru bara óupplýstir. Þeir vita lítið að margir katta þeirra lenda í skjóli eða eiga erfitt líf vegna meðfæddra sjúkdóma. Þeir hafa áhuga á að hafa kisurúm fyrir börnin að sjá, vegna þess að þeim finnst það skemmtilegt eða vegna þess að það er góður kostur til að vinna sér inn peninga. Þeir hafa ekki slæman ásetning, en þeir eru ekki góðir ræktendur heldur.

Hér eru nokkur atriði sem þarf að hafa í huga þegar samið er við ræktanda:

• SKORTUR Á ÞEKKINGU á tegundinni: Sá sem veit ekki mikið um tegundina, sögu hennar eða eiginleika hennar er ekki sá sem hefur of miklar áhyggjur af því að ala upp kettlinga sem eru verðug dæmi um þá tegund.

• FÁFRÆÐI EÐA AFNEITUN á fæðingargöllum: Margar tegundir eiga við vandamál að etja og hægt er að komast hjá sumum þeirra með því að huga að pörun karldýra og kvendýra. Sá sem ekki hefur vitneskju um þessa annmarka hefur ekki ætlað sér að forðast þá með yfirferðinni.

• ENGIN SÝNING: EF ÞÚ kaupir köttinn af einhverjum sem sýnir ketti sína oft eða kemur inn á aðrar sýningar, eykur þú líkurnar á því að fá góðan ættkött. Þessi vígsla felur í sér skuldbindingu sem endurspeglast einnig í umönnun kattanna.

• EKKI LÁTA ÞIG SJÁ ruslið, hitta móðurina eða aðra ketti eða sjá hvar kettlingarnir eru aldir upp: Besta dæmið um starf ræktanda er heilbrigðir, þjálfaðir fullorðnir kettir í hreinu og skilvirku umhverfi. við skulum sjá kettlingana sem hann vill selja, verður þú að fara varlega.

• SKORTUR Á SKJÖLUM: Ef kötturinn á að vera vottað tegundarsýni hjá stofnun, verða skráningargögn að liggja fyrir til skoðunar. Sama á við um þau skjöl sem síðar má nota til heilsufarsupplýsinga. Það myndi ekki skaða að hafa samning sem lýsir réttindum og skyldum hvers aðila, þar sem með þessu skjali geturðu varið þig ef kettlingurinn er ekki það sem þér var lofað (til dæmis meðfæddan vansköpun eða uppfyllir ekki kröfurnar fyrir sýnishorn ef það var það sem þú heyrðir þegar þú keyptir).

- Skilur ekki þörfina fyrir félagsmótun katta: Það þarf að ala upp kettlinga, gefa þeim að borða, dekra við þau og sjá um þau til að vera góð gæludýr. Sá sem getur ekki útskýrt hvað varð um ketti hér á landi, eða að reyna að selja kettling sem er innan við tólf vikna, veit svo sannarlega ekki mikið um kattarækt.

Öll þessi varkárni eykur líkurnar á árangri. Getur þú fundið vel alinn kött sem gerir frábært gæludýr í bakgarði sem hefur verið auglýst í bæjarblaðinu? Jú, en þú munt eiga betri möguleika á árangri ef þú gefur þér tíma til að finna fróður og reyndan ræktanda.

Gæludýraverslanir: Hvað með kettlinga í glugganum?

Það ætti ekki að vera svo flókið ef þú kaupir hreinræktaða köttinn þinn í dýrabúð þar sem þú getur fundið vinsælustu tegundirnar og jafnvel krossa. Þegar þú ferð í eina af þessum verslunum þarftu ekki að tala við ræktendur, lesa mikið fyrirfram eða bíða. Þeir bjóða þér einnig ákveðnar tryggingar varðandi heilsu dýranna og þeir taka einnig við kreditkortum. Hvað getur verið betra?

Sífellt fleiri gæludýrabúðir neita að selja kettlinga eða hvolpa vegna þess að þær vantreysta óprúttnum ræktendum og forðast offjölgun dýra. Þess í stað veita þeir rými fyrir dýraathvarf til að sjá dýrin sín og finna eigendur þeirra. Mikilvægast er að þú lærir sem mest um uppruna gæludýrsins þíns og hagar þér eins og neytandi sem hefur lært það sem hann vill. Margir enda á því að kaupa yndislegt gæludýr í dýrabúð.

Kettlingar nágranna þíns (eða samstarfsmanna þinna).

HVAÐ MEÐ KETTLINGANA sem einn af skrifstofufélagi þínum eða einn af nágrönnum þínum gefur? Það er ekkert að hafna þessum möguleika ef kettlingurinn er það sem þú ert að leita að, heilbrigður og félagslyndur.

Það er erfiðara að uppfylla þessi skilyrði en þú heldur. Ef þú ert með kött á lausu gætirðu lent í meiri vandræðum en þú átt von á. Ef kötturinn prófar jákvætt fyrir kattahvítblæði eða er með læknanlegt heilsufar, geturðu fengið bætur frá þeim sem gaf þér köttinn? Um leið og. Það er mjög líklegt að móðir kattarins hafi aldrei verið prófuð og að faðirinn sé óþekktur köttur.

Bættu við þessu vali ef þú vilt. Margir áttu ekki í neinum vandræðum með að ættleiða frá þeim uppruna. Í báðum tilvikum skaltu ganga úr skugga um að kötturinn sé heilbrigður og félagslyndur og gerðu þitt besta til að leggja til að gæludýrið þitt og félagar hennar verði síðastir til að framleiða móðurköttinn.

Öðru máli gegnir um fullorðna ketti þar sem ástæðan fyrir gjöfinni getur verið allt önnur. Í sumum tilfellum er þetta eitthvað yfirborðskennt eins og að skipta um skraut, í öðrum eitthvað óumflýjanlegt eins og dauða eigandans eða ofnæmisbarns. Margir af þessum flóttaketti búa til dásamleg gæludýr og það er engin ástæða til að ættleiða þá ekki svo lengi sem þú veist að þeir eru heilbrigðir og ástæðan fyrir ættleiðingu er ekki hegðunarvandamál eins og að nota ekki kistuna. Ef allt gengur upp skaltu prófa þessa ketti.

4. kafli

Villtir kettir

Í þessum kafla

- Skilgreining á vandamálinu

- MÓTMÆLI VIÐ FLÆKINGS- og villiköttum

- MÖGULEGAR LAUSNIR

Ef þú hefur einhvern tíma gefið heimilislausum kisu skál af mjólk, eða ef þú hefur tilhneigingu til að deila hádegissamloku með nokkrum köttum sem ganga um á skrifstofunni þinni, þá er þessi kafli fyrir þig. Við tókum þessar upplýsingar í von um að hjálpa þeim milljónum katta sem búa í hálf-villtu ríkinu sem þurfa hjálp okkar til að lifa af.

Kannski vegna allra samdýra okkar hefur kötturinn valið sér leið til að temja sér, það er eðlilegt að mörg þeirra séu enn mitt í villtu og heimilislífi. Í húsasundum stærstu borganna, almenningsgörðum í víðlendu úthverfum okkar og dreifbýlinu þar á milli búa milljónir katta í nágrenninu.

Líf gæludýra er ekki auðvelt. Kvenkyns kettir sem búa í þessu ástandi fjölga sér stöðugt, mæður eiga allt að þrjú got á ári og fáir hvolpar þeirra lifa lengur en tvö ár. Hungur, sjúkdómar, rándýr og bílar taka mörg mannslíf.

KETTIR VERÐA VILLTIR þegar fólk hugsar ekki um þá eða er sama hvað verður um þá. Þetta gerist til dæmis þegar fólk flytur hús og skilur ketti sína eftir, eða þegar það lætur þá rækta og er sama um afdrif kettlinganna, eða þegar það telur að köttur geti ráðið sig sjálfur og gengur áfram. stígur, sveit eða í borgargarði vegna þess að þú vilt ekki lengur sjá um sjálfan þig.

Til viðbótar við ofangreint vandamál þurfa villikettir að berjast gegn þeim sem telja þá óþægindi og ákveða því að besta leiðin til að takast á við þá sé að útrýma þeim. Þar til nýlega var þessi trú nánast algild. Samfélög leystu raunveruleg eða ímynduð vandamál af völdum villikatta með því að fanga þá og drepa þá. Margir samviskusamir menn sem hafa áhuga á hlutskipti katta vissu að það yrði að vera til betri leið til að sjá um þessa aumingja vanhæfa. Þeir voru staðráðnir í að finna hana og þeir gerðu það. Á rúmum áratug hefur framtíð villikatta batnað verulega, með áætlanir sem miða að því að fækka köttum á götum úti og hjálpa þeim sem eftir eru.

Maður getur skipt máli. Framtíðarhugsun og þátttaka fleiri og fleiri samfélaga hefur dregið úr villiköttum og hjálpað til við að lifa heilbrigðara lífi með því að lágmarka möguleika á átökum og deilum.

hjálp fyrir villta ketti

Það er rétt að þessum köttum sé hjálpað því mennirnir eru aðal sökudólgarnir í vandanum. Vegna þess að kettir aðlagast umhverfi sínu svo auðveldlega og standa sig nokkuð vel beggja vegna línunnar á milli "villts" og "heimilis", leyfa margir kettinum sínum að fara yfir þá línu eða neyða þá til að fara yfir þá línu þegar þeir fara. . Og þegar kettir eru villtir sjá þeir náttúrulega um allar villtar skepnur. Og það leikur og leikur og leikur...

Villtir kettir hafa alltaf verið til og munu alltaf vera til. Hins vegar getum við gert eitthvað í sambandi við fjöldann og þjáningar þeirra. Það er mikilvægt að við gerum þetta.

röng lausn

Við verðum að standa upp og segja að allar áætlanir um að takast á við villta ketti sem fela í sér gildrun og aflífun byggist á hugmynd sem þarf að uppfæra. Þessar áætlanir ganga ekki upp (a.m.k. ekki til lengri tíma litið) vegna þess að þær horfa fram hjá þeirri staðreynd að svo lengi sem fólk heldur áfram að rækta ketti sína og sleppa óæskilegum ketti, munu villikatta nýlendur endurreisa sig, ár eftir ár, eftir ár. Fyrst nokkrir kettir; svo nokkrir tugir og svo fleiri þangað til uppskeran mikla þarf aftur.

Þó að við gerum endalausa framleiðslu á köttum, þá kallar gamla hugmyndin um fjöldaúrskurð á betri og mannúðlegri valkost. Hvernig getum við sætt okkur við minna þegar við elskum ketti?

Nýtt hugarfar: gildra, dauðhreinsa og sleppa

Ef við sættum okkur við þá staðreynd að villikettir munu halda áfram að vera til, væri þá ekki betra að umgangast þá á þann hátt að virðingu sé fyrir umhverfinu, dýraeftirlitinu og köttunum sjálfum? Hugsaðu um hugmyndina um að framkvæma rétta umönnun: gildra, dauðhreinsa og sleppa.

Þetta er sannað og mannúðleg leið til að takast á við flækingsketti. Þessir kettir eru fóðraðir af milljónum manna, allt frá konunni sem skilur eftir túnfisk fyrir köttinn fyrir utan bakdyrnar sínar til hollustu sálanna sem þú getur fundið í hvaða gæludýravöruverslun sem er sem útvegar risastóra poka af auglýstum mat. Hvað ef þetta fólk færi skrefinu lengra og minnkaði æxlunarhraða villikatta? Gæti verið hægt að stjórna ketti í eigin búsvæði? Nokkrir hafa reynt það og fljótlega er svarið ljóst: já, fólk sem keypti matarpoka til að gefa ketti sem vildu ekki svelta, nefndi fullorðna ketti og reyndi að finna heimili fyrir kettlinga ákvað að hrinda hugmynd í framkvæmd. óvenjulegt: sótthreinsa flækingsketti og sleppa þeim aftur. Það virtist aldrei þess virði að gelda þessa ketti, að minnsta kosti að mati margra embættismanna samfélagsins. Ef þú veiddir flækingsketti virtist líknardráp vera skynsamlegra en að skjóta. Með svo marga tamketti væri villiköttur ekki góður kostur fyrir gæludýr, svo hvers vegna ekki að drepa hann?

Kannski var þetta fólk bara að reyna að binda enda á kvalirnar þegar það sá kettlingana lifa svo erfiðu lífi. Það leið hins vegar ekki á löngu þar til ljóst varð að tilraunir þeirra til að hafa hemil á villikattastofninum virkuðu mun betur en þeir höfðu ímyndað sér. Þeir komust að því að „gildra, hvorugkyns og losunar“ aðferðin minnkaði vandann verulega.

En eru þeir ekki meindýr?

Menn hata og óttast villta ketti af ýmsum ástæðum og þeir sem sjá um nýlendur villikatta standa frammi fyrir ýmsum andmælum sem þarf að yfirstíga til að stjórna nýlendunum frekar en að uppræta þær.

Ef þú styður villta ketti þarftu hjálp við að berjast gegn rökum fólks sem heldur að viðleitni þín sé ekki skynsamleg. Eftirfarandi listi inniheldur algengustu andmælin og útskýrir hvernig gildra, dauðhreinsunar- og losunarforrit getur hjálpað:

• SVO LENGI SEM ÞAÐ eru kettir mun vandamálið vera til staðar. Jæja, kannski, en við munum aldrei losa okkur við villiketti. Sumar rannsóknir hafa sýnt að svo lengi sem það er fæðugjafi, þá verða til ókeypis kettir. Aðstaða eins og háskólasvæði, herstöðvar og sjúkrahús eru hentug umhverfi fyrir ekki heimilisketti. Þar sem er matur eru kettir. Það er skynsamlegt að reyna að gera eitthvað sem þegar hefur verið reynt annars staðar.

• FLÆKINGSKETTIR BERJAST og eru háværir. Kvenkyns kettir sem ekki eru kastaðir berjast, eru hávaðasamir og eyða tíma sínum í að leita að kvendýrum í hita. Þó að þetta sé satt, útilokar gelding að mestu þessa hegðun.

• FLÆKINGSKETTIR GETA valdið slysum (einhver hrasar eða jafnvel árás), sem gerir fasteignaeigendur þar sem slysið verður löglegt. Kattabyggðir setjast yfirleitt ekki að nálægt svæðum þar sem margir búa. Þessir kettir eru náttúrulega hræddir við fólk. Nema þeir þurfi að komast nálægt því að borða, gera þeir það yfirleitt ekki.

• VILLIKETTIR EIGA FLEIRI ketti en geta lifað af og dauð dýr eru heilsuspillandi. Í stýrðri kattabyggð kemur ófrjósemisaðgerð í veg fyrir að dýrin fjölgi sér. Í stað tugi veikra eða deyjandi kettlinga framleiðir stjórnað nýlenda nokkra unga sem hægt er að fanga, úða, temja og setja á heimili.

• FLÆKINGSKETTIR VALDA umferðarslysum þegar ökumenn taka krappar beygjur til að forðast að lemja þá. Hreinsaðir kvenkettir ferðast ekki oft í makaleit og vel fóðraðir kvenkettir þurfa ekki fóður til að éta. Köttur er ólíklegri til að birtast undir hjólum bíls ef dýrið lætur sig nægja á svæði þar sem það er öruggt og veit að það verður gefið.

• FRÍGANGANDI KETTIR bera sjúkdóm. Í stjórnaðri nýlendu eru kettir bólusettir gegn hundaæði (sem getur borist í menn) og prófaðir fyrir kattahvítblæði og öðrum sjúkdómum sem geta borist hver til annars. Sýktum köttum er ekki sleppt, heldur er þeim komið fyrir með samúðarfullum eigendum eða aflífað.

Stórt vandamál er toxoplasmosis, sjúkdómur sem veldur fæðingargöllum og getur borist með snertingu við saur sýkts kattar. Reyndar er líklegra að þú fáir toxoplasmosis ef þú borðar ofsoðið kjöt en ef þú kemst í snertingu við kött. Að halda köttum frá fjölmennum svæðum mun lágmarka áhættu.

TOXOPLASMOSIS ER ALVARLEGT vandamál fyrir barnshafandi konur, en þú getur dregið verulega úr hættunni með því að gera nokkrar grundvallar varúðarráðstafanir. Sjá kafla 19 fyrir ábendingar um umönnun köttsins á meðgöngu. Þegar kemur að sjúkdómum sem setja gæludýrið þitt í hættu er besta leiðin til að vernda köttinn þinn að halda honum innandyra og tala við dýralækninn þinn til að ákveða hvaða bólusetningar henta honum. Sjá kafla 11 fyrir frekari upplýsingar um bóluefni og hundaæði.

Farðu í vinnuna: Svona geturðu hjálpað

ÞÚ ÞARFT EKKI AÐ SJÁ um alla flækingsketta í þínu samfélagi til að bæta líf flækingsketta. Allir geta hjálpað á svo marga vegu sem á endanum bætist við. Gerðu bara tilraun.

Í fyrsta lagi, enginn skaði

Flækingskettir eru til vegna þess að fólk hefur yfirgefið þá eða leyft þeim að ganga lausir. Þú getur verið hluti af lausninni með því að ganga úr skugga um að enginn köttur sem þú þekkir geri vandamálið verra. Hér eru nokkrar hugmyndir til að hjálpa þér að byrja:

- HALTU KÖTTINUM ÞÍNUM inni. Köttur getur lifað heilbrigðu og hamingjusömu lífi án þess að stíga nokkurn tíma fæti út. Ef þú geymir það heima muntu alltaf vita hvar það er og með hverjum það er. Þú veist líka fyrir víst að hann mun aldrei breytast í villt dýr. (Við bjóðum upp á ráð um að breyta heimiliskettí í húsketti í 6. kafla og ráð til að gleðja heimiliskettí í 21. kafla.)

- LÁTTU KÖTTINN ÞINN gelda. Kastaðir kettir gera betri gæludýr. Kastraðar kvendýr mjaga ekki til að laða að karlkyns og geldlausar karldýr eru ólíklegri til að fá þvagmerki. Og ef kötturinn þinn er ekki að rækta þarftu ekki að hafa áhyggjur af því að finna ábyrg heimili fyrir kettlingana. Ef kvenkyns köttur sem ekki er kastað er leyft að eignast ókeypis kettlinga getur hún fætt þúsundir kettlinga og þær kettlingar munu rækta með hvolpunum sínum, sem eykur vandamálið. Einföld aðgerð er nóg, sem hægt er að framkvæma frá 8 vikna aldri. (Sjá kafla 16 fyrir frekari upplýsingar um dauðhreinsun.)

Hvernig á að hjálpa þeim sem hjálpa

Þér er alveg sama um kettina beint til að hjálpa villta stofninum. Hægt er að grípa inn í með því að styðja einstaklinga og hópa sem gera það. Hér eru nokkrar tillögur:

- STYÐJIÐ ÓKEYPIS KATTAEFTIRLIT með rödd þinni, atkvæði og framlögum. Segðu sveitarstjórn þinni að þú sért andvígur hvers kyns áætlun sem ætlað er að uppræta þau. Skrifaðu bréf, farðu á fundi og láttu rödd þína heyrast. Styðjið hópa sem ekki eru rekin í hagnaðarskyni í samfélaginu þínu sem reka afla-, hvorugkyns- og losunarforrit. Stuðningurinn þarf ekki alltaf að vera fjárhagslegur: þú getur lagt til hluti þegar markaður er skipulagður eða þú getur gefið vinnuefni, allt frá gömlum handklæðum í bíl.

• ÞÚ GÆTIR FUNDIÐ AÐRA kattabjörgunarmenn. Athugaðu hjá dýraathvarfi þínu eða gæludýravöruverslun.

• ÍHUGAÐU AÐ ÆTTLEIÐA villikött. Jafnvel á stöðum þar sem kettir eru fastir, dauðhreinsaðir og síðan sleppt, eru sumir enn að fæðast. Sama hversu mannúðleg samfélög gera til að mennta fólk, þá er enn til fólk sem trúir því að það sé auðveldara að reka kött út en að finna honum heimili. Það er ekki slæm hugmynd að íhuga ættleiðingu ef þú ert að hugsa um að kaupa kött.

Að gefa villiköttum: hjálp eða skaði?

Það er ekki mikið til að fæða heimilislausa ketti án þess að sjá um þá. Sumir gera þetta mikið og þeir meina vissulega vel, en fóðrun ósótthreinsaðra dýra leiðir til íbúasprengingar með öllum tilheyrandi vandamálum. Þegar öllu er á botninn hvolft geta kettirnir þínir verið mjög frjóir og fjölgað sér svo mikið að þeir geta orðið algjört ónæði og þegar þetta gerist mun einhver krefjast þess að þeim verði útrýmt.

EF ÞÚ ERT AÐ GEFA FLÆKINGSKETTI, viljum við ekki segja þér að hætta. Enda eru kettirnir þínir orðnir háðir þér og ef þú hættir að gefa þeim þá myndirðu skaða þá. Það er best að læra hvernig á að halda stofninum og köttunum heilbrigðum og leita aðstoðar í samfélaginu til að stjórna nýlendunni þinni.

Ertu ekki tilbúinn í svona stórt skref? Hugsaðu þér því tvisvar um áður en þú býður villiköttnum þínum túnfisksamloku í fyrsta skipti. Ef þú ert tilbúinn að taka skrefið gefur þessi kafli upplýsingarnar sem þú þarft til að byrja.

Lærðu að sjá um villikatta

UMHYGGJA FYRIR FLÆKINGSKETTI er ekki verkefni sem þarf að taka létt, né heldur skammtímaverkefni. Dýrin treysta þér. Ef þú heldur að þú getir ekki staðið við langtímaskuldbindingu er betra að byrja ekki.

Hins vegar, ef þú vilt hjálpa, þá er engin þörf á að finna upp hjólið aftur. Þú getur líkt eftir öðrum kattavinum og lært hvernig á að stjórna nýlendu, þar á meðal að fanga ketti til að láta gelda og sleppa, eins auðveldlega og hægt er.

Styrkur er í raun í tölum! Að vinna í hópi, eða með öðrum eins hollur og þú, gerir verkefnið miklu auðveldara. Að hafa einhvern til að deila góðu og slæmu dögum með getur þýtt muninn á því að gefast upp eða halda áfram að hjálpa köttum sem þurfa mest á því að halda.

koma á rútínu

Ef þú hefur þegar gefið nokkrum flækingsketti að borða, þá ertu á réttri leið. Ef ekki, þá ættir þú að koma á rútínu með köttunum þínum sem gerir það auðveldara að ná þeim síðar. Að sjá það á hverjum degi hjálpar líka til við að fylgjast með breytingum í hópnum og bera kennsl á nýjar, barnshafandi konur og nýbura.

Kettir eru vanaverur. Ef þeir vita að maturinn mun birtast á ákveðnum stað á ákveðnum tíma geturðu verið viss um að þeir verði þar. Veldu tíma sem hentar þér og stað sem er ekki of fjölmennur.

Að gefa ketti og hreinsa upp matarbita gerir þá áhugasamari um að koma aftur í tíma fyrir kvöldmat. Einnig mun það að fjarlægja fóðrið koma í veg fyrir að annað dýr nálgist og mun hjálpa til við að halda nagdýrastofninum í skefjum.

ÞEGAR ÞÚ BYRJAR AÐ fæða þá verða kettirnir á þína daglegu ábyrgð. Finndu því einhvern sem þú getur deilt starfi húsvarðarins með í rólegheitum. Þannig munu veikindi og frí ekki leiða til fullt af svöngum köttum og þú munt vera ólíklegri til að gefast upp.

undirbúa aðstoð

Þar sem gott umönnunarprógram fyrir villikatta felur í sér gildrun og geldingu, þarftu fyrst hjálp til að skilja hvernig á að nota þessi verkfæri.

fáðu svindlari

Ef orðið „svindl" fær þig til að hugsa um hryllilegan grip skaltu ekki hafa meiri áhyggjur. Gildrur sem notaðar eru til að veiða ketti eru hannaðar til að halda köttum öruggum. Þessi traustu vírbúr eru með hurð sem lokast sjálfkrafa þegar köttur kemur inn.

Dýravelferðarstofnun þín á staðnum gæti verið besta uppspretta upplýsinga um gildrur og ráðleggingar um hvernig eigi að nota þær. Margir lána borgurum ókeypis svindl sem greiða innborgun til að tryggja að þeir skili búnaðinum.

Ef þú ætlar að vinna með ketti á háskólasvæðinu, sjúkrahúsinu eða herstöðinni skaltu spyrja viðhaldsdeildina hvort þeir séu með gildrur. Þú hefur það oft, þó þú þurfir að klára röð skjala áður en þú getur notað það.

Þó að leigja gildrur sé besta leiðin til að byrja, þá er líka hægt að kaupa gildrur frá sömu fyrirtækjum og selja þær til dýraeftirlitsdeilda.

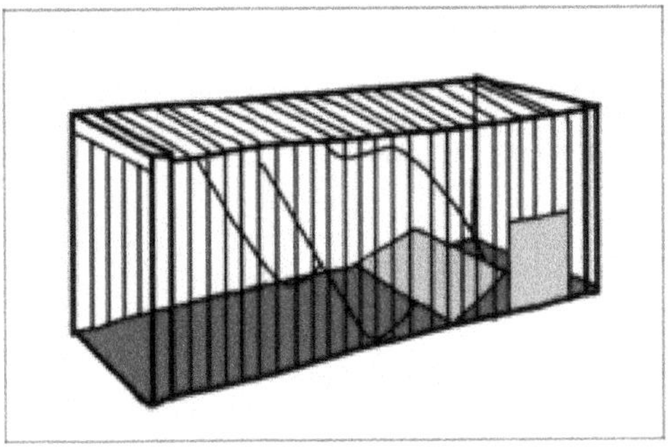

Mynd 4-1: Kattagildrur eru hannaðar til að laða að ketti og gildra þá þar til hjálp berst.

DÝRALÆKNAÁÆTLUN

Eftir að þú hefur átt kött þarftu stað til að taka hann. Með öðrum orðum, þú þarft dýralækni.

Talaðu fyrst við dýralækninn þinn. Hann gæti haft áhuga á verkefninu þínu og fús til að hjálpa, og jafnvel þótt hann sé það ekki, gæti hann verið góð tilvísunarheimild fyrir aðra dýralækna sem eru meira í umönnun villiketta.

ÞAÐ SEM ÞÚ ERT AÐ BIÐJA dýralækninn þinn um að leggja fram er góðgerðarframlag tíma þeirra og starfsfólks, ásamt búnaði og vistum. Dauðhreinsun, sérstaklega, er mikil skurðaðgerð og er oft framkvæmd af dýralæknum til að berjast gegn offjölgun dýra.

Ekki gleyma að tala við dýraverndunarsamtökin þín á meðan þú leitar að dýralæknum sem geta aðstoðað þig. Sum dýraathvarf hafa átt í samstarfi við dýralækna sem sótthreinsa fyrir lítinn eða engan kostnað, eða vísað dýralækna sem gefa ákveðinn fjölda skurðaðgerða í hverjum mánuði.

Gakktu úr skugga um að dýralæknirinn þinn viti að þú ert að koma með flækingsketti. Erfiðara er að hafa stjórn á þessum dýrum og þarf starfsfólk að vera meðvitað um það fyrir komu. Góð samskipti eru lykillinn að því að vinna vel með dýralækninum þínum í hvaða kringumstæðum sem er og þetta á enn frekar við þegar kemur að þessum sérþarfaketti.

Dýralæknar klippa eyru villiketta eftir geldingu þeirra. Þannig, ef þeir verða veiddir aftur, vita þeir að þeir hafa þegar farið í aðgerð.

veiða kettina

Nú þegar þú ert með gildruna þína og dýralæknirinn þinn hefur verið látinn vita, geturðu byrjað að fanga ketti. Gakktu úr skugga um að gildran sé hrein. Þvoið í volgu sápuvatni og úðið síðan með smá þynntri bleikju (hálfur bolli af bleikju til fjögurra lítra af vatni). Ef mögulegt er skaltu búa til nokkrar gildrur á sama tíma. Kettir verða grunsamlegir þegar þeir sjá aðra ketti fasta og þú gætir átt meiri möguleika á að fanga þá í hóp.

Hættu að gefa köttunum þínum að borða nokkrum dögum áður en þú setur gildrurnar. Þú vilt að þeir séu svangir!

Settu gildruna á skjólgóðum stað, td. B. undir runna eða í skugga girðingar eða byggingar. Eftir að hafa fangað köttinn skaltu hylja gildruna með gömlu handklæði eða teppi til að láta köttinn líða öruggari.

Þegar þú setur fleiri en eina gildru skaltu setja þær þannig að þær sjáist ekki. Stilltu gildruna samkvæmt meðfylgjandi leiðbeiningum og veldu eitthvað ómótstæðilegt sem beitu. Almenn ráðlegging er að nota niðursoðinn kattamat með matskeið af túnfiski í olíu ofan á. Niðursoðinn makríll er líka mjög vel heppnaður hjá köttum, hann er ódýr og vond lykt.

Athugaðu gildrurnar þínar á þriggja tíma fresti, og oftar í sérstaklega heitu eða köldu veðri. Gildrur veita enga vörn gegn veðurofsanum. Einnig er fangi köttur viðkvæmur fyrir árásum hunda eða fólks með slæman ásetning.

Eftir að þú hefur náð kött skaltu ekki reyna að ná honum út úr búrinu því hann mun bíta þig. Haltu búrinu lokað og notaðu handfangið til að bera það. Dýralæknirinn þinn og starfsfólk eru með reynslu og vita hvernig á að meðhöndla þessa ósamvinnuþýðu ketti. Ekki hætta á að bíta!

sótthreinsa ketti

Ræddu við dýralækninn þinn um hvers kyns læknisaðstoð sem kötturinn þinn gæti þurft á að halda auk spaying og geldingu. Þú gætir viljað láta prófa gæludýrin þín fyrir smitsjúkdómum, ormahreinsa og bólusetja. Sérhver köttur sem prófar jákvætt fyrir kattahvítblæði eða kattaónæmisbrestsveiru ætti að aflífa eða, ef mögulegt er, hafa hann sem eina kött. Þetta er erfið ákvörðun, en hún er hluti af þeirri skuldbindingu sem þú tekur þér þegar þú hugsar um villikatta.

Til að loka geldingarsárinu mun dýralæknirinn nota gleypið efni. Athugaðu að þegar þú hefur sleppt villikött, muntu ekki geta fanga hann til að draga frá stig.

Ef kötturinn ætlar að vera gæludýr skaltu biðja dýralækninn þinn að klippa neglurnar. Það verður miklu auðveldara að grípa án beittra nagla.

slepptu kettinum

Farðu með burðarbera til dýralæknisins svo dýrið þurfi ekki að fara aftur í gildruna; Eftir allt saman, þú þarft að veiða fleiri ketti. Dýralæknirinn þinn mun setja köttinn í kattaburðinn á meðan hann er enn meðvitundarlaus. Farðu með það heim og skildu það eftir á rólegum stað. Hafðu mat og vatn tiltækt en láttu þau í friði annars. Þegar kötturinn er heilbrigður getur hann snúið aftur á sitt gamla svæði.

MYND 4-2: KÖTTURINN ætti að úða um leið og kettlingarnir eru vandir af ef við viljum koma í veg fyrir að hún eignist fleiri kettlinga.

KLÆDDU KATTABÚRIÐ MEÐ dagblaði og settu gamalt handklæði inni. Kötturinn þinn mun líklega létta sig þegar hann vaknar, svo það er góð hugmynd að hafa eitthvað gleypið til að halda honum eins vel og hægt er.

TEYMDU ÞÁ SEM ÞÚ GETUR

Vegna mikils fjölda katta sem eru í boði til ættleiðingar er best að gera með villiketti að tryggja að sem fæstir fæðist. En hvað gerir maður við kettlingana? Og með kettina? Er til heimili fyrir þá?

Það er erfitt að finna heimili fyrir fullorðna ketti. Ef það er ekki nóg fyrir heimilisketti og vinalega ketti þá verður enn minna fyrir villiketti. Í flestum tilfellum verða fullorðnu kettirnir sem þú fangar sótthreinsaðir og skilaðir til nýlendunnar. Sama gildir um hvaða kettling sem er framhjá krúttlegu sviðinu. Þegar þau verða gömul og missa sjarmann er næsta ómögulegt að finna þeim heimili, því þú ættir líklega að ófrjóa og gelda þessa litlu.

Ef heilbrigður og vel fóðraður köttur birtist skyndilega, þá er líklegast að hann sé yfirgefinn. Margir þessara katta eru vinalegir; Þetta voru dýr, eftir allt saman, og kannski eru þau undantekningin sem sannar regluna. Þó að þeir geti verið svolítið ógnvekjandi þegar þú færð þá, munu þeir líklega aðlagast fljótt og njóta annars tækifæris til að vera elskað gæludýr. Notaðu hvaða ráð sem er til að finna leigusala, eins og B. Dagblaðaauglýsingar, en ekki vera hissa ef enginn svarar.

Kettlingar eiga góða möguleika á að vera temdir og komið fyrir á heimili. Ef þú tekur þær litlar og gefur þeim smá tíma er auðvelt að temja marga.

þolinmæði er lykillinn

Kettir kenna kettlingum sínum að ögra fólki og þessari hegðun er erfitt að breyta. Því minni sem kötturinn er þegar hann er veiddur, því auðveldara er að temja hann. Kjöraldur er á milli 5 og 8 vikur.

Þú gætir átt kött sem er yngri en 5 vikna, kannski vegna þess að móðirin var drepin eða þú tókst að ná unganum á þeim tíma. Dýralæknirinn þinn getur hjálpað til við að ákvarða aldur kattarins. Ef hann er of ungur og hefur ekki enn borðað fasta fæðu geturðu boðið honum mjólkuruppbót og kennt honum hvernig og hversu oft hann á að gefa honum flösku.

Flækingskettlingur bregst ekki við eins og kettlingur. Þú þarft að vita fyrst. Kisan þín mun væla af ótta og reyna að bíta þig ef þú kemur of nálægt. Þú verður að vera tilbúinn að sýna þolinmæði og leyfa þér að aðlagast smátt og smátt. Villukettlingar eru sjaldan félagslyndir við stóra hópa fólks, en margir mynda náin, ástrík tengsl við eina manneskju sem þeir treysta.

Þegar þú reynir að aðlaga villta kettlinginn við hugmyndina um mannleg samskipti, mun hann hugsa um aðra tegund af snertingu. Einnig hafa kettlingar risastórar tennur og klær sem þeir nota þegar þeir finna fyrir hættu. Ekki má taka létt með kattabit og rispur. Notaðu langar ermar og hlífðarhanska þegar þú ert í kringum villikatta og reyndu aldrei að veiða einn, þar sem þú munt eiga erfitt með að losna við hann. Að segja skilið við. (Þetta á einnig við um heimilisketti.)

MEÐAL BÓMULLARINNAR

Áður en þú byrjar að brjóta kisuna þína í hús skaltu ráðfæra þig við dýralækninn þinn. Þú verður að passa að hann sé ekki með banvænan sjúkdóm og þú þarft að leita að vandamálum og bólusetja hann. Sömuleiðis er fjallað um ófrjósemisaðgerðir; Aðgerðin er gerð á dýrum allt að 8 vikna gömul.

Þegar þú kemur með kettlinginn þinn heim skaltu setja hana í rimlakassa eða burðarbera með mat, vatni og ruslakassa, helst á rólegu svæði með lítilli hreyfingu, gólfi sem auðvelt er að þrífa og hurð sem þú getur haft lokaða. Svo láttu hann í friði. Þú þarft að hvíla þig.

Á þessu stigi heimsækir hann oft köttinn en stenst ekki löngunina til að snerta hann. Talaðu við hann og skildu eftir útvarp þegar þú ferð, en það er mjög mikilvægt að vera í burtu fyrstu dagana. Auðveld leið til að umgangast villta veru eftir nokkra daga er að setja kattaberann í horni á fjölförnum hluta hússins, eins og eldhúsið. Það hylur allan kattaburðinn nema aftari grindina til að hjálpa köttinum þínum að finna fyrir öryggi á meðan hann venst sjónum, hljóðum og lykt af mannsheimili.

Þegar kötturinn hefur róast skaltu nota svamp til að grípa og halda varlega í dýrið til að venja það við að snerta það. Vertu varkár með þessar tennur og neglur; Kötturinn mun líklega ekki nenna að rispa á bak við eyrað, en einn undir höku getur valdið meiðslum.

Hafðu fæturna stutta. Það er betra að byggja upp smá traust en að taka tjakkinn af og þurfa að byrja upp á nýtt.

Ef kötturinn virðist þægilegri í kringum þig skaltu færa hann úr rimlakassanum eða burðarbúnaðinum í lítið rými. Skildu kattaburðinn eftir með hurðina opna sem "öryggisgæði" sem getur veitt hvíld og hlýjan stað til að sofa á. Ekki reyna að fjarlægja dýrið úr búrinu eða frá uppáhaldsstaðnum. Leyfðu honum að komast nálægt þér Notaðu fjöruga eðli hans til að bindast; notaðu leikfang sem er fest við enda strengs til að hefja leik með merki. Meðhöndlun sem verðlaun er önnur leið til að sannfæra köttinn þinn um að þú sért vingjarnlegur.

Kettlingurinn þinn mun gera betur ef þú færð hann fljótt á nýja heimilið sitt. Í 16. kafla erum við með tillögur að því að finna gott heimili fyrir kött; Sömu aðferðir virka með ketti sem einu sinni voru villtir. Vertu bara heiðarlegur um fortíð dýrsins og mistök. Sumir kunna að meta tækifærið til að takast á við áskorunina um kött með sérþarfir!

2. hluti:

Mig langar svo sannarlega í kött í líf mitt.

Í þessum hluta...

Þessi hluti útskýrir hvernig á að velja þann sem hæfir persónuleika þínum best. Ættirðu að íhuga að stofna tvo kettlinga á sama tíma? Eða hvernig væri að temja flækingsketti? Við gerum tillögur um kosti og galla beggja tilvika. Þú munt einnig finna ráð til að hefja sambúð milli nýja gæludýrsins þíns og annarra íbúa heimilis þíns, ekki bara barna, heldur einnig annarra katta, hunda og alls kyns dýra og vera ánægð.

5. kafli

Hvernig á að velja kattafélaga

Í þessum kafla

- UMHVERFI OG UMHVERFI kattarins

- HVERNIG Á AÐ ÁKVARÐA hvaða kettlingur hentar þér

- HVERNIG Á AÐ META fullorðna köttinn

• MERKI UM GÓÐA HEILSU hjá köttum

Er gamla máltækið satt að þú velur hund en kötturinn velur húsbændur okkar? Ekki nákvæmlega. Stundum kemur köttur inn í líf okkar og laumast inn í hjörtu okkar, en löngu liðnir eru þeir dagar þegar það eina sem köttur þurfti til að laða að kött var strandvagn með mjólk á veröndinni eða veröndinni.

Hvar á að finna venjulegan kött (Við notum hugtakið "venjulegur" með tortryggni, þar sem hver köttur er einstakt listaverk.) Alls staðar, þeir eru alls staðar! Það eru tímar ársins þegar allir kettirnir virðast hafa samþykkt að fæða og það er erfitt að ganga án þess að vera boðinn dúnkúla í horn. Á auglýsingatöflunni í vinnunni finnur þú miða um að einhver sé að gefa kettlinga úr rusli. Eða nágranni þinn gleymdi að gelda köttinn sinn og vill sýna þér fallegu svarthvítu kettlingana sem hún fæddi. Á markaðnum finnurðu að það eru börn sem bjóða upp á kettlinga. Og þú veist að á farfuglaheimilinu nálægt þér margfaldast fjöldi möguleikanna og litast af ákveðinni brýni,

Veldu skynsamlega, skynsamlega og leitaðu að því dýri sem best hentar lífi þínu og væntingum þínum. En notaðu líka hjarta þitt, því ástin sem mun fæðast á milli þín og litla barnsins þíns verður tengsl sem þið verðið bæði að viðhalda í gegnum árin.

Mynd 5-1: Köttur felur í sér líf kærleika og tryggðar. Taktu þér tíma þegar þú velur

ÞAÐ SKIPTIR EKKI MÁLI hvorn þú velur. Mundu að það mikilvægasta er að þú ert mjög heppinn að fá kött í lífi þínu. Að lifa og njóta félagsskapar kattar er ein mesta ánægja lífsins og mun endast þér í mörg ár ef þú fjárfestir tíma í þessum áfanga ferlisins.

Ef þú hefur ekki ákveðið hvort þú kýst kött eða kött, óháð tegund eða aldri, farðu aftur í kafla 2. Ef þú ert ekki viss um hvort þú viljir kött getur kafli 1 hjálpað þér að ákveða. Að lokum hjálpar 3. kafli þér að meta hvar þú átt að fá kött (hvort sem það kemur frá samstarfsmanni, ræktanda eða dýraathvarfi) í von um að þú getir forðast og hvenær á að gera stærstu mistökin sem köttur getur gert, láttu hann vera. eða fullorðinn.

umhverfismat

FYRSTA SKREFIÐ Í ÞVÍ að velja kött, hvort sem það er hvolpur eða fullorðinn, er ekki að rannsaka dýrið sjálft eða félaga þess, heldur umhverfið sem það er alið upp í. Enda viltu ættleiða heilbrigt og félagslegt félagadýr.

Húsnæði er afleiðing erfða og þjálfunar og fá gæludýr okkar geta farið yfir mörkin á milli tama og villtra eins og kettir. Kötturinn er fær um að bjarga sér sjálfur á jaðri mannlegs samfélags, veiða og lifa af með lítilli mannlegri íhlutun og engum snertingu, að minnsta kosti stundum, þar sem líftími villiketta er oft mjög stuttur.

Munurinn á villiköttum og þeim sem purra glaðir við fætur okkar kemur niður á tveimur orðum: hamingja og félagsmótun.

Til þess að dýr líði vel í kringum fólk þarf það að vita að það eru ekki óvinir þess. Dýr leitar félagsskapar manna aðeins eftir að hafa farið í gegnum vandlega og tíð félagsmótunarferli frá unga aldri. Dýrahegðunarfræðingar hafa vitað þetta lengi og það eru nýlegar rannsóknir sem beita þessum hugmyndum beint á ketti.

Áður en kettlingar opna augun byrja þeir að læra að líða vel í sínum heimi. Þegar það eru menn (eða önnur dýr, eins og hundar) í þessum heimi, gera kettir betri, ástríkari og tillitssamari gæludýr. Ef þeir hafa ekki haft mannleg samskipti sem hvolpar, er líklegt að þessir kettir séu enn svolítið hræddir og hræddir, sama hversu mikla félagsmótun og ástúð við gefum þeim.

Þó félagsmótun gæti verið mikilvægasti þátturinn sem þarf að hafa í huga þegar kettlingur er metinn, þá eru aðrir þættir sem skipta máli. Gæði umönnunar sem kattamóðir veitir kettlingum sínum fer til dæmis eftir gæðum umönnunar sem hún fær. Kettir eru hugrakkar og einlægar mæður, þeir gera sitt besta og leita allra ráða til að þóknast ungunum sínum við erfiðar aðstæður. En sama hversu mikið köttur vinnur fyrir kettlingana sína getur líf í skorti haft neikvæð áhrif á börn. Rannsóknir sýna að ef móðir kötturinn hefur ekki fengið fullnægjandi næringu þróast kettlingar hennar hægt og geta aldrei náð andlegri og tilfinningalegri fullnægingu.

Rétt umönnun móður og tíð pörun kettlinga er nauðsynleg til að tryggja rólega, sjálfstæða og ástúðlega kattafélaga. Hins vegar verðum við að játa að við þekkjum marga ketti sem hafa orðið góð gæludýr eftir líf í náttúrunni. Þetta mun krefjast meiri tíma og þolinmæði, svo hafðu það í huga.

Í 3. kafla skoðum við gæludýrabúðir, dýraathvarf, góða og slæma ræktendur og allar aðrar heimildir til að finna kettlinga. Ef þú veist ekki inn og út á hinum ýmsu stöðum, þá er það þess virði að skoða. Við fjöllum um villta ketti í kafla 4, sem inniheldur einnig kafla um tamningu þeirra. Í þessum kafla gerum við ráð fyrir að þú hafir þegar íhugað valkostina og valið rétta upprunann og nú er kominn tími til að velja viðeigandi dýr úr þeirri uppruna.

Hvernig á að athuga sögu kattar

Hvernig á að finna út botn köttsins Þú getur ekki setið fyrir framan dýrið og sagt: "Komdu, segðu mér frá æsku þinni." Þrátt fyrir að það séu margir kettir sem virðast tala, orðin sjálf sleppa við þá til að þekkja fortíð kattar, þá er nauðsynlegt að fylgjast betur með og fylgjast betur með þeim merkjum sem gefa til kynna að um kött sé að ræða sem geti lifað saman.

Í sumum tilfellum, sérstaklega kettlingum, er auðvelt að hitta móðurina og félagsmótun: spurðu bara eigandann. Og ef þú ert að leita að hreinræktuðum ketti þá veit virtur ræktandi mikilvægi réttrar næringar fyrir móðurina og mikilvægi þess að meðhöndla kettlinga og útsetja þá fyrir nýrri reynslu. Ræktandinn mun fúslega segja þér hvað fór í þróun kettlinganna, allt frá því að skipuleggja pörun og ættbókarval foreldranna tveggja til að fæða móðurina og umgangast kettlingana.

Ef ræktandinn fer með ketti sína á sýningar vill hann að þeir læri að sætta sig við ástúð og snertingu frá unga aldri. Sýningarkettir verða að þola tíð böð, snyrtingu, bíla- og flugferðalög, hávaðasama sýningarsal og fólk sem horfir á, og eru teknir upp og snertir af dómurum til að skora og ákvarða hvort þeir standist viðmið kappaksturs.

Í kafla 18 kynnum við heim kattasýninga og hvernig á að búa til rými fyrir þig og köttinn þinn. Hvað með kettlingana sem samstarfsmaður þinn býður þér? Með skynsemi og kærleika getur fjölskyldan þín líka verið hið fullkomna umhverfi. Móðir gotsins getur verið ástkært dýr eða vandamáladýr sem þarf að sjá um. Í þessu tilviki ættir þú líka að spyrja um heilsu móðurinnar og huga að umhverfinu sem kettlingarnir voru aldir upp í. Rusl sem alið er upp heima, í fjölskyldu, með börnum og hundum að leika við börn, innan um mannlega spennu og eðlilegan hávaða í hlaupandi húsi, er uppspretta mikilla möguleika dýra.

Sérstök atriði

Þó að það gæti hljómað eins og við séum að leggja til að þú ættir aðeins að velja ketti sem þú getur athugað með bakgrunn, þá er það ekki ætlun okkar. Það eru milljónir dásamlegra katta um allan heim tilbúnar til ættleiðingar, allt frá skjólum, fósturfjölskyldum og jafnvel í gegnum gæludýraættleiðingaráætlanir.

Í þessum tilfellum þarftu athuganir þínar og traust sem samtökin sem gefa dýrið til ættleiðingar geta veitt þér (sem við vonum að beri raunverulega ábyrgð).

Þú verður að vera sveigjanlegur með þessi dýr, sérstaklega þegar kemur að fullorðnum dýrum. Þó að það sé satt að heilbrigður og félagslegur kettlingur geti leikið sér í næstum hvaða umhverfi sem er, geta jafnvel bestu kettirnir fundið fyrir ömurlegum og ráðleysislegum tilfinningum í skjólshúsi. Við munum fara yfir hvernig á að skora einstaka ketti aðeins síðar í þessum kafla, en við viljum að þú hafir eitt í huga strax: umhverfið er ekki allt. Margir kettir eru orðnir framúrskarandi gæludýr þrátt fyrir að vera fæddir og aldir upp við erfiðar aðstæður. Það eina sem þú þarft að gera er að líta á hinn fullorðna sem einstakling og jafnvel hlusta á hjartað og grípa tækifærið ef þér finnst það þess virði.

Hvernig á að velja kettling

ÞÓ MAÐUR ÆTTI EKKI sjálfkrafa að hugsa um kettling, heldur líka um fullorðið eintak, falla flestir fyrir sjarma barns.

Við tökum oft ákvarðanir af þessu tagi út frá fagurfræðilegum sjónarmiðum, jafnvel þótt okkur þyki allir kettir æðislegir. Sumir eru að leita að bröntum köttum, aðrir vilja þrílita kött eða skjaldbökukött. Og það er ekki vandamál því fegurð kattarins er einn af þeim þáttum sem koma til greina þegar deila lífi með þessum litlu dýrum og sannleikurinn er sá að fegurð er í augum þeirra sem elska að horfa á hana.

En þú verður að ganga úr skugga um að kettlingurinn sem þú velur sé meira en bara aðlaðandi barn. Athugaðu hvort hann hafi rétta skapgerðina til að búa með þér og síðast en ekki síst hvort hann sé heilbrigður. Mat á þessum tveimur þáttum mun taka nokkurn tíma.

Ættir þú að fara með börnin þín til að hitta ketti? Hvernig ekki? Hins vegar er mælt með því að taka ekki með börn yngri en 3 ára þar sem þau eiga mikið eftir að læra um þá góðvild sem þarf til að ala upp dýr og geta hrædd eða farið illa með kettling. (Ef þú ættleiðir nýja fjölskyldugæludýrið ættirðu að kenna börnum þínum hvernig á að sjá um það.)

Börn á skólaaldri geta aðstoðað við persónuleikapróf sem í raun fela í sér að leika með kettlinga (sjá næsta kafla, The Kitten Personality Test). Frá 9 eða 10 ára aldri geta börn tekið þátt í ferlinu, allt frá því að velja kött til að sjá um heimilið, en þau þurfa eftirlit fullorðinna fyrir bæði. Börn og kettir gera mjög gott par!

Tilvalinn aldur til ættleiðingar.

Margir ræktendur leyfa ekki ættleiðingum að ættleiða kettlinga fyrr en þeir eru 14 eða jafnvel 16 vikna gamlir, þegar ónæmiskerfi kattarins er nú þegar að virka rétt. (Sjá kafla 11 fyrir frekari upplýsingar um bólusetningar.) Á þessum tíma er kötturinn nú þegar kominn með réttan fót í lífinu í félagsskap félaga sinna og móður, auk barna, hunda og annarra veruleika til að lifa með manninum.

Kettlingar njóta meiri tíma með systkinum sínum á fyrstu 12 til 14 vikum lífsins, svo flestir sérfræðingar telja að gæludýr sem ættleidd eru á þessum aldri séu líklegri til að verða heilbrigð og vel aðlöguð gæludýr. Við myndum setja "aðlögunarmörkin" við 10 vikur (lágmark) þar sem kettlingurinn hefur þá þróað þá færni sem hún þarf á fullorðinsaldri og ég held að besti tíminn til að vera í burtu frá móður sinni sé á milli 12 og 20 vikur.

Á hvaða aldri opna kettlingar augun? Hvenær byrja þeir að ganga, heyra og hoppa? Sjá kafla 16 fyrir upplýsingar um þroska þinn frá fæðingu og hvernig þú getur stuðlað að honum á jákvæðan hátt.

Ekki gleyma því að þú ert að reyna að finna besta kattafélaga fyrir þig og reyndu því að fræða og taka ákvörðun með höfði og hjarta.

Sá sem reynir að ættleiða mjög ungan kettling (sérstaklega einn sem nýlega hefur verið vaninn af, um 6 vikna) hefur líklega meiri áhuga á að losa sig við kettlinginn en að finna honum gott heimili. Maður spyr sig hvort aðrar slæmar ákvarðanir hafi verið teknar varðandi fóðrun móður og félagsmótun unganna.

Hvernig á að geyma rusl

Það er mikilvægt að líta á útgáfuna í heild sinni um leið og þú sérð hana í fyrsta skipti. Ef það fyrsta sem þú sérð er uppsnúinn hali hálfrar tylft skelfingu lostinna kettlinga sem leita skjóls, gæti verið að þessi börn séu ekki almennilega félagsleg.

Það sem bíður fjörugum og sjálfsöruggum, sætum og forvitnum kettlingum. Skínandi skikkjur sem biðja um strjúka, björt augu horfa á þig,

Þegar þú fylgist með ruslinu, vertu viss um að vera í þægilegum fötum sem gerir þér kleift að sitja á jörðinni til að vera jafnt við dýrið og skoða allt vel. Þegar þú ert kominn í ruslakassann skaltu hvetja kettlingana til að hafa samskipti við þig með því að gera hávaða og hreyfa fingurna.

Þegar þú hefur mynd af hópnum í heild, byrjaðu að meta persónuleika hvers kettlingar. Gefðu þér tíma, sem er ekki erfitt þar sem fátt er skemmtilegra dægradvöl en að leika við got af forvitnum kettlingum.

Gefðu gaum að því hvaða kettlingar eru virkastir eða óákveðnustu. Óþreytandi kettlingurinn er kannski ekki besti kosturinn, sérstaklega ef þú vilt að félagi pirri hljóðlega í kjöltu þér á meðan þú lest eða horfir á sjónvarpið. Að vera feiminn getur líka verið slæm ákvörðun, sérstaklega ef húsið þitt er fullt af börnum og gestum.

Ef gotið er gott ættu að vera tveir eða þrír kettlingar sem virðast „meðal", það er að segja vinalegir og fjörugir, en ekki of villtir. Þetta eru þeir sem þarf að fylgjast vel með, þar sem einn af þeim gæti verið besti kosturinn þinn.

Þú gætir tekið eftir því að öll sjósetningin virðist hafa hæg viðbrögð, eins og slöku. Spyrðu eigandann hvort kettlingarnir séu nýbúnir að borða eða leika sér. Ef svo er skaltu biðja þá um að koma aftur svo þú getir metið persónuleika þeirra betur þegar kettlingarnir eru vakandi.

Stundum er ekki hægt að dæma kettling eftir systkinum hans. Þetta gerist í skýlum þar sem þeir hafa tilhneigingu til að skilja gotin að þegar kettirnir eru teknir á brott. Ég vel venjulega einn eða tvo kettlinga úr hverju goti til að finna heimili þeirra og aflífa afganginn. Hinir heppnu sem eru ættleiddir eiga gleði sína að þakka fallegum stöðum eða eru fjörugri en hin systkini sín, en þau gætu hlotið sömu örlög þegar til lengri tíma er litið. Dýraathvarfið á ekki sök á þessu enda reyna þau að takast á við offjölgun dýra eins og þau geta.

Jafnvel þótt þú sjáir ekki allt gotið er hægt að velja gott gæludýr. Kettlingar úr mismunandi gotum eru geymdir í sameiginlegu búri af félagslegum og staðbundnum ástæðum og hér má sjá hvernig þeir hafa samskipti sín á milli. Og þú hefur enn tíma til að gera mikilvægasta hluta kosninganna, það er persónuleikaprófið.

Persónuleikapróf fyrir kettling.

Talandi um gaman, að skoða kettlingana þýðir að leika við þá, sem getur ekki verið þreytandi. Hér eru nokkrar leiðir til að komast að því hvort kettlingur henti þér:

- METIÐ ÁHUGA ÞINN. Þú verður að skilja kettlinginn frá restinni af gotinu svo hann geti einbeitt sér að þér.

- EINBEITTU ÞÉR AÐ KÖTTINUM þínum. Allir kettlingar eru yndislegir, svo reyndu að fara út fyrir hluti eins og lit eða stað sem þér finnst yndislegur. Jú, þú munt elska hvernig kötturinn þinn lítur út, en persónuleiki skiptir mestu máli til lengri tíma litið.

- EKKI FLÝTA ÞÉR. EF þú flýtir þér og velur fyrsta kisuna sem þú rekst á, gæti hinn fullkomni kettlingur aldrei fundið heimili.

- KOMDU MEÐ "KETTLINGALEIKFÖNG." Komdu með penna eða borðtennisbolta eða fyllta mús. Vír- eða ullarstykki mun líka virka, svo framarlega sem þú hefur í huga að þú ættir ekki að skilja það eftir sem leikfang fyrir köttinn vegna þess að hann getur borðað og afleiðingarnar fyrir þarma kattarins eru flóknar.

ÞAÐ FER EFTIR ÞVÍ HVAR þú ert, þú gætir þurft að spinna. Aathvarf gæti ekki verið með fullnægjandi aðstöðu til að skoða ruslaleik eða prófa kettlinga hver fyrir sig. Hins vegar gerir þetta þá ekki að óviðeigandi stöðum til að halda kött. Í stað þess að skoða köttinn þinn á stað með miklu plássi þarftu að gera það í gegnum rimla búrsins.

Pennaprófið

Okkur finnst gaman að nota pennann, en ekki hika við að skipta út einu af prófleikföngunum sem þú tókst með þér. Þú ert að leita að kisu fullan af heilsu og fjörugum anda sem er ekki hræddur við fólk en lítur á það sem leið til margra góðra hluta.

Á þessum tímapunkti hefur þú kannski áttað þig á því að kettlingarnir eru of feimnir og þú hefur líka útilokað þann sem þefar og hrækir af ótta þegar þú nálgast. Ef þú ert í dýraathvarfi, eru líkurnar á því að greyið kettirnir hafi þegar verið aflífaðir, þannig að þeir "ættleiðingarhæfari" séu eftir. Taktu upp einn af sætu kettlingunum, haltu honum um magann með öruggum en blíðum bendingum og farðu með hann á "skoðunarsvæðið þitt".

MYND 5-2: NOTAÐU PENNA eða annan sýnilegan hlut til að tryggja að forvitni aðalviðskiptavinarins þíns sé eðlileg

LEYFÐU KÖTTINUM AÐ uppgötva nýja umhverfið á meðan þú ert á gólfinu og þegar það er þægilegra skaltu ná athygli hans með hávaða og leika sér með fjöðrina (eða strenginn eða leikfangið). Kötturinn verður að fjarlægja fjöðurina, klóra og hoppa til að ná henni og setjast á afturfæturna til að lyfta framfótunum og loppunni.

Þetta er hegðun heilbrigðs, sjálfsöruggs kisu, og ef hann sýnir það hefur hann staðist Quill prófið.

stund af ró

Kötturinn sem þú velur ætti ekki að vera of feiminn, of virkur eða stöðugt að leita eftir athygli þinni. Það hlýtur að vera gott að vera knúsuð og kunna að njóta strjúklinga og röddarinnar sem talar til manns. Köttur sem er sífellt að reyna að losa sig úr hendinni og hættir ekki að leika sér (eða hreyfir sig ekki af skelfingu) getur orðið ofvirkur köttur.

Eyddu síðan nokkrum rólegum augnablikum með hverjum umsækjanda þínum og sjáðu hvernig þeir bregðast við þér. Á þessum tímapunkti, láttu hjarta þitt gera smá giska. Hafðu í huga að einn af þessum loðnu hlutum gæti verið fyrir þig.

Hið fullkomna dýr þegar um ketti er að ræða er það sem er vingjarnlegt og félagslynt, hefur svipað virkni og þitt og laðast fagurfræðilega að þér vegna kattafegurðar sinnar. Það eru milljónir kettlinga til að velja úr og margir þeirra geta uppfyllt þarfir þínar.

Veldu aldrei kött af geðþótta eða hvatvísi. Gæludýrið sem þú velur mun vera með þér í mörg ár, svo gefðu þér tíma til að velja rétta köttinn fyrir fjölskylduna þína.

Valkosturinn að gefa kötti annað tækifæri

KANNSKI VEGNA AÐDRÁTTARAFLS kettlinga hafa fullorðnir kettir litla möguleika á að verða ættleiddir í flestum athvörfum. Þegar væntanlegir ættleiðendur fara hugalausir að hvolpahlutanum, spinna hundruð fullorðinna katta vonandi í búrum sínum og renna loppunum varlega í gegnum rimlana, eins og þeir skilji mikilvægi þess að vekja athygli.

Margir fá ekki annað tækifæri og það er synd.

Þetta er vissulega harmleikur fyrir ketti, en það er líka sorglegt vegna þess að margir gera sér ekki grein fyrir því að fullorðinn köttur gæti hentað þeim betur. Með fullorðnum köttum veistu meira og minna nákvæmlega hverju þú átt von á með tilliti til virkni, eðlis og heilsufars. Með tímanum, í nærandi umhverfi, mun fullorðinn köttur mynda sterk tengsl við nýja fjölskyldu sína rétt eins og kettlingur myndi gera, og við teljum að í mörgum tilfellum sýni þessi gæludýr þakklæti fyrir að gefa þeim annað tækifæri á hamingjusömu lífi sem þau fengu. .

Með fullorðna ketti, eins og með hvolpa, er mikilvægt að vita uppruna dýrsins, sérstaklega ef það eru börn eða hundar í fjölskyldu þinni. Þú getur gert þessar rannsóknir beint þegar þú ættleiðir köttinn frá upprunalegum eiganda hans, en mörg skjól hafa líka grunnupplýsingar sem þeir fá frá fólki sem setur dýrin sín í ættleiðingu.

Hvað ef upplýsingarnar sem þú færð setja köttinn ekki í gott ljós? Segjum að hann hafi verið settur í ættleiðingu vegna þess að hann lærði ekki hvernig á að nota ruslakassann. Þetta er erfið staða vegna þess að þú þekkir ekki mótvægisaðgerðirnar: kannski var kassinn alltaf skítugur eða settur á þægilegan stað fyrir eigandann en ekki fyrir köttinn. (Sjá kafla 15 fyrir frekari upplýsingar um ruslakassavandamál og hvernig á að laga þau.) Með svo marga ketti að velja úr, mun skynsemi segja þér að það sé best að losna við vandamálið. En ef kötturinn reynir vel á annan hátt, taktu þá ákvörðun fyrir það tiltekna mál og samþykktu aðeins ef þú hefur tíma og þolinmæði.

MYND 5-3: DÝRAATHVARF eru ruglingslegur og streituvaldandi staður fyrir ketti, svo reyndu að eyða tíma einum með kött áður en þú ættleiðir.

EF ÞÚ GETUR, TAKTU þá hvern og einn af köttunum sem þú hefur áhuga á og fjarlægðu þá úr búrsvæðinu eða frá fjölskyldunni sem útvegar þá. Sestu niður og settu hann bara í kjöltu þína á rólegum stað og reyndu að sjá hann sem einstakling. Dýraathvarf eru streituvaldandi staðir, svo það getur tekið kött nokkurn tíma að hita upp, en flestir kettir bregðast fljótt við athygli, slaka á, finnst gaman að láta klappa sér og byrja að klappa þegar þeir eru öruggir og rólegir. . Þetta er sú tegund af köttum sem hentar þér best.

Hvernig á að vita hvort kettir og kettlingar séu heilbrigðir?

Ekki verða ástfanginn af veikum kött. Með svo marga ketti að ættleiða er ekki skynsamlegt að velja þann sem gæti verið með háa dýralæknisreikninga og ekki verið lengi hjá þér.

Sum heilsumerki eru augljós fyrir alla á meðan önnur þurfa aðstoð dýralæknis til að sjá. Áður en þú ákveður að ættleiða kött skaltu gera þitt eigið læknisskoðun og vertu viss um að fara til dýralæknis daginn eftir eða skömmu síðar.

ytra útlit þitt

Fyrsta sýn er mikilvæg. Þú ættir að finna andrúmsloft heilsu og lífskrafts í dýrinu sem þú vilt ættleiða. Hendur þínar ættu að líða í góðu ástandi: ekki of þykkar og ekki of þunnar, vel uppbyggðar, þokkafullar og stífar. Ef rifbeinin eru að sjást eða kviðurinn stendur út getur hann verið vannærður eða með sníkjudýr. Hægt er að lækna bæði vandamálin, en þessi merki um vanrækslu geta verið merki um alvarlegri heilsufars- eða félagsleg vandamál.

Þegar þú byrjar að tala við dýrið og róa það niður skaltu ganga yfir líkama þess frá höfði til halaodds og taka eftir eftirfarandi sviðum:

- HÚÐ OG FELD: HÚÐIN á að vera hrein og laus við sprungur og þakin þéttu lagi af glansandi skinni. Ef þú tekur eftir skalla gæti það verið merki um hringorm, sýkingu af völdum sveppa sem þú getur fengið. Dragðu línur í gegnum feldinn til að athuga hvort flóar séu. Þessar kríur eru of litlar og fljótar til að sjá, en þú getur séð kúkinn þeirra. Ef þú ert ekki viss um hvað þú ert að leita að skaltu setja köttinn á hreint yfirborð úr ryðfríu stáli eða hvítan svamp og skrúbba við kornið. Skoðaðu síðan yfirborðið. Ef dýrið er með flær sérðu saur, litla bita af dökkum lit, svipað og malaður pipar. Ef þú bætir vatni í þá verða þeir rauðir, því þeir eru úr þurrkuðu blóði. Nokkrar flær eru ekki nóg til að útiloka kött, en þegar hann er sýktur getur vandamálið verið alvarlegt. sérstaklega hjá köttum. (Sumir verða blóðlausir vegna gífurlegs blóðs sem flærnar renna frá þeim.)

- EYRU: AÐ INNAN VERÐA að vera hrein eða með lítið vax. Óhrein eyru og tíður höfuðhristingur eru einkenni eyrnamaura og getur útrýming þeirra tekið langan tíma.

- AUGU: ÞAU VERÐA AÐ vera hrein og björt. Augu sem vökva eða sýna aðra útferð geta verið vísbending um sjúkdóm. Þriðja augnlokið, hálfgegnsætt hlífðarlag sem fellur inn í augnkrókin nálægt nefinu, ætti ekki að sjást.

- NEF: KÖTTURINN ÆTTI ekki heldur að seyta hér. Nefið ætti að vera hreint og örlítið rakt. Köttur sem andar þungt, hóstar eða hnerrar getur verið mjög veikur.

- MUNNUR: TANNHÚÐ ÆTTI að vera djúpbleikt, ekki fölt og það ætti ekki að vera nein vísbending um bólgu í grunni tannanna. Tennur ættu að vera hvítar og hreinar án tannsteinsbletti.

- Hali: verður að vera hreinn og þurr. Raki eða tilvist saur getur verið vegna sjúkdóms.

ÞÓ AÐ VIÐ MÆLUM MEÐ því að velja heilbrigðasta og félagslegasta köttinn, viðurkennum við líka gildi þeirra sem taka áskorun þeirra sem þurfa. Gina á kærasta, Jan, sem býr undir álögum í húsi fullt af óvenjulegum köttum. Ein af þeim síðustu sem kom var Mimi, sem Jan fann fasta í hálsinum á sér, hálfdauða úr næringarskorti, verulega þurrkuð, með maura, flóa og sníkjudýr. Dýralæknirinn sagðist ekki halda að kettlingurinn myndi lifa af, en Mimi loðir við lífið og er orðin tignarlegur, grannur köttur. Mimi felur sig fyrir gestum en er ástríkur félagi konunnar sem bjargaði lífi hennar.

MYND 5.4: ALLIR KETTLINGAR eru yndislegir, en horfðu á bak við fallega andlitið til að sjá merki um góða heilsu og blíðlega skapgerð.

kötturinn inni

Helst ætti kötturinn þinn að hafa heilbrigðisvottorð frá athvarfinu, björgunarhópnum eða þeim sem gaf hann til ættleiðingar. En ef þeir eru það ekki, þá er góð hugmynd að láta ættleiddan þig fara til dýralæknis til að ganga úr skugga um að það séu ekki alvarlegir sjúkdómar sem hann getur ekki greint. Hér er listi yfir vandamál sem dýralæknirinn ætti að leita að:

- SMITSJÚKDÓMAR: KATTAHVÍTBLÆÐI er mest áhyggjuefni. Þó að margir kettir lifi með vírusinn í mörg ár án þess að sýna nein vandamál, gætirðu viljað vega þá staðreynd að fyrr eða síðar mun þessi köttur valda þér áhyggjum og kostnaði. Ef þú átt nú þegar ketti, verður þú að vernda heilsu þeirra með því að forðast útsetningu fyrir þessari mjög smitandi veiru. Dýralæknirinn þinn getur staðfest tilvist veirunnar með mjög einföldu prófi og útskýrt niðurstöðurnar og valkosti þína. (Sjá kafla 12 fyrir meira um þennan hræðilega sjúkdóm.)

- SNÍKJUDÝR: ORMAR ERU aðalvandamálið. Dýralæknirinn ætti að athuga hvort kötturinn hafi það og ávísa meðferð ef þörf krefur.

Ekki setja núverandi ketti þína í hættu með því að para þá við nýkomið veikt dýr. Láttu dýralækni þinn skoða hann og staðfestu að hann sé heilbrigður áður en þú ættleiðir. Ef hugsanlegt gæludýr þitt er ekki með heilsufarsvandamál ættir þú að byrja með forvarnir til að halda þeim heilbrigðum. Sjá kafla 11 fyrir upplýsingar um mat og val á dýralækni.

TAKTU ÁKVÖRÐUN ÞÍNA og ... farðu á undan!

Í UPPHAFI ÞESSA KAFLA sögðum við að staðhæfingin um að þú velur hundinn en kötturinn velur þig sem kennara er ekki sönn í flestum tilfellum, en það gerist samt. Þess vegna mælum við með að halda hjarta þínu vakandi fyrir möguleikunum. Fyrir hverja "reglu" sem nefnd er í þessum kafla (ekki ættleiða veikan kött, ekki ættleiða feiminn kött, ekki ættleiða kött með hegðunarvandamál, ekki ættleiða villikött o.s.frv.) eru margar undantekningar leyfilegt.

En þessar aðlaðandi ástarsögur eru allar deilt af kattaeigendum sem áttu í erfiðleikum þegar þeir ættleiddu ketti, þekktu galla þeirra og voru tilbúnir að fjárfesta tíma (og peninga) til að færa þeim heilbrigða, hamingjusama ketti.

Ef þú ert til í áskorunina um erfiðan kött, til hamingju. En þú verður að vita hvað þú ert að fara út í. Lífið með slíkum kött er erfiðara (og oft dýrara) en með kött án vandræða. Mundu líka að ef þú áttar þig á því að þú valdir rangt fyrir þennan kött, muntu líklega ekki geta fundið nýtt heimili fyrir hann.

Ef þú vinnur hörðum höndum geturðu náð miklum árangri. En ef þú veist að þú munt ekki geta gengið lengra, vertu viss um að velja heilbrigðan, útrásarríkan kött sem hentar betur lífi þínu, lítið gæludýr sem auðveldara er að tengjast, til að bæta líf þitt.

6. kafli

Hvernig á að hefja sambandið á hægri fæti

Í þessum kafla

- Hvernig á að kattaheld heimili þitt

- KOMDU MEÐ KÖTTINN heim

- HVERNIG Á AÐ KYNNA nýja gæludýrið fyrir þeim sem þú átt nú þegar

- HVAÐ ÆTLARÐU AÐ KALLA það?

- Á ÞEIM TÍMA SEM KÖTTURINN var tekinn upp

AÐ KOMA MEÐ NÝJA GÆLUDÝRIÐ þitt heim er ein mest spennandi upplifun lífsins, hvort sem þú ert 8 ára og nýbúinn að fá leyfi frá foreldrum þínum til að eiga gæludýr, eða 80 ára og leitar að félagsskap gæludýrs. .fullorðinn köttur. Augnablikið sem kötturinn kemur heim til þín er eins og að vera á línunni sem aðskilur tvo heima: annan loforða um framtíðina og hinn raunveruleikann.

Til að gera drauminn sem þú sást fyrir þegar þú valdir köttinn eða kettlinginn að veruleika þarftu að ganga úr skugga um að gæludýrið þitt komist inn í húsið með réttu loppuna. Þú verður að ganga úr skugga um að umhverfið sé öruggt fyrir köttinn. Börn ættu að vita að gæludýr er viðkvæmt og ættu að læra að meðhöndla það varlega. Ef þú ert með önnur dýr heima, óháð tegund þeirra, verður þú að undirbúa þau þannig að fundurinn og fyrsta snertingin verði öllum ánægjuleg, engum stefnt í hættu og allir venjast fljótt rútínu eftir að hafa lært að njóta þess að hafa (eða að minnsta kosti þola) félagsskap annarra.

Það er líka mikilvægt að muna að fyrstu vikurnar (eða mánuðir fyrir kettlinga) leggja grunninn að ævi góðrar hegðunar. Ef þú vilt að nýja gæludýrið þitt noti ruslakassann þinn, kýst að sýna klærnar á sófanum þínum og hugsa aldrei um hönd þína sem tyggigöng, verður þú fyrst að setja reglurnar og halda þig við þær, blíður og ákveðinn. Kettir elska rútínur og þegar þú ert kominn í rútínu sem virkar fyrir ykkur báðar verðið þið bæði miklu ánægðari.

EF ÞÚ HEFUR ÆTTLEITT kött með hegðunarvandamál skaltu ekki gefast upp! Sjá kafla 14 til að fá ráðleggingar um algengar áskoranir, svo sem: B. að klóra húsgögn; Kafli 15 mun hjálpa þér að fá köttinn til að nota ruslakassann sinn eða koma í veg fyrir þvagmerki.

Ekki láta hugfallast af því að þurfa að læra að lifa með gæludýrinu þínu. Öll verðmæt sambönd krefjast þolinmæði og góðan húmor til að ná árangri. Þó að fyrstu vikurnar með kött eða kettling geti verið erfiðar og allt sem því fylgir, þá geta þær líka verið mjög sérstakur tími fyrir þig og gæludýrið þitt. Þú munt læra að meta fegurð kattarins þíns og einstakan persónuleika og hann mun læra að treysta og elska þig.

Áður en þú veist af eru þessar fyrstu brjáluðu vikur búnar.

ÞEGAR ÞÚ KEMUR MEÐ fyrsta kettlinginn þinn heim skaltu spyrja sjálfan þig hvort þú ættir að koma aftur í annan. Ef þú vilt eiga tvo ketti er auðveldast að ættleiða par á sama tíma, helst úr sama goti. Kettlingar hafa ekki sömu tilfinningu fyrir yfirráðasvæði og fullorðnir kettir, svo þeir aðlagast fljótt nýjum heimilum sínum. Ef þú átt kött þegar, ekki hafa áhyggjur: í síðari hluta munum við gefa þér ráð til að leysa slysið. Og ef þú átt marga ketti, skoðaðu kafla 17 til að fá ábendingar um stjórnun fjölkatta heimilis.

Undirbúningur

"Forvitnin drepur köttinn." Þetta orðtak hefur verið endurtekið frá fornu fari eins og kettir sjálfir, og það er að kettir, jafnvel innandyra, vita hvernig á að lenda í vandræðum. Kettlingar sem eru litlir, virkir og endalaust forvitnir eru í enn meiri hættu.

Þegar það er möguleiki á að lenda í vandræðum, veit kisi hvernig á að veruleika. Þess vegna er mikilvægt að skoða heimilið þitt vandlega og gera nokkrar breytingar áður en þú kemur með gæludýrið þitt, ekki aðeins af öryggisástæðum, heldur til að gera umskiptin auðveldari fyrir alla.

Hvernig á að útrýma heimilisáhættum

Þegar þú undirbýr heimili þitt fyrir kattainnrás skaltu hugsa eins og köttur. Horfðu á heimili þitt á annan hátt: eins og nýjan stað fullan af hlutum sem eru aðlaðandi fyrir kött. Leitaðu að felustöðum og hornum fyrir gæludýrið þitt til að komast inn. Skoðaðu hluti og húsgögn sem þú getur klifrað á til að sjá heiminn að ofan. Ákveða hvaða skreytingar eru leyfðar á gólfinu, því ef köttur getur slegið þig, mun hann gera það. Og umfram allt skaltu leita að þeim þáttum sem gætu valdið slysi: þeir eru hlutirnir sem þú þarft virkilega að breyta.

spilavandamál

Ef það er einhver heima hjá þér sem er að prjóna, útsaumur, sauma eða sauma, ættir þú að fá þér kassa eða körfu til að geyma efnin þegar þau eru ekki notuð. Þetta er vegna þess að kettir hafa gaman af því að leika sér með ull, band eða streng og þessi leikföng eru mjög hættuleg ef þau gleypa þau fyrir slysni. Og ef hugmyndin um að kötturinn þinn gleypi streng truflar þig ekki, ímyndaðu þér hvort þessi strengur hefði nál...

MYND 6.1: KETTIR ELSKA að leika sér með streng, boga og streng, en þessi leikföng geta valdið gæludýrinu þínu alvarlegri hættu. Haltu því utan seilingar þegar þú ert ekki að leita

FINNDU LÍKA ÖRUGGAN stað til að geyma tætlur, snæri, nótur og þess háttar. Ekki gleyma að draga gardínurnar fyrir! Rúllaðu henni í litla kúlu og feldu þig á bak við kúlurnar, fyrir utan augsýn kattarins. Það þarf ekki að vera að eilífu, en í bili er best að fela það.

ruslabakkar og ruslakassar með loki eru ómissandi á heimili með forvitnum köttum. Þeir sem eru með pedali til að lyfta og loka lokinu þegar þú ferð frá fætinum eru frábærir til að halda köttinum frá innihaldi körfunnar (eins og matarleifar í eldhúsinu, klósettpappír og tannþráður á baðherberginu). Auðvitað geturðu reynt að kenna köttinum þínum að halda sig frá ruslakössum, en stundum er auðveldara að taka auðveldu leiðina út. Fötur með loki eru ódýrar og spara þér mikil vandræði og fyrirhöfn við hreinsun. Annar valkostur er að setja föturnar þar sem kötturinn nær ekki til.

Og talandi um baðherbergið, vertu viss um að geyma klósettpappírsrúlluna á þann hátt sem er ekki svo "skemmtilegur", það er að segja að það sé ekki auðvelt að fjarlægja hana. Hægt er að forðast þessa eftirsóttu kattasport með því að staðsetja vinduna þannig að endinn sem á að draga sé undir vindinum og stingi ekki út. Þannig mun viðleitni kattarins í loppunni á endanum hvergi leiða. Ef restin af fjölskyldunni þinni gleymdi þessu smáatriði þegar þú byrjaðir á nýrri rúllu, eða ef köttinum þínum finnst gaman að rífa pappírinn í stað rúllu, geturðu keypt plasthylki til að setja yfir rúlluna til að vernda hana.

ÖNNUR HÆTTA Á BAÐHERBERGINU er klósettið. Kettir elska ferskt vatn og ef þú vilt ekki að kötturinn þinn fari að baða sig eða drukkna skaltu muna að loka lokinu.

KAFLI 8 HEFUR MARGAR hugmyndir að öruggum leikföngum fyrir köttinn þinn, þar á meðal ókeypis.

FELUSTAÐUR

Kettir vilja gjarnan leita skjóls á dimmum, rólegum stöðum, sérstaklega þegar þeir eru undir álagi. Það er engin þörf á að forðast þessa tilhneigingu, nema kötturinn sé að fara inn á hættulega staði. Kettlingar hafa ekki skynsemi fullorðinna katta og geta endað á stöðum sem þeir komast ekki sjálfir út úr. Þess vegna, þegar um kettlinga er að ræða, verður þú að ákveða að staðir eigi ekki að vera óheimilar og gera allt sem hægt er til að koma í veg fyrir að þeir geti skoðað.

Ef þú ert þegar búinn að ganga í gegnum dæmigerðan mannkrakkafasa að blanda þér inn í allt, þá ertu líklega með alls kyns verkfæri í skápunum þínum og skápum til að koma í veg fyrir að einhver nema fullorðinn opni hurðirnar. Ef þú hefur ekki farið í gegnum þetta stig skaltu athuga skápana og hurðirnar þeirra til að sjá hvort þær lokast almennilega eða hvort þær skilja eftir nógu stórt skarð til að kattarloppur geti opnast. Ef nauðsyn krefur skaltu íhuga kattaheldar festingar eins og segla, hárnælur og aðrar gerðir. Farðu í næstu byggingavöruverslun til að sjá hvað hún getur boðið þér.

Svæði sem eru venjulega fyrir aftan ísskápinn, sófann eða bókaskápinn geta verið aðlaðandi fyrir gæludýrið þitt. Þú getur innsiglað innganginn þeirra á þessum stöðum með stykki af pappa eða sett rönd af tvíhliða límband yfir innganginn, þar sem kettir hata að ganga á klístruðu yfirborði.

Annar staður til að vera varkár: kommóður, kommóður og húsgögn með kommóður. Kötturinn þinn gæti haldið að peysan sé fullkominn staður fyrir lúr, en henni líkar það ekki ef þú lokar peysunni óvart. Með kettlinga er það enn hættulegra ef þeir komast á bak við skúffur og þú getur troðið þeim þegar þú lokar skúffu. Mundu að loka hverri skúffu þegar þú ert búinn að klára það sem þú þarft og þá sleppur þú við bæði vandamálin (þó það sé ekki slæmt að athuga hvort kötturinn sé úti í hvert sinn sem þú lokar skúffu). Íhuga aðra staði þar sem kötturinn getur verið fastur, svo sem: B. skápar, kjallari og ris. Margir kettir hafa dáið úr ofþornun eftir að hafa verið innilokaðir,

Gefðu gaum að því hvar kötturinn þinn er: Ef hún er ekki í herberginu sínu og sér þig ekki þegar hún spyr hvað þú ætlar að gera næst, vertu viss um að hún sé örugg áður en þú ferð út úr húsinu.

Á TOPPNUM

Þó að rólegar tegundir eins og Persar kjósa að búa nær jörðu, þá finnst virkari kyn eins og Abyssinians eða Siamese (og allir ungir kettlingar) gaman að klifra upp húsgögn og gluggatjöld. Það er náttúrulega hegðun hennar, sem þýðir að það besta sem þú getur gert er að reyna að beina köttinum þínum á þann hátt sem veldur ekki skaða. Hvetjaðu hann til að klifra upp rispuna þína (faldir pallar og torg tengdir með rörum, stöngum og þrepum, fóðraðir með reipi eða trjálíkum fötum) og komdu í veg fyrir að hann klifra upp á gluggatjöldin þín.

Þegar kötturinn þinn kemur heim skaltu gera þitt besta til að halda tjöldunum frá dyrunum hennar þegar hún eldist. Hvort sem þú bindur þær upp eða heldur þeim ofan á, vertu viss um að þau fari ekki alveg í botn. Hvettu hann til að spila á trénu sínu í gegnum leiki og umbuna honum þegar hann notar það.

MYND 6-2: KETTUM FINNST gaman að fara á litla, dimma staði, en það eru ekki allir staðir eins öruggir og þessi klóratunna.

SJÁ KAFLA 8 FYRIR ÁBENDINGAR um að velja góða klóra fyrir köttinn þinn. Sjá kafla 14 fyrir ábendingar um rispuviðgerðir, naglaslípingu og almennar rispur.

Ekki gleyma vandamálunum sem kettlingurinn getur valdið þegar hann klifrar í hæstu hillum eða borðum. Settu frá sér brothætt skraut þar til þau eru komin yfir aldur óhóflegrar virkni. Eins og fyrir plöntur, það er betra að hengja þær frá loftinu en að setja þær á hillur. Ekki búast við kraftaverkum: ef þú býrð með köttum (eða gæludýrum eða börnum) er hætta á að það brotni.

Þú ættir aldrei að efast um getu kettlinga til að lenda í vandræðum eða gleyma að gera varúðarráðstafanir til að forðast það. Hér eru nokkrar hugsanlegar hættur til að vera meðvitaður um:

• RAFMAGNS- OG SÍMASNÚRUR: Rúllaðu umframsnúru í kúlur eða þræði, feldu það og notaðu úðaflösku til að úða illa lyktandi vöru á köttinn þar sem hún verður sýnileg til að koma í veg fyrir að bíta. Vertu mjög varkár þegar þú notar lítil tæki, eins og straujárn, þar sem sterkur kraftur getur skaðað köttinn þinn. Til að tengja snúrurnar sem tengja heimilistölvuna við prentara, skjá og mótald og önnur jaðartæki eru til lausnir í skrifstofuhúsgagnaverslunum. Gina er með það sem virðist vera mangóstykki með rifu niður á lengdina sem hún getur opnað til að setja víra og fela sig.

• GLUGGAR – GAKKTU ÚR skugga um að gluggar séu vel settir og festir með skjám, sérstaklega háum gluggum. Moskítónetið kemur í veg fyrir að innanhúskötturinn þinn fari út og kemur í veg fyrir að það falli.

ÁÐUR EN ÞÚ SEGIR AÐ heimili þitt sé eins öruggt og mögulegt er fyrir kött skaltu athuga.

Hvernig á að koma upp öruggu rými fyrir köttinn þinn

Með svo mörgum freistandi sóðaskap kemur það líklega ekki á óvart að við mælum með því að setja upp rými fyrir gæludýrið þitt þar sem það verður rólegt þegar þú getur ekki fylgst með honum. Jafnvel fullorðinn köttur þarf slíkan stað, ekki svo mikið til að vernda hann fyrir hættu, heldur til að auðvelda honum að koma sér fyrir í nýju heimili sínu.

Kauptu búnaðinn sem kötturinn þinn þarfnast áður en þú kemur með hann heim. Sjá kafla 8 fyrir frekari upplýsingar um val á réttum skálum, sandkassa og leikföngum.

Önnur ástæða til að hafa öruggt rými er að þjálfa köttinn. Með því að halda honum í návígi á fyrstu stigum sambandsins eru möguleikar þínir takmarkaðir. Hann lærir að grafa neglurnar í rispurnar í stað húsgagnanna og áttar sig á því að sandurinn er besti staðurinn til að kæla sig.

Í 14. OG 15. KAFLA er að finna valkosti til að koma í veg fyrir og leysa hegðunarvandamál.

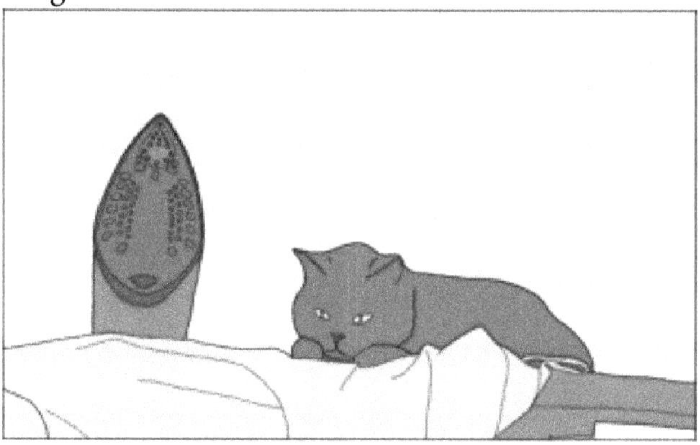

Mynd 6-3: Kettlingurinn og járnið fara ekki saman. Fjörugur köttur getur flækst í snúrunni og slegið járnið í gólfið.

TILVALINN STAÐUR FYRIR kettling.

Baðherbergi er kjörinn staður til að geyma kettling þegar þú ert að heiman, þar sem það er auðvelt að setja upp og þrífa. Fjarlægðu baðherbergismottur og salernismottur. Leggðu fram handklæði og vertu viss um að allt annað eins og sápa, rakvélar, sjampóflöskur og lyf (sérstaklega þau síðarnefndu) séu utan seilingar dýranna. Einn daginn gæti ég komið klósettpappírsrúllunni fyrir þannig að endinn stingi út úr botninum (eins og lýst er í kaflanum „Gamavandamál" síðar í þessum kafla). Í augnablikinu er betra að taka rúlluna út af baðherberginu þegar kötturinn er mjög lítill, og enn frekar þegar baðherbergið er ekki lengur hægt að nota, eða þú getur sett það í skápnum undir vaskinum, þannig að það gerir það ekki og dettur ekki í neglurnar. Og ekki gleyma að loka lokinu, eins og fyrr í þessum kafla, í hlutanum „Efri hæð", mælum við með að fjarlægja gardínurnar. Gerðu það sama með sturtugardínuna þína, bindðu það við gólfið, brettu það yfir festistöngina eða fjarlægðu það alveg fyrst. Ef þú ert ekki með fortjald heldur sturtu með hurð skaltu loka því.

Þegar þú ert búinn með þennan undirbúning muntu hafa frekar dauðhreinsaðan stað, sem er ekki skemmtilegt fyrir kött. Ekki hafa áhyggjur: við munum segja þér hvernig á að rúlla aftur.

SKIPULEGGÐU BAÐHERBERGI kattarins þíns með því að setja ruslakassann í einu horninu og mat og vatn í öðru. Ef þú setur leirtau nálægt ruslakassanum, gæti kötturinn fundið fyrir óþægindum og hann borðar ekki eða saurgerir annars staðar. Þú þarft líka traustan og stöðugan klóra, rúm og leikföng.

Það er auðvelt að sjá hvers vegna rými eins og þetta myndi halda köttinum þínum frá vandræðum, en það þjónar í raun annarri virkni. Með því að halda valkostum í lágmarki muntu kenna honum að beina náttúrulegri hegðun sinni á þann hátt sem þú munt ekki leiðrétta síðar. Ef þú ert með rispur og þú getur ekki gert það í sófanum, lærðu hvar á að brýna neglurnar þínar.

HVERNIG LÆRIR KÖTTURINN hvar hann á að brýna klærnar? Flettu upp svarinu í kafla 14.

KATTAHERBERGI

Þó að hægt sé að nota sama fyrirkomulag fyrir nýlega ættleiddan fullorðinn kött, þá er hægt að nota svefnherbergi en ekki baðherbergi. Aðalástæðan fyrir því að læsa kettlingi er að halda honum frá vandræðum. Þegar um kött er að ræða er innilokun að gefa honum pláss þar sem honum finnst hann öruggur á meðan hann aðlagast nýju heimili sínu. Þú munt ekki lenda í eins miklum vandræðum og kötturinn, en samt þarf að skoða herbergið með tilliti til augljósrar hættu.

Horfðu á hreyfimynstur á heimili þínu og veldu rólegasta herbergið með minnstu umferð fyrir köttinn. Ef það er baðherbergi þá er það það, getur það verið gestaherbergi? Eða lítið notað stúdíó? Ákvörðunin fer eftir venjum heima hjá þér.

Það er sama hvaða herbergi þú velur, í þeim öllum þarftu sama búnaðinn: leirtau fyrir mat og vatn, sandkassa, svefnpláss, klóra og dót.

Hvort sem þú hefur ættleitt kött eða kött, verða dagar þínir sléttari ef þú undirbýr þarfir gæludýrsins þíns fyrirfram og leyfir því að aðlagast húsinu með því að bjóða því hvíld.

Komið í nýja húsið.

DAGURINN SEM GÆLUDÝRIÐ þitt kemur í nýtt heimili er stórt skref fyrir köttinn og fyrir þig. Sem kettlingur yfirgefur hann félaga sína og móður sína til að vera hjá þér, ótrúlega stór, klaufaleg og óútreiknanleg skepna frá hans sjónarhorni. Ef hann er fullorðinn köttur mun hann takast á við óvissu þessa tíma í lífi sínu og vera óöruggur um framtíðina. Rétt eins og heimsóknarbarn, reyndu að vera til staðar og tilbúinn fyrir köttinn þinn án þess að þvinga hann eða stríða honum.

Eftir að hafa gengið til liðs við fjölskyldu Pauls eyddi tölvu kattarins hans fjórum dögum í herbergi með flísum á gólfi og neitaði að taka þátt í félagsstarfi. Reyndar hoppaði hún upp og hljóp alltaf þegar Paul bað hana um að koma inn þegar hann kom inn í herbergið til að þrífa og setja frá sér matinn. En smátt og smátt vanist hann nærveru hennar og nýju umhverfi og þörf hans fyrir samskipti varð til þess að hann kom út. Í dag er hann félagslyndasti köttur sem hægt er að hugsa sér.

Þegar kötturinn þinn kemur heim, reyndu að minnka vinnudaginn hans, eða að minnsta kosti ættleiða laugardagsmorguninn svo þú getir eytt meiri tíma með honum. Þessi auka athygli sem þú getur veitt mun hjálpa til við að skapa tengsl milli ykkar tveggja.

Þú vilt að umskiptin milli gamla ríkisins og nýja heimilisins þíns séu eins slétt og mögulegt er og slétt umskipti eru mikilvægt skref. Fyrsta reglan um að flytja kött:

Notaðu kattabera! Önnur reglan: notaðu kattabera! Þú gætir líka frekar tekið með þér handklæði, bæði pappír og gamlan klút, og flösku af þvottaefni ef "slys" verður. En ekki reyna að þrífa allt sem gerðist í kattaberanum fyrr en þú og gæludýrið þitt eru komin heim.

VORUM VIÐ AÐ NEFNA að þú ættir að nota kattabera til að koma með nýja gæludýrið þitt heim? Þú ættir aldrei að flytja kött án þess að setja eitthvað af þessum böndum á hann, en ef þú ert að flytja dýr sem þú þekkir ekki er hættan enn meiri. Okkur er alveg sama um löngun barnanna þinna til að taka og kaupa nýja dýrið sitt: klóra eða bit frá hræddum kött er nóg til að börnin fari. Og svo gæti hún farið út úr bílnum í gegnum gluggann, þannig að ef þú krefst þess að nota ekki kattaburð skaltu loka gluggunum. En þér ætti að vera alvara. Laus tjakkur gæti komist inn í pedalsvæðið. Jafnvel þótt það sé bara að fela sig undir sætunum getur það verið heilmikið ævintýri að komast þaðan. Hann mun ekki vera of sannfærður um að þú sért góð manneskja ef þú reynir að grípa í fyrsta hluta líkamans sem er á skotmarki þínu til að koma þér í burtu frá þeim stað sem hann er. Og það versta er að þú getur endað með góðar rispur. Kattaberi bjargar þér frá öllum þessum óþægindum, svo fáðu þér einn.

Ef þú ert nú þegar með annan kött heima, það fyrsta sem þú ættir að gera er að fara með nýja gæludýrið þitt til dýralæknisins. Það er engin ástæða til að setja heimilisköttinn þinn í hættu. Skoða ætti nýja kettlinginn þinn með tilliti til smitandi vírusa eins og kattahvítblæðis og annarra smitsjúkdóma eins og eyrnamaura og sýkingar í efri öndunarvegi. Ekki hætta lífi kattarins þíns með því að njóta þessa nýja gæludýrs. Gakktu úr skugga um að nýi kötturinn hafi bólusetningar og rannsóknir í lagi áður en þú hittir tvö dýr. Ef þetta er ekki mögulegt, segjum að þú hafir ættleitt flækingskött á sunnudegi, vertu viss um að halda honum frá hinum köttinum þar til þú getur heimsótt dýralækninn. Sjá kafla 11 fyrir mikilvægar upplýsingar um fyrirbyggjandi lyf,

Staðurinn þar sem þú ættleiðir köttinn getur boðið pappabera fyrir heimferðina. Og fyrir fyrstu skemmtiferðina er það góð lausn, en þú gætir viljað eitthvað traustara í framtíðinni. Þeir eru gerðir úr endingargóðu plasti, þeir eru ódýrir, endast alla ævi og veita köttnum þínum öryggistilfinningu hvar sem hann ferðast. Sjá kafla 8 fyrir ábendingar um að velja gott kattabúr.

velkominn köttur

ÞAÐ ER SAGT AÐ KETTIR séu ekki hrifnir af breytingum og það þýðir ekki að koma á nýtt heimili sé mikil breyting. Sumir fela sig undir rúmi. Aðrir nota ekki lengur sandkassann. Tilraunir til að róa sig geta verið mættar með hroti eða nöldri og jafnvel gráti.

Öll þessi viðbrögð við streitu eru eðlileg, en það er líka rétt að þau geta orðið að venju. Þess vegna, vegna þinna og kattarins þíns, ættir þú að hafa í huga nauðsynlegt orð yfir allt sem þú gerir með gæludýrið þitt heima: "plan".

Forvitinn, heilbrigður og rólegur kisi gæti ráðið við breytingar aðeins betur, en ýttu ekki á heppnina. Vertu þolinmóður þar sem gæludýrið þitt lærir að koma sér fyrir í nýju umhverfi sínu og aðlagast venjunni heima.

Lykillinn að sérstillingu er örugga plássið, sem við vonum að þú hafir nú þegar og er lýst í kaflanum Setja upp öruggt pláss fyrir köttinn þinn fyrr í þessum kafla. Hvort sem það er kettlingur eða fullorðinn köttur, mun þetta rými láta gæludýrið þitt líða öruggt og öruggt á meðan það aðlagast nýju heimili sínu. Notkun þessa rýmis fer eftir sérstökum aðstæðum á heimili þínu, eins og við útskýrum í eftirfarandi köflum: Hræddur köttur þarf meira en menntaður og félagslyndur fullorðinn köttur.

Börn

Börn og kettir hafa náttúrulega skyldleika, en það er mikilvægt að setja einhverjar grunnreglur þannig að hvorugt þeirra taki áhættu með komu nýs gæludýrs. Kettlingar geta særst af ástúð barna, sérstaklega þegar þau eru mjög ung og hafa ekki enn lært að koma vel fram við dýr. Og kettirnir eru ekki langt undan. Í Bandaríkjunum, til dæmis, er tilkynnt um meira en 600.000 kattadauða árlega.

Ertu hissa á fjölda dauðsfalla? Í samanburði við þær sem hundar framleiða eru kettir í öðru sæti á lista yfir dýr sem bíta. Hins vegar verður þú að vera varkár. Gakktu úr skugga um að gæludýrið þitt sé bólusett gegn hundaæði (nánar um þetta í kafla 11) og ekki taka bita létt. Ef kötturinn þinn bítur skaltu þvo sárið með sápu og vatni og leita læknis ef húðin er brotin. Kettir bera nokkrar hættulegar bakteríur í munninum og það er til sjúkdómur sem kallast kattasótt sem getur verið banvænn einstaklingi með skert ónæmiskerfi. Allar vísbendingar um sýkingu frá kattarbiti ætti ekki að taka létt. Ef þú þekkir ekki köttinn sem beit þig,

Lykillinn að öruggri sambúð barna og katta er að tryggja að þau séu alltaf undir eftirliti og að kenna börnum að virða og koma fram við ketti. Hér eru nokkur ráð, flokkuð eftir aldri barnanna:

• BÖRN: EKKI ÆTTI AÐ skilja kött eftir með barn. Þó að goðsögnin um að kötturinn stafi barninu í hættu sé ekki lengur sönn (eins og þú sást í kafla 19, auk varúðarráðstafana sem þungaðar konur ættu að gera), haltu köttinum frá barninu þegar þú ert ekki að nota hann. Þú getur fylgst með því er spurning um einfalda skynsemi. Það er fólk sem hefur náð þeim áfanga að setja upp tjaldhurð til að komast inn í herbergi barnsins og við teljum að það sé ekki slæm hugmynd.

• BÖRN FRÁ 1 TIL 3 ÁRA: á þessum aldri geta börn, þrátt fyrir eðlilega hegðun, verið alvöru prófsteinn á þolinmæði kattarins. Það er erfitt fyrir þá að skilja að það að vera kreistur, togaður og snert á óþægilegan hátt getur valdið óþægindum fyrir köttinn. Þó að flestum köttum finnist best að forðast þessi börn, gætu þeir klórað sér eða bít ef þeir finna fyrir föstum. Reyndu að skilja þau ekki eftir saman og hugsaðu um möguleikann á að setja upp eina af þessum hurðum sem koma í veg fyrir að börn komist inn í kattarherbergið þannig að þau hafi sitt eigið rými og án "barnainnrása".

• BÖRN FRÁ 3 TIL 6 ÁRA: Frá því augnabliki sem barnið kemur inn í skólann getur það lært að hugsa um dýr og axlað einhverja ábyrgð (undir eftirliti að sjálfsögðu). Ein leiðin til að kenna leikskólabörnum að leika við köttinn er með eftirlíkingu. Þegar barnið strýkur kettinum varlega strýkur það handlegg hans á sama hátt til að sýna hversu fallegur hann er. Ef hann kreistir köttinn eða klípur fingur hans, gerðu það sama við barnið, en varlega svo að það skilji.

SÝNDU BÖRNUM HVERNIG á að taka upp tjakk, halda honum undir bringunni og styðja við fætur hans til að koma í veg fyrir að hann dingli. Köttur sem finnur fyrir öryggi þegar hann er veiddur mun ekki reyna að losa sig með því að bíta eða klóra.

ALLIR SEM BÚA MEÐ KÖTT vita að maginn er sá líkamshluti sem líklegastur er til að kalla fram óþægileg viðbrögð. Jafnvel kettir sem í upphafi virðast ánægðir með maga nudda geta skipt um skoðun og brugðist við með tönn og klóm. Kenndu börnum að forðast kviðsvæði kattarins og fylgdu honum á stað sem þeim líkar til dæmis. B. bak við eyrun. Sjá kafla 7 fyrir frekari upplýsingar um líkamstjáningu katta.

aðrir kettir

Að koma með nýjan kött inn á heimili þitt þegar þú ert þegar með einn er verkefni sem krefst mikillar þolinmæði. Þrátt fyrir fyrstu viðbrögð venjulegs köttar þíns af viðbjóði getur það verið dásamleg hugmynd að koma með félaga, sérstaklega fyrir inniketti sem eyðir miklum tíma einn.

Sjá kafla 17 fyrir frekari upplýsingar um ávinninginn af mörgum köttum og ráð til að auðvelda sambúð.

Það er oft auðveldara fyrir nýja gæludýrið að vera kettlingur, þar sem flestir fullorðnir kettir taka við barni með minni tregðu en aðrir fullorðnir kettir. En jafnvel með kettling þarftu að vita hvað er að gerast til að skilja hann að, eins og lýst er í eftirfarandi köflum.

Hægt er að draga verulega úr svæðisátökum ef báðir kettirnir eru geldlausir. Sérstaklega ókynhræddir karlmenn líkar ekki við boðflenna og geta byrjað að merkja yfirráðasvæði sitt með þvagi. Sjá kafla 16 fyrir frekari upplýsingar um úðun og geldingu.

Búðu til öruggt herbergið sitt fyrir nýja köttinn með eigin matar- og drykkjarsettum, ruslakassa, klóra og nokkrum leikföngum. (Stök settið getur varað tímabundið eða að eilífu, allt eftir köttinum.) Þetta rými verður aftur yfirráðasvæði gæludýrsins á meðan kettirnir tveir aðlagast því að búa saman.

MYND 6-4: BÖRN VERÐA að læra að halda rétt á köttinum, setja lappirnar á hann og leggja hönd á bakið til að honum líði öryggi.

EKKI GLEYMA AÐ FARA með nýja köttinn þinn til dýralæknis áður en þú kemur með hann heim. Ef þú veist að það er heilbrigt geturðu sent það.

Taktu nýja köttinn í burðarvera og settu hann í herbergið sem þú hefur undirbúið. Láttu köttinn þinn uppgötva nýja dýrið í búrinu sínu og ekki láta hugfallast ef þú heyrir fyrst hvæsið frá báðum hliðum. Láttu köttinn þinn kanna eins og hann vill og þegar hann fer út úr herberginu skaltu loka hurðinni og hleypa hinu dýrinu út. Ef hann vill ekki yfirgefa kattaberann skaltu ekki búa hann til. Skildu hurðina eftir opna og farðu út úr herberginu. Hún kemur út þegar henni finnst hún vera tilbúin.

Haltu köttunum tveimur í sundur í viku, en vertu viss um að hver köttur fái nóg leik og dekur. Síðan, á degi sem þú getur gefið honum tíma og athygli, skildu hurðina að nýja herbergi kattarins. Ekki þvinga þá til að hittast. Landsvæðissamningaviðræður katta geta verið spennuþrungnar og þú þarft að leyfa þeim að hafa sinn gang og hunsa hrotur og starir sem þeir fá.

MYND 6-5: SETTU SEINNI köttinn í kattabúr og láttu gæludýrið þitt venjast þeim nýja. Kettir ættu að vera aðskildir við pörun og snemma á ævinni saman.

Á EINHVERJUM TÍMAPUNKTI geturðu reynt að fá hann til að leika við þig með kattastöng eða leikfang sem er fest við endann á strengi. Og þolinmóður og gefðu þér tíma, nærðu þig nær og nær öðrum.

FLESTIR KETTIR, EN ekki allir, læra fyrr eða síðar að lifa í sátt og samlyndi. Þegar þú sérð þau sofa saman, leika sér eða sleikja hvort annað, þá veistu að það var fyrirhafnarinnar virði.

Hundar

Áður en þú kemur með köttinn þinn heim, viltu ganga úr skugga um að hundurinn þinn kunni tvær mjög grunnskipanir: eina að segja honum að hætta að gera eitthvað og eina að segja honum að vera kyrr. Þú ættir að nota þessar skipanir mikið fyrstu tvær vikurnar með köttinum, svo þú ættir að æfa þig með hundinum þínum áður en þú ættleiðir köttinn. Hér eru tvær leiðir til að kenna hundinum þínum þessar skipanir:

- ENN EFTIR). BYRJAÐU á því að láta hundinn sitja við hliðina á þér á meðan þú heldur taumnum lóðrétt og spenntur yfir höfuðið. Sýndu honum opna lófann þinn í dæmigerðri látbragði sem þú myndir gera ef einstaklingur stoppaði, beint fyrir framan trýni hans, og notaðu orðið sem verður skipunin (getur líka verið „vera“ eða „vera“). Stattu fyrir framan hundinn svo þú getir hindrað hann þegar hann fer fram. Ef hann hreyfir sig skaltu leiðrétta hann í taumnum, sýna opna hönd þína og endurtaka skipunina. Ef hann er kyrr, farðu aftur í upphafsstöðu þína við hliðina á honum eftir augnablik og verðlaunaðu hann. Frá þeim tímapunkti er það ferli til að auka smám saman fjarlægðina. Þegar þú ert kominn í lok 2m taums og hundurinn er áfram hlýðinn á sínum stað skaltu togaðu aðeins í tauminn án þess að gefa frá sér hljóð. Ef þú flytur notaðu ólina til að laga það og reyndu aftur. Ef hann er enn á sínum stað þrátt fyrir togið, farðu aftur í stöðu þína við hliðina á honum og verðlaunaðu hann.

- TAPA. ÞÚ ÞARFT AÐ byrja með hundinn í sitjandi stöðu og höndina í hnefa með fingurna vísa fram á við. Bjóddu hundinum upp á kex með hinni hendinni. Þegar hann nær til að taka það upp, segðu honum að "sleppa því" og kýla hann í kjálkann, nógu fast til að læsa kjálkanum, en ekki svo fast að hann missi jafnvægið. Bjóddu kökuna aftur og endurtaktu "Farðu" skipunina. Ef hundurinn þinn hikar eða gengur í burtu skaltu verðlauna hann. Fáir hundar þurfa þessa sýningu oftar en tvisvar.

FARÐU MEÐ KÖTTINN HEIM í farangrinum og skildu hann eftir í öruggu herberginu, alveg eins og þú myndir gera þegar þú hittir kött á móti kött. Hafðu hundinn í bandi og köttinn örugglega í kattapokanum og leyfðu þeim tveimur að kynnast úr fjarlægð. Leyfðu hundinum að þefa, en ef þú sérð að hann byrjar að hljóma hærra en hann ætti að nota skaltu nota "fara" skipunina og verðlauna hann fyrir að hlusta.

Farðu svo með hundinn út, lokaðu hurðinni og hleyptu köttinum út úr burðarberanum eins fljótt og hægt er. Dýrin verða að venjast lykt hvers annars í nokkrar vikur; Þá er hægt að setja upp hlið af þeim sem notuð eru til að koma í veg fyrir yfirferð barna þannig að kötturinn hafi herbergið sitt fyrir sjálfan sig. Láttu köttinn ákveða hvernig hann á að hafa samskipti við hundinn.

Aldrei sætta þig við árásargjarna hegðun hundsins þíns og hleyptu köttinum út úr kistunni þegar hann er tilbúinn. Hafðu það tjóðrað og notaðu skipanirnar sem við höfum þegar rætt til að hringja til að panta.

Þó að margir kettir og hundar haldi eitthvað spennuþrungnu vopnahléi, verða aðrir í besta falli góðir vinir. En þessir hlutir taka tíma, svo vertu þolinmóður.

Önnur dýr

Ef þú ert með fugla, skriðdýr, fiska, kanínur eða hamstra, þá er þetta "innleiðslutímabil" ekki nauðsynlegt. Haltu bara köttinum í burtu. Gleymdu því aldrei að þótt kötturinn gæti verið þér félagi hefur eðlishvöt veiðimanns verið brennd inn í heila hans og dýr sem þessi eru náttúruleg bráð hans.

Ekki taka óþarfa áhættu. Gakktu úr skugga um að gæludýrin þín séu örugg fyrir köttinum þegar þú ert ekki nálægt. Lokaðu hurðinni á herberginu sem þú hefur og leiðréttu köttinn með vatnsstraumi ef þú sérð að hann sýnir þessum dýrum áhuga.

Margir lifa í sátt og samlyndi við alls kyns dýr. En ekki gera ráð fyrir að gæludýrin þín hafi misst eðlishvötina til að búa á heimili þínu. Sum eru rándýr og önnur bráð (og kettir eru báðir, eftir aðstæðum). Þú ættir aldrei að gefa einu af gæludýrunum þínum tækifæri til að meiða aðra.

MYND 6.6: HALTU KÖTTINUM þínum frá dýrum sem yrðu náttúruleg bráð hans, eins og fiskum, nagdýrum og fuglum.

7. kafli

Námskeið í líkamstjáningu katta

Í þessum kafla

- Skilfærin fimm kattarins þíns

- HVERNIG Á AÐ SKILJA hvað líkamstjáning kattarins þíns þýðir

- LÆRÐU AÐ EIGA SAMSKIPTI við hann

Samskipti eru undirstaða hvers kyns góðs sambands, og þetta er ekki aðeins fyrir mannleg samskipti, heldur einnig fyrir samband þitt við köttinn þinn. Lærðu hvernig kötturinn þinn hefur samskipti, styrktu tengslin á milli þeirra tveggja, gerir líf þitt þægilegra.

Að skilja hvað köttur segir er eins og að skilja manneskju frá annarri plánetu, því heimurinn okkar er mjög ólíkur. Heimur okkar samanstendur af orðum, vélum og flóknu lífi. Cats' er náttúrulegur heimur líkamstjáningar og hljóða, einfaldrar ánægju. Með því að læra að skilja kettina okkar getum við eytt tíma í heimi þeirra sem okkur finnst svo auðvelt og afslappandi. Kannski er þetta ein af ástæðunum fyrir því að eyða tíma með kötti getur lækkað blóðþrýsting. Þetta áhyggjulausa viðhorf er smitandi.

AÐ LÆRA TUNGUMÁL KATTARINS er eitthvað sem við erum ekki þau einu sem höfum hag af. Reyndu að skilja hvernig kettirnir okkar hafa samskipti, við getum hugsað betur um þá, vitað hvað þeir vilja, forðast óþarfa árekstra og fundið fyrstu merki um óþægindi þegar þeir eru veikir.

AÐ SKILJA LÍKAMSTJÁNINGU kattarins hjálpar til við að bera kennsl á veikindi, en heimapróf er jafn mikilvægt. Sjá kafla 11 fyrir ráðleggingar um forvarnir.

KATTASKYN

EINS OG FLEST RÁNDÝR hafa kettir mjög næm skynfæri. Annars hefði það ekki lifað nógu lengi til að ná heimilisstöðu. Enn í dag, þegar margir borða af litlum diskum, eru margir aðrir ekki svo heppnir. Fyrir hina síðarnefndu er það náttúruleg hæfileiki þeirra sem gerir þeim kleift að bjarga sér frá hungri. Að villikettir lifa af er til marks um kraft skilningarvitanna.

Lykt

Þegar kemur að lykt, lifa menn og kettir í gjörólíkum heimi. Lyktarskyn katta er miklu sterkara en manna (og hunda er jafnvel betra). Ertu hissa á því að kötturinn þinn líkar ekki við ruslakassa sem er enn "þolanlegur" fyrir þig?

Auðvitað er ruslkassavandamál nútímalegt vandamál og lyktarskyn katta er notað í miklu meira en að ákveða hvort kassi hans sé hreinn eða ekki. Lyktir gegna hlutverki við að merkja yfirráðasvæði þeirra (sjá gráa „Ilmmerkingar“ kassann síðar í þessum kafla), finna bráð og ákveða hvort þeir séu nálægt mat sem er enn ætur.

Hundar borða allt. Kettir eru algjör rándýr og biðja um ferskan mat og betra ef þeir hafa verið drepnir. Hefur þú einhvern tíma velt því fyrir þér hvers vegna kötturinn þinn líkar ekki niðursoðinn matur sem hefur verið opinn of lengi? Svarið er einfalt: það lyktar ekki eins og það ætti að gera.

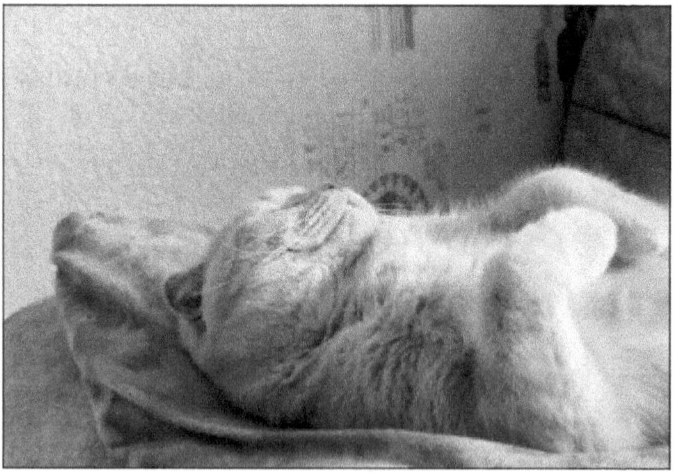

MYND 7-1: LÍKAMSMÁL kattarins er mjög skýrt, eins og í tilfelli þessa köttar, flytur það skilaboð um æðruleysi og hamingju.

Ef kötturinn þinn er svo matvandur að honum er alveg sama um neitt sem þú gefur honum að borða (eða ef þú ert að sjá um veikan kött), hitaðu þá matinn í hitastig aðeins yfir stofuhita (það sem menn kalla "heitt") „Táknast".) Þetta gerir lyktina af fóðrinu meira aðlaðandi fyrir ketti. Sjá kafla 10 fyrir frekari upplýsingar um fóðrun og næringu.

Auk nefsins nota kettir líkamshluta fyrir framan góminn fyrir olíu, þekkt sem nefuppköst. Það er notað fyrir nefnda lykt af kynferðislegum toga, eins og B. konu í hita. Þegar kettir nota þetta líffæri opna þeir munninn örlítið, eins og þeir njóti lykt. Tjáningin sem þeir hafa á þessum tíma er þekkt sem Flehmen-viðbrögðin.

Eyra

Ólíkt föstum eyrum okkar geta kettir notað sín sem gervihnattadiskar og hreyft sig sjálfstætt í hvaða hljóð sem vekur athygli þeirra. Eyru kattar geta tekið upp hljóð sem eru tveimur áttundum hærri en mannseyrað, sem hefur einnig breiðari svið en hunda. Auðvitað er hæfileikinn til að taka upp hátíðnihljóð mikilvæg þegar þú ert að leita að típandi nagdýrinu til að bjóða þér kvöldmat.

Kötturinn þinn getur lært mörg orð sem þú notar þegar þú talar við hann, eins og B. - Viltu borða núna? Þó að hann sé ekki að taka eftir því sem þú ert að segja þýðir það ekki að hann sé ekki að hlusta, það þýðir að hann hagar sér eins og köttur.

Sýn

VINSÆL SPEKI SEGIR að kettir sjái ekki liti. En svo virðist ekki. Vísindamenn telja að kettir geti greint liti, en þeir sjá ekki mikinn tilgang í því.

Undur kattasjónar hafa meira að gera með getu kattarins til að sjá í mjög lítilli birtu (sem er mikilvægt fyrir næturveiðimenn) og getu hans til að greina fjarlægar hreyfingar. Báðir eiginleikarnir eru nauðsynlegir fyrir rándýr sem þarf ekki aðeins að finna fæðu sína heldur einnig að hoppa á bráð sína af mikilli nákvæmni.

„Nætursjón" katta er virkjuð með lag af sérstökum frumum sem staðsettar eru fyrir aftan sjónhimnuna sem safna ljósi og gera köttinum kleift að „tvöfalda" getu sína til að greina hluti í myrkri. Mannlegt auga tekur upp rauða endurspeglun í myrkri vegna æða þegar ljós lendir á bakgrunni, eins og framljós bíla. Auga kattarins blikkar gyllt eða grænt vegna þessa sérstaka lags sem kallast tapetum lucidum.

Bragð

Þar sem kettir kjósa ferskan dýravef til að mæta næringarþörfum sínum, kemur það ekki á óvart að þeir hafi ekki fengið sælgætissækni eins og menn. Rétt eins og við geta kettir greint á milli biturs, salts, sæts og súrs bragðs, en túlkun þeirra á því hversu eftirsóknarverð þessi bragðtegund er getur verið frábrugðin okkar. Vegna þess að þeir hafa færri bragðlauka en menn, spilar lyktarskyn þeirra líklega hlutverki við að ákvarða hvort þeim finnst gaman að borða.

Gróf tunga kattarins er óvenjulegt tæki, fullkomið til að snyrta (jafnvel til að fjarlægja flær) og fjarlægja kjötið algjörlega af beinum bráðarinnar.

Bankaðu á

Loðskinn og hárhönd kattarins eru einstaklega viðkvæm og bæta við nætursjón. Kettir elska að láta strjúka og strjúka þeim (síðarnefndu með ákveðnum takmörkunum fyrir hvern kött), meðal annars vegna þess að snerting (sérstaklega við tunguna eða höfuðið) er ein leiðin til að dreifa sérstökum kjarna þeirra, sem er mjög mikilvægt.

MYND 7-2: KETTUM FINNST gaman að láta klappa þeim og strjúka, þó stundum sé það ekki svo augljóst

Talaðu "tungumál katta"

ENGINN KISI ÞARF BÓK til að læra líkamstjáningu tegundar sinnar, og það gera menn ekki heldur. Þrátt fyrir að kettir séu ekki eins góðir í skilningi og hundar (þar sem sameiginlegir úlfaforfeður þeirra þróuðu mjög flókið líkamstjáningu til að viðhalda friðsælu pakkaskipulagi) eru kettir nokkuð góðir í samskiptum sín á milli og við önnur dýr. Ef þú efast um möguleikann á samskiptum milli tegunda skaltu íhuga hvernig flestir hundar skilja viðvörunina sem stafar frá hneigðum, virtum kötti.

Hundar geta skilið ketti og kettir geta skilið hunda, og báðar tegundir eru betri í að túlka óorðin vísbendingar en menn, sem hljóta að vera frekar heimskir með þá. Þegar þú bætir munnlegri kunnáttu katta (með mjánum, hrýtum og purrunum) við líkamstjáninguna þína gætirðu þurft að endurskoða þá hugmynd að kettir tali ekki. Þvert á móti getur kötturinn þinn verið mjög góður í að rífast, vandamálið er að hann skilur þig ekki.

Augu

Augu kattarins bregðast strax við birtuskilyrðum: sjáöldurnar dragast saman og birtast sem lóðréttar línur í sólinni og víkka út eins og svartar laugar í myrkri. Fyrir utan þessi viðbrögð getur kötturinn þinn sent hugarástand sitt með augunum. Þegar augun eru opin, en ekki svo breið að hún virðist „dæfð“, sýnir það kurteislegan áhuga rólegs kattar. Opin augu með víkkuðum sjáöldrum benda til ótta. Köttur á veiðum má þekkja á breiðum, föstum augum hans. Köttur sem er að fara að koma af stað köstum mun kíkja og stara. Hætta!

Þó kettir séu ekki hrifnir af því að láta stara á sig (kenndu foreldrar þínir þér ekki að það sé dónalegt?) þá finnst þeim gaman að "blikka". Samskipti eins og kettir: horfðu í augun á köttinum þínum, blikkaðu síðan hægt. Kötturinn þinn getur farið afturábak!

Eyru

Köttur sem eltir snýr báðum eyrum fram til að ná betur upp jafnvel minnstu hávaða sem felumús gæti gefið frá sér. Eyru afslappaðs kattar eru venjulega upprétt og halla til hliðar. Þeir geta fært sig til að staðsetja tengd hljóð í lok þessa þægilega hvíldartíma. Þegar þeim verður brugðið opnast eyrun meira til hliðanna. Sú staða sem aldrei ætti að vanrækja er með eyrun raðað og fest við höfuðið, þar sem kötturinn er tilbúinn að bíta eða slá, annað hvort sem vörn eða sem árás.

Lína

Með skottið upp og oddinn krullaður örlítið fram yfir bakið er þetta leið kattarins til að segja: "Halló! Hvernig hefurðu það? Er ekki kominn tími til að borða?" Þetta er vinaleg, róleg kveðja sem lýsir trausti. og elskan .Eirðarlaus köttur snýr aðeins við skottið, heldur honum niðri (þangað til hann er undir líkamanum) og vippar honum frá hlið til hliðar, þegar hann er á röltinu heldur hann honum lágu og stöðugu fyrir utan örlítinn skjálfta á oddinum, eins og átakið að halda líkamanum kyrrum er of mikill og lendir á halaoddinum.

(Þessi veiði má einnig sjá í spilun.)

Skottið er einn besti vísbendingin um yfirvofandi árás katta (sjá gráa kassann „Aðdragandi að hrýta" síðar í þessum kafla). Köttur sem verður kvíðin hreyfir skottið og stundum loppuna. Fyrir ketti er skottið í hala ekki eins vingjarnlegt látbragð og það er fyrir hunda. Hætta!

Rödd

Hver köttur, eins og hver maður, þróar sína eigin sérstaka rödd, svipað og aðrar tegundir hans, en aldrei nákvæmlega eins. Kettir framleiða margs konar hljóð sem þeir nota til að tjá skap sitt. Hér eru nokkrar:

- MJÁR: ALLT FRÁ STUTTA, hávaða kvakinu sem móðir gefur frá sér með kettlingum sínum, til lengri, áleitinna hljóða svöngs dýrs sem vill fá fæðu sína strax, kettir geta búið til fjölbreytt úrval með örfáum grunnhljóðum. Þeir breyta þeim á þúsund vegu, stundum lengja sérhljóða og aðrir stytta þá. Þeir hafa líka mjá sem menn heyra ekki vegna þess að það er utan heyrnar. Ef þú hefur búið nógu lengi með kött, muntu skilja merkingu hinna ýmsu mjáa sem þeir gera, sem þýðir venjulega "Hey, ég vil eitthvað."

• Öl: Jafnvel þeir sem eru án kattar þekkja þetta hljóð, væl sem spannar nokkrar áttundir og er venjulega gert sem dúett á milli tveggja katta sem eru tilbúnir að berjast. Skilaboðin eru þessi: "Farðu héðan eða þú munt sjá eftir því." Þetta væl getur komið fram hvenær sem er á milli tveggja kvenkyns katta sem berjast um yfirráðasvæði, og er sérstaklega algengt þegar kvenkettir eru í hita.

• SPJALL: ÞEGAR KÖTTUR er spenntur fyrir því að drepa bráð eða möguleiki á að para sig (ef karlkyns), þá slær hann stundum hratt tennurnar.

• GROWL: ÞETTA ER MEIRA mjúkt, viðvarandi, lágt væl án tónhæðarafbrigða. Ömur gefur til kynna að kötturinn sé hræddur eða reiður og honum fylgir oft hvæsandi (hljóð sem eru mjög gagnleg fyrir hunda að bakka).

• PURR: ÞAÐ ER KATTARÍGILDI bros. Þannig lendir hann í aðstæðum sem eru ekki endilega hamingjusamar, til að koma á framfæri skilaboðum eins og "ég er vinur, ekki meiða mig." Sælir kettir spinna, en það gera slasaðir eða hræddir kettir líka og kvenkettir þegar þeir fæða og sjá um kettlinga sína.

• ÖSKUR: ÖSKUR AF MIKLUM sársauka. Við vonum að þú hafir aldrei heyrt um það, sérstaklega frá köttinum þínum.

hár og hársvörð

Hræddir og reiðir kettir rífa hárið á sér til að láta sig líta stærri út. Á fyrstu stigum hræðslu eða árásar vagga sumir einfaldlega með skottið. Yfirvaraskegg hefur fjölbreyttari tjáningu tilfinninga. Þegar köttur er forvitinn eða reiður mun hann setja fram hárið sitt (þeir gera þetta jafnvel í myrkri til að "heyra" betur hvernig þú vilt). Þegar hann er hræddur stækkar hann yfirvaraskeggið.

Flestir kettir eru með 24 skeifur, skipt á hvorri hlið trýnisins og raðað í fjórar láréttar raðir. Efstu línurnar geta hreyfst óháð neðstu röðunum og hvert whisker (tæknilega kallað vibrissa) er sett mun lægra en venjulegt hár til að auka áþreifanlega getu þess. Önnur skemmtileg staðreynd um hárhönd: Cornish Rex og Devon Rex kettir með krullað hárið eru líka með hrokkið hár.

Þrátt fyrir að hárhönd séu mikilvæg, getur það valdið því að kötturinn þinn verði ráðvilltur ef hann er fjarlægður.

„Nóg ástæða til að skera ekki", það er engin fylgni á milli lengdar hans og breiddar tjakksins. Ef kötturinn þinn verður feitur, stækka hárhöndin ekki eins lengi. Stór köttur sem treystir á hársvörðinn til að mæla breidd holu sem hann er að reyna að klifra upp í getur festst í honum.

Staða

Setja þarf stellingu kattar í samhengi til að hægt sé að skilja hana og fylgjast með ásamt merkjum sem send eru frá hala hans, eyrum, augum, rödd og feld (þar með talið hárhönd) til að meta rétt túlkað skap hans. Köttur sem finnst gaman að nudda bakið getur bognað bakið til að komast í meiri snertingu við höndina sem snertir. Í öðrum aðstæðum vill köttur með bogadregið bak ekki láta snerta sig og ef þú gerir það gætirðu slasað þig. Munurinn er samhengið.

Þú verður að rannsaka köttinn í heild sinni, en eftirfarandi listi gefur þér hugmynd um hvað mismunandi stellingar þýða:

• FORVITINN: VINGJARNLEGUR, forvitinn eða forvitinn, kötturinn er afslappaður, gengur rólegur og heldur í skottið á honum. Eyrun eru hátt sett, örlítið til hliðanna.

• VARNARSTELLING: REIÐUR eða hræddur köttur hneigir bakið og leggst í hina klassísku Halloween kattarstellingu. Í þessu tilviki mun hræddur köttur hlaupa í burtu ef hann getur og virkilega reiður köttur mun ráðast á. Köttur í miklum vandræðum stendur á hausnum til að sýna ægileg varnarvopn sín: klær og vígtennur.

• Árásargjarn: Köttur sem árásargjarn mun krjúpa, örlítið hærra að aftan en að framan, tilbúinn að nota kraftmikla afturfæturna til að stökkva. Hann er með þétt hár á baki og rófu. Köttur með þetta viðhorf stafar vandræði, svo farðu í burtu og láttu hann í friði.

Köttur í vörn eða árásargirni er dýr sem þú ættir að skilja eftir í friði, jafnvel þótt það sé gæludýrið þitt. Gefðu honum tíma til að kæla sig áður en þú reynir að nálgast hann aftur.

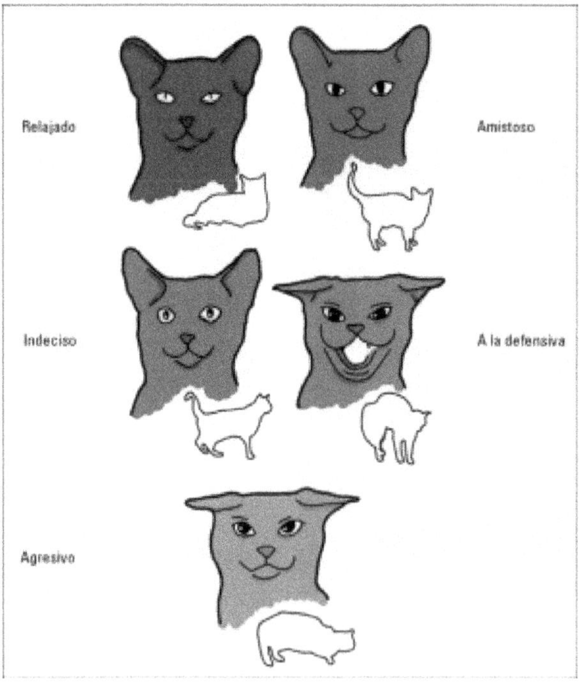

MYND 7.3 ÞEGAR ÞÚ REYNIR að meta skap kattarins þíns skaltu fylgjast með líkamstjáningu

Mynd 7-4: Af auðþekkjanlegu líkamstjáningu að dæma var þessi köttur orðinn leiður á ljósmyndaranum sem tók þessa mynd.

8. kafli

rétta liðið

Í þessum kafla

- Sandkassarnir og efnið til að fylla þá

- AUÐKENNINGARKERFI fyrir ketti

- SKAPSTAFIR, RÚM OG plötur

- FERÐASETTIÐ

- BESTU LEIKIRNIR

- KATTARGRAS

ENGINN RÉTTARKÖTTUR gat ímyndað sér hvernig ástkæra gæludýrin okkar lifa í dag. Þó að kettir hafi reitt sig á hæfileika sína kynslóð fram af kynslóð frá upphafi tímans til að finna mat og vatn, stað til að kæla sig, sofa og hluti til að skemmta sér, þá þarf íbúar heimiliskettta í dag að gæta þess að fylgja þeim. af þessum kröfum og til þess þurfum við sett fyrir ketti.

Og drengur, eigum við möguleika! Ef það var áður fyrr sagt að sá sem finnur upp betri músagildru skili fé, í dag væri hægt að segja að sá sem gerir betri leik fyrir ketti græðir. Eða við getum sagt skýrar: ef einhver hannar hinn fullkomna sandkassa verður hann örugglega ríkur, eins og uppfinningamaður Kitty Litter (fylltur sandkassi) gerði fyrir kynslóð.

Í grundvallaratriðum uppfyllir kattabúnaður þarfir kattarins þíns án þess að þurfa mikla fjárfestingu af tíma og peningum. En stundum getur smá auka peningur gert líf kattarins þíns auðveldara og ánægjulegra. Og þetta er mikilvægt atriði ef kötturinn verður heima á meðan þú ferð í vinnuna. Það getur líka verið mjög skemmtilegt að versla kattabirgðir.

Í þessum kafla tölum við um hvers konar skálar þú þarft fyrir gæludýrið þitt, en sjáðu næringarhlutann í kafla 10 fyrir leiðbeiningar um hvernig á að fylla þær. Sjá kafla 9 fyrir upplýsingar um bestu snyrtibúnaðinn og hvernig á að nota þá.

Hvernig á að finna það besta fyrir köttinn þinn

ALDREI ÁÐUR Í SÖGUNNI höfum við haft jafn fjölbreyttan gæludýrabúnað. Alls staðar hafa risið upp gæludýraverslanir á undanförnum árum og aðeins ein þeirra er með meira úrval en sex af múr- og steypubúðunum. Í skugga þessara viðskiptarisa hafa eigendur lítilla fyrirtækja þurft að berjast við að finna nýjan sess, bjóða upp á þjónustu eins og ókeypis heimsendingu, meiri ráðgjöf en stórmarkaðir eða mjög sérstakar vörur, svo sem skartgripahálsmen og bjöllur. , hönnuður gæludýraleikföng og sælkera góðgæti.

Og hvað með internetið? Mesta sprengingin á þessu svæði hefur átt sér stað í sýndarheiminum, þar sem mjög skipulagðar vefsíður hafa sprottið upp til að reyna að grípa sinn bita af kökunni. Sú staðreynd að sumar af þessum stóru gáttum hafa mikla auglýsingafjárveitingu bendir til þess að valkosturinn við að kaupa gæludýravörur á netinu sé kominn til að vera.

Að lokum, ekki gleyma eigendum lítilla fyrirtækja! Margir af skapandi og áberandi kattahlutum eru handsmíðaðir á litlum stöðum. Þú getur fundið þá á handverkssýningum, dýrasýningum og flóamörkuðum.

ÞAÐ ER ALLT Í LAGI að gera tilraunir með vörumerki og almennar vörur, en mundu að endanleg ákvörðun um hæfi vöru fer eftir tvennu. Í fyrsta lagi: er það öruggt fyrir gæludýrið þitt? Í öðru lagi, líkar gæludýrinu þínu það?

Það þýðir ekkert að hugsa um "nýja" hluti fyrir köttinn þinn. Það er hægt að finna margar góðar gæðavörur á mörkuðum á mjög sanngjörnu verði og því er þess virði að fylgjast vel með því þar er mjög ódýrt að finna góðan kattabera eða klóra. (Mundu alltaf að þrífa notaða fylgihluti vandlega áður en þú notar hann á köttinn þinn.)

staður til að fara á

Til að byggja upp samræmt samband milli þín og köttsins þíns er engin mikilvægari vara en ruslakassi. Helsta kvörtun kattavina er það sem dýrahegðunarfræðingar kalla óviðeigandi úthellingu (þ.e. þegar köttur gerir rangt þar sem hann á ekki að gera það) og þetta er ein helsta orsök smits frá fullorðnum köttum og áfram.

Ruslakassinn sem þú velur og efnið sem fyllir hann eru tvö mikilvægustu kaupin sem þú gerir og þú ættir að hafa í huga að þú gætir ekki fengið það rétt í fyrsta skipti. Íhugaðu alla möguleika og vertu til í að gera tilraunir og finna réttu samsetninguna fyrir skapgerð og heilsu kattarins þíns.

Jafn mikilvægt og valið á þessum tveimur þáttum gerir það „hreinlætisherbergið" notalegt og þægilegt. Ef kötturinn þinn vill ekki nota ruslakassann sinn skaltu lesa betur kafla 15, sem inniheldur upplýsingar til að skilja orsakir og lausnir á þessu vandamáli.

Nánari upplýsingar um ruslakassa

Í dag eru fleiri valkostir en nokkru sinni fyrr fyrir sandkassa. Þeir þurfa að endurvinna bakka sem er ekki lengur notaður, jafnvel pappakassa, jafnvel mjög dýrar gerðir sem auðvelda þrif eða virka jafnvel sjálfkrafa. Eftirfarandi listi lýsir nokkrum af möguleikunum:

• EINNOTA KASSAR: PAPPAKASSAR eru vinsælir hjá dýraathvarfum, dýrabúðum og sumum ræktendum, en til lengri tíma litið eru þeir ekki mjög hagnýtir fyrir þann sem býr með kött. Hins vegar getur verið gott að hafa einhvern í kringum húsið ef þú ert með flækingsketti, kettlinga got eða bataketti. Þau eru fullkomin til að ferðast. Gina hjúkraði einu sinni ketti sem var fótbrotinn og þessir kassar voru notaðir til að setja hana á stóru kattabörurnar sem sjúklingurinn var á meðan hann jafnaði sig.

• HEIMILISHLUTIR: BÖKUNARRÉTTUR (8" x 12" sem er góð stærð) sem þegar er notuð til notkunar í eldhúsi er fullkomin fyrir kisu, með lágum hliðum sem gera börnum kleift að nota hann til að klifra upp og niður. Rétthyrnd plastvaskur eða pottur með upphækkuðum hliðum er góður valkostur fyrir ketti sem hafa tilhneigingu til að kasta upp rusli eða rusli.

Þessi uppfinning frá hegðunarsérfræðingnum Kate Gamble fellur í flokkinn sem gerir-það-sjálfur. Skerið op í aðra hliðina á plastkassa sem notaður er til að geyma köttinn til að hjálpa honum að komast inn, passið að hylja skurðarbrúnirnar með málningarlímbandi til að koma í veg fyrir að kötturinn klóri sér. Háir veggir kassans þjóna til þess að koma í veg fyrir að fyllingin leki út þegar kettirnir „sparka“. Og svo að dýrið skilji ekki eftir sig spor með smásteinunum sem eru tengdir á milli púðanna á lappunum, setjið lokið undir kassann og þeir munu lenda þar.

• PLASTSKÁLAR: MILLJÓNIR katta hafa lifað þægilega við þessa hönnun og þín gæti verið einn af þeim. Þessir pottar eru ódýrir, fáanlegir og koma í ýmsum litum, gerðum og stærðum.

• YFIRBYGGÐAR SKÁLAR: Framleiðendur halda því fram að yfirbyggðar skálar komi í veg fyrir vonda lykt og komi í veg fyrir að hundar og börn komist í snertingu við fylliefnið. Sumir eru þó þeirrar skoðunar að ef kettirnir finna ekki lyktina af kassanum sé óþarfi að þrífa hann. Og kötturinn sem getur ekki verið sammála mun finna sér annan stað til að kæla sig. Ef þú ákveður að nota þessa tegund af ruslakassa, mundu að þú verður að þrífa hann eins og hvern annan og ekki kenna köttnum þínum um ef þú gerir það ekki og finndu annan stað.

Ef kötturinn þinn er með astma, ættir þú ekki að nota neina af þessum ruslakössum vegna þess að þeir verða að vera loftræstir. Sjá kafla 12 fyrir frekari upplýsingar um kattaastma og aðra algenga sjúkdóma.

• SJÁLFHREINSANDI RUSLAKASSAR: Engum finnst gaman að þrífa ruslakassann, en sumir kettir eru svo krúttlegir að ef þú bíður of lengi gætirðu fundið sjálfan þig að leita að öðrum "potti." Á undanförnum árum hafa komið fram nýir valkostir þannig að hægt er að framkvæma þessa hreinsun nánast án mannlegrar íhlutunar, þökk sé rakagefandi eiginleikum fylliefnisins. Sumar af þessum skúffum koma með einhvers konar sigti sem grípur klessurnar þegar þú tekur þær upp. Aðrir hafa eins konar skurð sem er færður í safnara sem heldur kekktum agnunum. Þessir ruslakassar eru dýrari, en þeir eru góður valkostur ef þrif eru erfið fyrir þig og þú gerir það ekki nógu oft.

ÞAÐ SEM ER MESTA FÁGUNIN er sjálfvirki rafmagnssandkassinn, þannig að framleiðendur hans hafa hann sem tæki. Kerfið notar klessandi fylliefni og fjarlægir sjálfkrafa úrgang eftir notkun þökk sé rafeindaskynjara sem skynjar hvenær kötturinn situr á ruslinu. Þessi skynjari virkar ásamt tímamæli sem telur niður 10 mínútur, nægur tími fyrir köttinn til að gera það sem hann þurfti að gera og hreinsunarferlið hefst. Vélin fer eins konar hrífu í gegnum fyllinguna og fangar klessurnar sem eru settar í lokað hólf sem síðan er hent. Hrífan fer aftur í upprunalega stöðu og hreinsar rúmið fyrir næstu heimsókn kattarins. Mjög áhrifamikið!

Engum finnst gaman að takast á við óhreinan ruslakassa. En það er fólk sem ætti örugglega að forðast það, eins og barnshafandi konur og þær sem eru með skert ónæmiskerfi vegna veikinda eða lyfja. Þetta er vegna þess að kettir geta borið með sér sníkjudýr sem er hættulegt fóstrum og mönnum. Þessa áhættu ætti að íhuga, en ekki vega þyngra, og að losa sig við kött þarf ekki að gera það. Sjá kafla 19 fyrir frekari upplýsingar um sníkjudýrið og sjúkdóminn sem það veldur (toxóplasmosis).

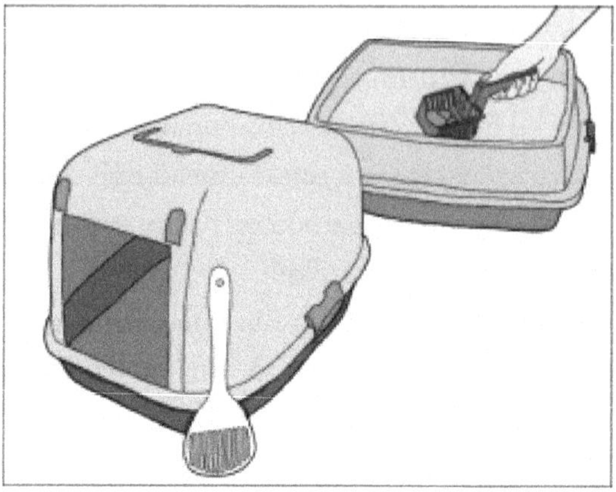

Mynd 8-1: Það er til mikið úrval af ruslakössum, allt frá venjulegum skál til yfirbyggðra borða og sjálfhreinsandi tækja. Valið er þitt, en kötturinn þinn hefur líka sitt að segja

Aukabúnaður fyrir sandkassa

Óháð því hvaða sandkassa þú velur, þá eru margir aðrir fylgihlutir sem þú ættir að bæta við, þar sem þeir auðvelda þrif eða hjálpa til við að halda hlutunum í lagi. Hér eru þættirnir:

• LÖK – ALLT FRÁ LITLUM virði, lítilli líftíma plastvalkostum til langvarandi plast- og málmvalkosta. Þú gætir líka þurft einn ef þú ert með sjálfhreinsandi ruslakassa, þar sem það er auðveldara í notkun en að tæma innihaldið. Ekki kaupa plastskeiðina og borga fyrir þá sem endist lengur.

• SORPPOKAR: ÞEIR ÞJÓNA til að auðvelda fullkomna tæmingu sandkassans.

Þeir eru mjög gagnlegir ef kötturinn þinn er ekki að trufla. Ef þú ert vanur að grafa djúpt með löngum nöglum gætirðu verið illa við áferð fóðursins. Prófaðu það ef þú vilt sjá hvort það sé góður valkostur fyrir þig.

• MOTTUR: MEÐ ÞVÍ AÐ setja mottu eða einhvers konar mottu undir sandkassann getur dregið úr þörf á að safna áfyllingarsteinum í kringum húsið. Þessar gerðir af mottum er að finna í dýrabúðum en einnig er hægt að nota gamlar mottur eða venjulegar mottur.

Leyndarmál fylliefnisins fyrir sandkassann.

Sumir sérfræðingar rekja vinsældir katta sem gæludýr til uppfinningar og endurbóta á ruslakassafyllingu og það er hægt að færa rök fyrir því. Áður en gleypnir púðar urðu algengir skorti tiltæka valkostina (rusl og sag) lykt og virkni, og skildu marga ketti ekki annað en að létta sig utandyra. Þegar nútímaútgáfan af ruslakassafyllingu birtist urðu kettir fastur liður í lífi vaxandi hóps fólks og vinsældir kattagæludýra jukust þar sem þær eru í dag.

Það eru margir kostir við sandfyllingarefni. Þú verður að muna að sá sem ákveður hvað er rétt er kötturinn þinn. Veggfóður sem þér líkar ekki við er til einskis ef það neyðir þig til að gera það annars staðar.

Jafnvel vel hegðuðu kettir lenda í slysum og það er gott að hafa kattahreinsunarvörur við höndina ef svo ber undir. Eitt sem þarf að muna: hreinsaðu aldrei dýraskít eða þvag með vöru sem inniheldur ammoníak. Staðurinn mun hafa sterkari lykt af þvagi þar sem ammoníak er einn af íhlutum þess og það mun laða dýrin til að endurtaka það sem þau gerðu áður.

ÞAÐ ERU MARGAR VÖRUR sem eru hannaðar til að eyða bletti og lykt þökk sé virkni ensíma. Allir sem eiga gæludýr ættu að hafa svona hreinsiefni heima því fyrr eða síðar verður þörf á þeim.

fullt af leirsteinum

Þessi ruslakassafylliefni, sem var fundin upp fyrir næstum hálfri öld síðan og hóf gæludýrabyltinguna, er enn yfirgnæfandi á markaðnum. Það er ódýr valkostur hvað varðar verð á hverja þyngdareiningu, en þú verður að nota stærri skammta þar sem þú þarft að skipta einu sinni í viku til að berjast gegn lykt (þó að sum vörumerki séu með lyktareyði þegar innifalinn).

MARGIR TELJA AÐ ÞESSI tegund af rusli sé ólíklegri til að dreifast á heimilinu og henti betur mjög ungum kettlingum (sjá hliðarstikuna, "Heilsuáhætta ruslakista: Goðsögn og staðreyndir," síðar í þessum kafla).

Það er einfalt fyllingarefni í einnota kassa, svo það er vel tekið af skjólum og björgunarmönnum. Fóðringarnar gera það auðvelt að skipta um innihald ruslakassans.

FYLLTU MEÐ SAMANLAGÐRI sandi

Þetta var önnur byltingin sem leyfði ketti sem gæludýr, ef við getum kallað þá það. Þó svo hafi ekki verið, þá er óneitanlega hlutverk þessarar uppfinningar í vinsældum kattarins.

Klumpuð korn hafa þann eiginleika að leysast upp í raka í kring í þvagi og saur og mynda hnúð sem hylur saurinn og hægt er að fjarlægja hann með sigti, sigarskóflu eða venjulegri skeið. Vegna þess að allur klumpurinn eða klumpurinn er fjarlægður eru lyktarvandamál í lágmarki svo lengi sem þau brotna ekki upp. Eins og með smásteina eru til vörumerki sem eru með svitalyktareyði.

Þó það sé dýrara þá eru kögglurnar dýrari, þú notar ekki eins mikið því þú skiptir bara um það sem er fjarlægt. Fyrr eða síðar þarftu að skipta um allan ruslakassann, en það verkefni getur tekið mánuð eða meira, allt eftir gæðum ruslsins (sumar tegundir klæða sig betur en aðrar) og fjölda katta sem nota ruslakassann.

ÓKOSTURINN VIÐ ÞETTA korn er að það dreifist meira í húsinu því rétt eins og það festist við raka saursins, þá festist það líka við það sem eftir situr á loppum kattarins. Nokkuð gróft gólfmotta eða gólfmotta mun hjálpa til við að koma í veg fyrir þetta.

ÞAÐ SEM VERRA ER, SANDURINN getur komist inn í kynfærasvæðið og aftan á fótleggi langra katta, eins og katta. Raki á þessu svæði dregur að sér maís og getur valdið kattasnyrtingu og jafnvel þarmavandamálum ef ekki er athugað. Til að forðast þetta, hafðu feldinn á þessum svæðum og feldinn á innanverðum afturfótunum þar sem þvag getur skvettist mjög stutt, og greiddu köttinn oft til að fjarlægja korn. Sjá kafla 9 fyrir frekari upplýsingar.

aðrar fyllingar

Í þriðja sæti í óskum neytenda og notenda eru ýmis önnur fylliefni, þar á meðal þau sem eru unnin úr viðartrefjum, kornaúrgangi, þjöppuðum dagblaðahylkjum og öðrum endurunnum efnum. Það eru kettir sem elska þessa valkosti, en aðrir gera það ekki. Taktu prófið og haltu áfram að reyna þangað til þú finnur eitthvað sem hentar köttinum þínum, vasanum þínum og venjum þínum.

Sumar áfyllingar segja að hægt sé að skola þeim niður í klósettið, svo vonandi er hægt að skola þeim niður í eigið klósett með sorpinu sem safnað er. Þessi valkostur er góður, en það fer eftir aðstæðum í húsinu þínu, aldri lagna og hvort þú ert með rotþró eða stöðin er tengd við fráveitu sveitarfélagsins. Gina vill gjarnan vitna í skoðun pípulagningamanns síns: "Ekki henda neinu sem þú hefur ekki borðað inn á baðherbergi." Ef þú vilt gera tilraunir með þessi fylliefni, hafðu þá fyrst samband við pípulagningarmanninn þinn eða hafðu að minnsta kosti símanúmerið hans.

Það er góð hugmynd að loka ruslapokanum og fara með þá með ruslinu til að safna hjá sorphaugunum þínum. Varúðarorð varðandi þetta rusl: Saur frá köttum eða öðrum kjötætum dýrum (til dæmis hundum eða frettum) ætti aldrei að blanda saman við garðmoltu (heldur með úrgangi frá grænmetisdýrum eins og kanínum).

"Kitty Come Home": Halsband, hundamerki og örflögur

ALLIR SEM EIGA KÖTT eru sérstaklega tregir til að vera með kraga. Sumir eru orðnir þreyttir á að koma í stað þeirra sem sífellt missa kettina sína. Aðrir eru sannfærðir um að flækingskettir þeirra geti gripið um hálsinn á greininni og tekið áhættu.

Báðir hópar freista örlaganna með lífi dýra sinna. Kattakragar eru mjög góð trygging til að koma í veg fyrir að þeir týnist. Hvað varðar hættuna á að lenda í hálsmeninu eru líkurnar á því að villast miklu meiri.

Ef þú lætur köttinn þinn ganga einn, útvegaðu honum leið til að komast heim, þ.e. skilríki.

hefðbundin auðkenning

Kattakragar eru gerðir úr léttum efnum og eru hannaðir til að „vaxa“ með þér og leyfa köttinum þínum að flýja ef hálsinn festist í einhverju. Ekki setja hvolp á þær því þær eru hannaðar til að koma í veg fyrir að hvolpurinn sleppi, og kattakraga sem leyfa einmitt það. Þú getur fundið mikið úrval af litum til að fullnægja fagurfræðilegu skyni þínu, jafnvel þótt kötturinn þinn vilji helst ekki klæðast þeim.

Af þessum hlutum að hafa. Kragurinn ætti að vera nógu þéttur, en ekki of þéttur, til að litli fingur þinn geti runnið undir hann.

Þegar þú ert með réttan kraga skaltu kaupa merki fyrir hann. Það eru mjög ónæm plast auðkennismerki af öllum stærðum og litum eða málmi, jafnvel mjög mismunandi (í formi hrings eða kattarhauss, með endurskinsfleti osfrv.). Þar sem kattamerki eru lítil er ekki þess virði að skrifa nafn kattarins á þau þar sem þau svara ekki þegar hringt er í þau. Í staðinn skaltu nota plássið til að innihalda heimilisfangið þitt og nokkur símanúmer svo einhver sem finnur köttinn þinn sem er týndur geti fundið þig eða vin, nágranna eða fjölskyldumeðlim hvenær sem er dags. Ef þú hefur áhyggjur af því að spjöldin hangi niður og festist í einhverju, geturðu farið í flata, hálsfesta spjöld.

Og herferð til að fordæma kattaveiðimanninn? Það er ekki sárt, en sumir kettir læra fljótt að hreyfa sig án þess að bjallan hringi. Eina leiðin til að koma í veg fyrir að köttur veiði er að hafa hann alltaf heima. Sjá kafla 6 til að fá ábendingar um að breyta landvörðakött í innandyra kött.

Ef kötturinn þinn verður oft kragalaus þegar hún snýr aftur úr ráfi sínu og þú veist hvernig á að nota saumavél, geturðu prófað einfaldan valkost Ginu til að bera kennsl á gæludýrin þín. Kauptu góða teygju í byggingavöruverslun, 1/2 tommu á breidd. Pantaðu útsaumaða merkimiða eins og þau sem notuð eru til að auðkenna barnafatnað í skólanum. Mældu teygjuna til að finna rétta lengd fyrir háls kattarins þíns (á að vera þægilegt án þess að vera of þétt) og saumið eða límdu miðann, saumið eða límdu síðan endana á teygjunni við kragann til að byggja. Ef þú vilt geturðu skreytt kragann með broddum, útsaumuðum klippingum eða öðrum aukahlutum úr dúkabúðinni, en þú ættir að forðast hvað sem er.

Á sumum svæðum þurfa kettir á lausu reiki að bera auðkenni til að tryggja eignarhald og uppfylla kröfur um bólusetningu. Sveitarfélagið þitt ætti að upplýsa þig um þetta.

MYND 8-2: HUNDAMERKI er hlutur sem getur bjargað lífi kattarins þíns með því að leyfa honum að snúa aftur heim ef hann týnist.

Spjaldtölva

Örflögu er varanlegt auðkenni sem er minna en hrísgrjónakorn sem dýralæknirinn þinn getur sett undir húð gæludýrsins þíns með þykkri nál. (Ekki örvænta, allt sem þú munt heyra er smá tíst af ertingu og aðgerðinni er lokið.) Þó að þeir kosti peninga eru þeir góð fjárfesting til að vernda gæludýrið þitt. Það gætu verið dýralæknastöðvar á þínu svæði sem bjóða upp á ódýrar örflögur. Athugaðu hjá dýraathvarfum, dýralækningum og dýrabúðum.

Flest týnd gæludýr koma ekki í dýraathvarf, en finnast þess í stað af fólki í hverfinu sem hefur ekki örflöguskanna tiltækan til að rekja köttinn sinn. Af þessum sökum mælum við með að setja köttinn þinn á auðkenningarkraga auk örflögunnar. Ef þú lentir í slysi og lentir á einni af útivistunum þínum, sem er alltof algengt fyrir ketti á lausu reiki, mun hundamerki að minnsta kosti hjálpa þér að finna út hvað varð um gæludýrið þitt. Það verður ekki mikil huggun, en það er betra að bíða mánuði eftir að það birtist.

Staður til að brýna og skafa neglur.

ÞAÐ ER MJÖG MIKILVÆGT að muna að það er jafn eðlilegt fyrir ketti að klóra og brýna kló og að anda. Kötturinn þinn þarf að klóra sér og þú verður að útvega henni stað eða hlut þar sem hún getur sokkið neglurnar og klórað sér að vild.

Það er að segja, það sem þú þarft er klóra, annaðhvort í formi stafs eða trés, eða klóra leikfang sem hægt er að festa við vegginn eða hengja á hurðarhúna.

Til að fá köttinn þinn til að klóra þar sem hann vill og ekki þar sem hann ætti ekki, þarftu endingargóða klóra sem er líka gerður úr efni sem kötturinn þinn líkar við.

Stöðugleiki er mikilvægur vegna þess að þegar klóra stafurinn fellur til jarðar vegna ýtingar eða togs frá köttinum þínum verður hann ekki lengur notaður. Þú getur verið viss um það. Varðandi efnin þá eru skafpóstar sem eru klæddir reipi eða böndum eða ofnum grænmetistrefjum og kettir eins og þeir, en það eru líka mottur þó mikilvægt sé að þær séu ekki með kögri eða að trefjahringirnir séu of lausir.

Skapstafir eru venjulega stuttir, innan við 1 m á hæð og hægt að setja lóðrétt (hvíla á breiðum grunni) eða lárétt eins og trjástofn, sem líkir eftir því sem kettir finna úti. Sumar rispur eru í raun plötur (og þú getur jafnvel fundið einn sjálfur).

Besta fjárfestingin sem þú getur gert til að njóta kattarins þíns er klóra með palli. Kettum finnst gaman að horfa á fólk þar sem það styrkir yfirburðatilfinningu þeirra. Klórastafur er líka athvarf fyrir köttinn þegar hann vill ekki láta trufla sig eða láta dekra við hann. Sum þessara trjáa koma með leikföng áföst, eða þú getur bætt við nokkrum. En vertu viss um að vera í fötum sem ekki stafar hætta af fyrir köttinn (ekkert sem gæti gleypt óvart, eins og keðjur eða pallíettur).

ÞÚ GETUR GERT KLÓRAPÓSTINN enn meira aðlaðandi með því að bæta kattamyntunni við hann. Síðar í þessum kafla, í gráa kassanum „Kattanípur og önnur grasagleði,“ finnurðu frekari upplýsingar um kattamyntuna og hvers vegna það gerir suma ketti brjálaða.

AÐ VERA MEÐ KLÓRA, tré eða annað klórandi leikfang er mikilvægur hluti af því að þjálfa kött í að misnota ekki húsgögn. Kafli 14 veitir ráð til að leysa skyld vandamál. Að klippa neglur kattarins þíns mun hjálpa til við að halda þeim í góðu ástandi. Kafli 9 hefur leiðbeiningar um hvernig á að gera þetta án þess að annað hvort ykkar slasist.

MYND 8-3: GÓÐ RISPA er stöðug og býður upp á alls kyns tækifæri til að leika sér, sofa eða fela sig.

ljúfir draumar: rúm

BYRJUM Á ÞVÍ AÐ SEGJA gamlan brandara. Veistu hvar 400 kg górilla sefur? Nei Svarið er einfalt: Sofðu þar sem þú vilt.

Sama svar er hægt að nota á köttinn þinn, jafnvel þótt hann vegi aðeins 4 kg, því nánast það sama gerist. Kötturinn þinn sefur þar sem honum líkar, innan þolmarka þinna (til dæmis er mælt með því að halda honum frá eldhúsborðunum) og öryggi (forðastu að sofa í þurrkara). Þannig að hann hefur sófann, rúmið þitt, hreinu og óhreinu fötin þín til umráða ef þú skilur þau eftir innan seilingar. En það getur líka verið í kjöltunni, í sjónvarpinu, á bringunni, í vaskinum, við fæturna eða í bókinni sem þú ert að lesa (sérstaklega ef þú reynir að snúa tækinu við). Hlið).

Þetta þýðir ekki að kötturinn þinn þurfi ekki rúm. Ef þú horfir á það frá óskeikulu sjónarhorni kattarökfræðinnar kemur í ljós að allt sem er hans er hans og allt sem er þitt er líka hans.

Einn besti kosturinn fyrir sængurverið til að bjóða köttinum þínum er efsti pallur trjáklóarans, sem er fullkominn staður til að sitja á fyrir menn og önnur smærri dýr eins og hunda. Pallar sem hægt er að festa á gluggasyllur eru líka frábærir fyrir köttinn þinn að sofa á meðan heimurinn snýst enn fyrir utan og gefa henni tækifæri til að sóla sig í sólinni.

Þægilegur svefnstaður er mjög mikilvægur fyrir ketti sem eyða um tveimur þriðju hluta ævinnar með lokuð augu.

Sumir kettir kjósa frekar froðurúm á meðan aðrir eru ánægðir með góðan kodda. Fyrir aðra er ekkert betra en hengirúm sem er sérstaklega hannað fyrir stærð þeirra. Prófaðu hvaða gæludýr þitt kýs.

Dúkhúðuð rúmföt geta geymt flóaegg og lirfur, svo vertu viss um að hægt sé að fjarlægja hlífina eða innleggið til að þvo. Sjá kafla 9 fyrir frekari ráðleggingar um flóavörn.

plötur og plötur

EINS OG MEÐ RESTINA af lyfjaskáp kattarins ætti matur og vatn að vera þér að skapi; Ef ekki hefurðu tapað peningunum þínum. Þeir ættu einnig að vera úr rispuþolnu efni, þar sem mataragnir og bakteríur geta festst í þessum grópum. Nauðsynlegt er að hægt sé að þvo þær alveg, og betra í uppþvottavél.

Í flestum tilfellum þýða þessar takmarkanir að við notum ryðfríu stáli eða endingargóðum eldhúsáhöldum úr plasti. Sem betur fer eru þær sem eru gerðar úr þessu efni í ýmsum litum og mynstrum og það eru jafnvel sérverslanir þar sem hægt er að panta sérsniðna disk.

Talið er að plastplötur séu uppspretta sumra andlitsáverka hjá köttum. Ef kötturinn þinn fær sár á andliti, kjálka eða vörum er góð hugmynd að skipta yfir í plastbolla.

Sumir kettir munu auðveldlega deila skálinni sinni með öðrum köttum, en margir gera það ekki. Sumir deila krókettunum á sama disk, en krefjast þess að soðið sé borið fram fyrir sig (og við stofuhita!). Ef köttunum þínum er sama um að deila, hafðu þá einstakar skálar og fóðraðu þá á mismunandi tímum.

Mikilvægasta ráðið um leirtau er að halda þeim hreinum. Kettir eru vandlátir, sérstaklega þegar kemur að vatni, og geta valið að borða ekki eða drekka ef þeim finnst maturinn eða vatnið ekki vera ferskt.

Nýsköpun er mikil í gæludýrabúnaðarrýminu. Sumir fóðrari leyfa þér að skilja eftir nægan mat fyrir heila helgi og skammta hverja máltíð með fyrirfram ákveðnu millibili. Það er til vara fyrir tilvik þar sem tveir kettir eru, annar borðar meira en hann ætti að gera og hinn pirraður. Hungraði kötturinn er með kraga sem gefur frá sér pirrandi merki þegar hann nálgast skál hins kattarins. Þeir sem hafa fundið upp kattabúnað hafa ekki gleymt drykkjarskálum. Þó að það séu langir diskar með íláti fyrir vatn, þá gefa þeir nýju vatn sem er alltaf endurunnið.

Mynd 8-4: Sumum köttum líkar ekki við vatn í svona skál og þeir drekka beint úr krananum

STÆRSTI GALLINN VIÐ diska ílát er að þú getur gleymt að þvo þá. Þetta eru flíkur sem þarf að taka vandlega í sundur og þvo á hverjum degi þar sem kettir eins og ferskt vatn.

Kafli 10 hefur allt sem þú þarft að vita um hvað á að setja á þessa nútíma diska.

Að fara að heiman: kattaberinn

HVER KÖTTUR ÆTTI AÐ hafa sinn ruslkassa. Þungur kattaburður gerir það öruggara og auðveldara að fara til dýralæknis, ferðast eða flytja gæludýrið þitt.

Réttur kattaburðarpoki getur auðveldað snertingu á milli kattarins þíns og annarra gæludýra. Þú getur fundið frekari upplýsingar um þetta í kafla 6.

Jafnvel bestu kattaburarnir eru tiltölulega ódýrir og ef þú rannsakar aðeins geturðu líklega fundið einn á flóamarkaði fyrir hagstæð verð. Þú ættir að leita að einum sem veitir kettinum þínum öryggistilfinningu, en leyfir henni að sjá heiminn. Þau sem við kjósum samanstanda af tveimur plasthlutum sem eru sameinuð með raufum á hliðum, efst og neðst og hurðin er stálvírnet.

Ekki kaupa kattabera með eftirfarandi eiginleikum:

- ÞRÁÐAÐU ALLT: KÖTTURINN þinn getur orðið enn kvíðin ef hann er berskjaldaður á öllum hliðum.

- PLÖNTUTREFJAR, TÁG eða táguefni: eins falleg og þau eru þarftu eitthvað sem þú getur hreinsað vel ef slys ber að höndum (og alltaf!).

- PAPPI: KATTABERINN úr pappa sem þú gætir hafa notað við ættleiðingu er gagnlegur til að koma köttinum þínum heim úr skjóli, en hann er ekki nógu varanlegur eða sterkur til lengri tíma litið.

GÆÐA KATTABERI ER MJÖG skynsamleg fjárfesting í öryggi kattarins þíns. Ekki vera nærgætinn.

KATTAPOKAR ERU NOTAÐIR oft í lífi katta. Í 11. kafla finnur þú ráð sem gera ferð þína til dýralæknisins auðveldari. Í kafla 18 bjóðum við þér gagnlegar upplýsingar til að ferðast með köttinn þinn.

Skoðum kattarhurðirnar.

HVER ER ÁSTÆÐAN FYRIR því að köttur kemur út þegar hann er nýbúinn að neyða okkur til að opna hurðina til að komast inn? Viltu gera okkur brjálaða? Ekki gott.

Kettum finnst gaman að hafa stjórn á yfirráðasvæði sínu og ef það er opið rými vilja þeir oft vakta það. Og þegar þeir eru úti, hverjum er ekki sama inni? Kötturinn verður að fara út á eftirlitsferð.

Kattahurð getur endað daga þína sem forráðamaður gæludýrsins þíns og gefið þeim frelsi til að koma og fara eins og þeir vilja. En þessi litlu hlið er líka hægt að nota í öðrum tilgangi: þegar þau eru fest á innihurð þjóna þau til að halda stórum hundi út úr herberginu þar sem ruslakassinn er staðsettur. Og þeir þurfa ekki að leiða út, en geta líka haft samskipti við húsgarð eða gang eða svalir með málm- eða plastneti, þar sem kötturinn getur verið nær umheiminum.

EINFALDASTA ÚTGÁFAN af kattarhurðinni er með sveigjanlegum plastvængi sem opnast þegar kötturinn þrýstir á hana og er haldið lokaðri með seglum til að einangra sig fyrir hita, kulda eða vindi þegar kötturinn hefur farið í gegn. Í erfiðu loftslagi geta hurðir dýra valdið dragi.

Kattarhurðir bjóða upp á nokkra uppsetningarmöguleika. Ef þú ert með franska rennihurð geturðu keypt glerplötu með gæludýrahurð sem smellur á brautina. Ef þú átt í vandræðum með hverfisketti með því að nota litlu hurðina þína til að komast inn í húsið þitt, þá eru sumir sem opnast með rafeindamerki frá kraga með rafhlöðuknúnum sendi sem aðeins kötturinn þinn ber.

Annað vandamál með þessar kattahurðir er hlutirnir sem kötturinn þinn getur farið í gegnum þær. Sumir nágrannar Ginu eiga svartan og hvítan kött sem kom einu sinni með stóran fugl inn í stofu hússins og sleppti hræddu verunni.

Frábært leikfang fyrir köttinn þinn.

LOKSINS KOMUM VIÐ AÐ skemmtilega hlutanum! Fyrir heimilisketti eru leikföng ekki lúxus heldur mjög mikilvæg leið til að hreyfa sig, skemmta, berjast gegn leiðindum og byggja upp sterk vináttubönd milli þín og hans. Eins og með allt sem tengist köttum, þá eru margir leikfangakostir og fjöldinn eykst með hverjum deginum.

EINN AF ELSTU LEIKJUNUM var búinn til árið 1907 af Dr. AC Daniels með einkaleyfi. „Kattnipúlan" hans var lítil trékúla með gati inni til að setja kattarmyntu í. Önnur kattaleikföng fylgdu í kjölfarið og fyrirtækið, sem var stofnað í Boston árið 1875, framleiðir enn kattaleikföng.

Það besta sem peningarnir þínir geta keypt

Þú getur splæst í kattaleikföng og keypt hluti eins og rafhlöðuknúið tæki sem mun keyra margar mýs um hringrás eða flytja ló um herbergi. Það eru líka til fjarstýrðar mýs.

Auðvitað geturðu skemmt þér með leikföngunum sem talin eru upp hér að ofan, en við höfum komist að því að sum bestu kattaleikföngin eru ekki of dýr. Ofarlega á listanum yfir uppáhaldið eru „kattaveiðistangir" sem eru með fjöðrum, sprengjum eða uppstoppuðum mús sem er fest við endann á strengi sem danglar frá sveigjanlegri stöng. Þessi leikföng gera þér kleift að leika við köttinn þinn (sem er gott) án þess að læra að hoppa á hendurnar og fingurna (sem væri mjög slæmt).

Fylltar mýs og kúlur með bjöllum inni eru líka skemmtilegar. Leikföng sem tísta þegar þú kreistir þau eru fín fyrir hundinn þinn, en köttur líkar líklega ekki við þau. Aðrir í uppáhaldi eru leikföng fyllt með kattamyntu, borðtennis og frauðkúlum, svo og kanínur.

Notaðu ímyndunaraflið til að finna önnur leikföng! Við tryggjum að kötturinn þinn muni elska hann. En vertu viss um að uppfinningar þínar skapi ekki hættu fyrir gæludýrið þitt: fjarlægðu allt sem kötturinn getur gleypt.

stórkostlegur leikur ókeypis

Þegar kemur að kattaleikföngum þá kemur sumt af því besta í lífinu ókeypis eða nánast ekkert. Þegar Gina gerði skoðanakönnun um kattaleikföng í blaðadálki sínum voru vinsælustu hlutir sem voru einskis virði og númer eitt voru plasthringirnir sem innsigla flöskutappana.

MYND 8.5 KATTALEIKFÖNG koma í öllum stærðum og gerðum í þeim eina tilgangi að skemmta köttinum þínum

PLASTDEKK ERU EKKI eina vinsæla ókeypis leikfangið. Margir kettir líkar við tóma kassa og pappírspoka (þó að þú ættir að forðast plastpoka vegna þess að þeir geta kafnað). Aðrir uppáhalds eru samanbrotnir sígarettupakkar (eða sellófan umbúðirnar sem vefja þá), pappa klósettpappírsrúllur, límbandi og pappírsrúllur.

Fyrir ketti sem vilja grípa eitthvað sem þú kastar í þá, prófaðu kúlur úr blautum pappírspappír eða flöskutöppum. Hnetur og jafnvel eitthvað grænmeti eins og hvítkál

Bleikar og dvergar gulrætur eru frábærar til að elta og sparka.

ÞAÐ ERU ÓKEYPIS LEIKFÖNG sem geta verið hættuleg, eins og strengur, tannþráður, gúmmíbönd eða allt sem kötturinn þinn gæti gleypt. Við mælum ekki með því að nota þá til að leika sér eða vera viss um að skilja þá eftir utan seilingar kattarins eftir leik.

skemmtilegra efni

ÞEGAR KEMUR AÐ FÖTUM fyrir köttinn þinn finnurðu ekki marga kosti, sérstaklega þar sem kettir hafa of mikla reisn til að vera klæddir í margt sem er hannað fyrir hunda, til dæmis. En ef þú vilt láta taka þig með kattabúnaði sem þú getur borið, þá eru margir möguleikar.

Við gætum skrifað heilan kafla um kattabirgðir sem þú getur keypt sjálfur: límmiða og stuttermabolir; diskar og glös; dagatöl og ritföng; Innkaupapokar og körfur og skartgripir, bæði dýrmætir og flottir. Þú finnur þá alls staðar og þú munt auðvitað vilja kaupa fullt af þeim... Og við látum þig ekki sleppa því við eigum fullt af þessum hlutum.

Kattasýningar, handverkssýningar, uppboð á netinu og gæludýraverslanir eru bestu staðirnir til að finna slíka hluti. Það getur verið mjög skemmtilegt að finna þá. Og nei, það er engin leið að hafa handmálaða síamska köttinn hennar Ginu á flísum. Ekki þora að spyrja hann.

MYND 8-6: BESTU LEIKIRNIR eru venjulega ókeypis, eins og þessar loftbólur

3. hluti

Hvernig á að halda köttinum þínum heilbrigðum og ánægðum

Í þessum hluta...

Þessi hluti fjallar um heilsu gæludýrsins þíns, allt frá þrifum, snyrtingu og næringu til fyrirbyggjandi lyfja og algengustu kattasjúkdóma. Þú munt einnig finna upplýsingar um hvernig á að velja dýralækni. Neyðarleiðbeiningar okkar munu hjálpa þér að ákveða hvort dýralæknisheimsókn sé aðkallandi. Síðasti kaflinn fjallar um sérstaka umönnun fyrir eldri ketti, það sem þú ættir að vita um líknardráp og þau úrræði sem eru tiltæk til að hjálpa þér að takast á við missi gæludýrsins þíns.

9. kafli

útlitshönnun

Í þessum kafla

- Ávinningur af vel hirtum köttum

- VIÐEIGANDI VERKFÆRI til að snyrta og annast köttinn þinn

- HÁRGREIÐSLA OG BAÐ

- SNÍKJUDÝRAEFTIRLIT

- NAGLAKLIPPING

Þú getur alveg misst þig í húðinni á köttum. Þú munt finna hlýju hans í höndum þínum, glansandi og silkimjúkur útlitið mun grípa augun þín. Með kattarfeld geturðu slakað á og skilið streitu erfiðs dags eftir þig jafnvel áður en kötturinn þinn byrjar að purra. Slík er heillandi fjölbreytnin í litum og mynstrum yfirhafnanna að þær verða innblástur fyrir þá sem kunna að meta gnægð náttúrunnar: lúmskur mjúkur frakki sem umvefur líkama sem er sjálfur útfærsla samhverfu, styrks og þokka. .

Fyrir kött getur feldurinn á henni verið stolt af því að henni þykir svo vænt um, en í raun er það miklu meira en það. Full feld þjónar til að vernda gegn veðrum og felulitum frá rándýrum og bráð. Hann er ósjálfrátt meðvitaður um mikilvægi hárs og eyðir dágóðum hluta tíma síns í að snyrta sig í jafngamla trúarathöfn og kettirnir sjálfir, fjarlægja fallið hár og ryk sem safnast fyrir á feldunum þeirra, með fullkomlega hreinni og snyrtilegri tungu. , gróft sem sandpappír og virkari en nokkur greiða.

Ef við hugsum um tímann sem kötturinn eyðir í að þrífa, er þá nauðsynlegt að taka þátt í ferlinu? Já! Með því að hugsa um feldinn og neglurnar verður hann heilbrigðari köttur, auðveldara að lifa með honum og styrkja tengslin milli ykkar tveggja. Hjálp manna er nauðsynleg fyrir suma ketti vegna þess að þeir hafa feld sem þeir geta ekki séð um sjálfir. Sértæk ræktun hefur til dæmis gert það að verkum að langur, silkimjúkur feldur Persans krefst stöðugrar athygli manna til að koma í veg fyrir losun.

Þó að margir hreinræktaðir kettir treysta á hjálp manna til að halda feldunum sínum í góðu ástandi, njóta allir kettir góðs af þessu inngripi. Að læra að gera þetta mun láta þér og gæludýrinu þínu líða betur.

Sumir kettir þurfa meiri umönnun en aðrir. Kafli 2 veitir upplýsingar um hvernig á að gera þetta svo að þú vitir hvað þú átt að gera þegar þú velur dýr. Tennur og vígtennur kattarins þíns krefjast reglulegrar snyrtingar sem þú getur gefið heima, eins og skinn hans og neglur. Í 11. kafla er talað um fyrirbyggjandi tannlækningar. Góð næring er nauðsynleg fyrir heilbrigðan feld. Sjá kafla 10 til að fá upplýsingar um að fæða köttinn þinn.

Húð, hin fullkomna samsvörun

Feldur kattarins þíns er meira en útlitsatriði. Hvort sem það er stutt eða langt, það veitir dýrinu vernd gegn veðrum og einangrar það frá kulda eða hita. Upprunalega kattarskinnsmynstrið er tabby, sem er enn mjög algengt og mjög vinsælt, og er fullkomið til að fela sig í skóginum eða á túninu.

HLÍFÐAREIGINLEIKAR feldslitsins fara eftir lífsstíl kattarins.

Dökkur litur býður upp á kosti fyrir næturveiðimann, en er ókostur fyrir vændiskonu í borginni, því hann er ekki eins sýnilegur bílum á nóttunni. Flestir kettir eru með þrjár tegundir af hári: mjög stutt og einangrandi, eins og ló, sem kallast undirfeldur eða aukahár, sem er aðal einangrunarefnið; miðlungs, miðlungs lengd og útlit vír, og aðal eða medalion, lengri og beinari, sem veitir vernd fyrir hina. (Það sem við köllum whiskers er fjórði flokkur úr sérhæfðum hárum sem kallast vibrissae.)

Ekki eru allir kettir með allar þessar feldtegundir og þeir sem gera það geta verið með mismunandi hlutföll og lengd. Sem dæmi má nefna að Cornish Rex, með bylgjuðu feldinn, hefur ekkert hársvörð og hinar tvær tegundir hársins eru með bylgjuhögg. Persíski kötturinn er hins vegar með mjög mjúkan feld sem hefur einnig lengri trefjar en flestir kettir, sem eykur tilhneigingu hans til að matast.

Af hverju snyrta kettir sig?

KETTIR LEGGJA SIG FRAM um að halda öllum hárum í lagi, ekki bara til að viðhalda útliti sínu. Að vera hreinn býður þeim upp á fjölda annarra kosta, eins og sést hér að neðan.

• VÖRN GEGN VATNI: AÐSKILNAÐUR og greiðsla hvers hárs bætir einangrunargetu feldsins og kemur í veg fyrir hita eða kulda. Þegar kötturinn dreifir olíunni úr húðinni um feldinn, sem gerir hann vatnsheldan.

• LYKTARMERKI: SNYRTING hjálpar til við að dreifa lykt kattarins um líkamann, sem róar dýr sem er svo háð lyktarskyni. Ilmurinn er svo mikilvægur að kettir sleikja sig stundum eftir að þeim hefur verið klappað af tveimur ástæðum: Til að lykta aftur og til að meta betur lyktina af dýrinu. Kötturinn einskorðast ekki við að sleikja til að merkja það sem hann vill með ilminum sínum: að grafa klærnar sínar í skott, sófa eða klóra er ekki aðeins til þess fallið að kæfa hann, heldur skilur hann líka eftir seyti frá liðkirtlum á hvaða hlut sem klórar hann.

• SNÍKJUDÝRAVÖRN – ÞÓ að kötturinn geti ekki varið sig gegn flóa- og mítlasmiti, mun hann gera það sem hann getur til að ráðast á með tönnum sínum (sjá Con kafla síðar í þessum kafla fyrir frekari upplýsingar um hlutverk hans í þessari vörn sem ber yfirskriftina " Hvernig á að stjórna ytri sníkjudýrum").

• FÉLAGSMÓTUN: Á HEIMILI með fleiri en einn kött, sérstaklega ef það eru ruslfélagar, muntu sjá þá snyrta sig. Þessi hegðun, sem þau stunda einnig með fólkinu sem þau elska, er leið til að styrkja tengsl kattarins við fjölskyldu sína.

SNYRTINGIN HEFUR SVO marga kosti að það er auðvelt að sjá hvers vegna snyrting er ein helsta starfsemi katta eftir svefn.

Breytingar á ástandi feldsins eða snyrtihegðun geta verið vísbending um sjúkdóm. Sjá kafla 11 fyrir frekari upplýsingar.

Margir kettir lifa alla sína ævi án þess að nokkur greiði eða klippi neglurnar. Er það baðherbergi? Þvílík brjálæði! En jafnvel þótt kötturinn þinn sé ekki einn af snyrtirunum, þá hefur snyrtihaldarinn líka kosti fyrir þig:

• LAUST HÁR: HÁR SEM þú tekur upp með bursta eða greiðu festist ekki við sófapúða eða smurt ristað brauð. En þú ættir að hafa í huga að það að búa með kött þýðir alltaf að þú sért umkringdur öðrum köttum. Það er líka smáatriði: enginn búningur er fullkominn án kattahárs. Það verður fyndið, en það er satt.

• LYKT: SUMIR KETTIR, sérstaklega karlkyns sem ekki eru geldlausir, geta verið svolítið móðgandi í þessu sambandi. Hjá síðhærðum köttum getur halasvæðið verið blautt af þvagi og saur, sem lítur út fyrir að vera óþægilegt og óhollt fyrir þig og köttinn þinn.

• Hársekkir: þau eru erfiðari hjá löngum köttum en stuttum köttum. Hins vegar finnst engum gaman að heyra kött kasta upp loðkúlu eða stíga berum fótum á loðmassa. Með því að snyrta köttinn þinn verður magni hárs sem kötturinn þinn getur innbyrt í lágmarki, sem leiðir til þess að minna hár endar á dýrmætu persnesku teppinu þínu. (Sjáðu Furball ábendingar hliðarstikuna í þessum kafla fyrir frekari upplýsingar.)

• TENGING: JAFNVEL ÞÓ að kötturinn þinn hafi ekki gaman af því að taka þátt í snyrtingu þinni í upphafi, ef þú heldur áfram og hvetur hana til að leyfa það, geturðu notið tímans saman.

• Eyðileggjandi skap – Með því að hafa klærnar á köttinum þínum stuttar dregur þú úr löngun hans til að klóra og klóra, þar sem ein af ástæðunum fyrir því er að fjarlægja ystu lögin af klærnar. (Fyrir alla sögu veggjakrots, sjá kafla 14.)

• PENINGAR: AÐ SJÁ UM útlit kattarins þíns getur sparað þér peninga. Þú sparar með því að hafa færri klær til að fjarlægja vegna þess að þú þarft ekki að skipta um hluti sem kötturinn þinn eyðileggur.

Hluti af varúðarráðstöfun: Með því að hugsa um líkama gæludýrsins þíns muntu ekki aðeins forðast heilsufarsvandamál heldur muntu einnig bera kennsl á sjúkdóm í tæka tíð sem er góður fyrir þig, vasann og gæludýrið þitt.

Eina sambandið á milli þeirra tveggja er gott því það gerir mörgum kleift að sjá að gæludýrið þeirra hefur misst þyngd eða fengið högg eða jafnvel meiðsli. Að snerta köttinn frá höfði til hala er góð fyrirbyggjandi og ástúðleg venja: reyndu að snerta allan líkama kattarins þíns að minnsta kosti einu sinni í viku. Að venja köttinn þinn við að meðhöndla hann og láta athuga eyru hans og tennur getur gert dýralæknisheimsóknir auðveldari og bærilegri fyrir köttinn, þig og dýralækninn.

• OFNÆMI: RANNSÓKNIR hafa sýnt að snyrting með tíðum böðum getur hjálpað ofnæmi að lifa með gæludýrunum þínum. Kettir geta einnig þjáðst af ofnæmi (til dæmis fyrir flóabiti) og þátttaka þín í umönnun þeirra getur auðveldað líf þeirra.

Ef þú ert með ofnæmi fyrir köttinum þínum, sjáðu kafla 1 fyrir aðferðir til að koma í veg fyrir að líf með köttinum þínum breytist í hnerra og öndunarmartröð.

Ef þú greiðir köttinn þinn mun hann varpa minna en ef þú heldur að þú getir haldið húsinu þínu lausu við hár hefurðu rangt fyrir þér. Ef þú býrð með kött, þarftu leið til að fjarlægja hár úr fötunum þínum. Þú getur notað handrúllaða límbandið með límhliðina út, en við viljum frekar límrúllurnar sem notaðar eru til að safna þráðum. Þú getur fengið það í helstu heimilisvöru- og byggingarvöruverslunum. Og það er þess virði að kaupa þá í lausu því þú þarft einn heima, einn í bílnum og einn á skrifborðinu þínu svo lengi sem kötturinn þinn lifir. Svo það er þess virði að skoða sig um þar til þú finnur sanngjarnt verð.

Verkfæri verzlunarinnar

ÞAÐ KREFST LÍTILLAR fjárfestingar að fá réttu vistirnar til að sjá um útlit kattarins þíns. Kauptu gæðavörur í góðri dýralæknisverslun og haltu þeim saman.

Gina geymir úrvalið af umhirðuvörum fyrir gæludýr í plastkassa með loki sem hún geymir í einni hillunni í skápnum. Hún geymir líka auka greiða í skúffu á stofuborðinu svo hún geti stílað hann á meðan fjölskyldan horfir á sýningu.

umönnunartæki

Það sem þú þarft til að halda feldinum á kattinum þínum hreinum og vel snyrtum fer eftir því hvort hann er með stutt eða sítt hár.

Að undirbúa kött fyrir gæludýrasýningu tekur mikla vinnu og margra ára að læra hvernig á að gera það rétt. Finndu kennara ef þú vilt virkilega keppa á þessu sviði; Það getur verið ræktandi sem kennir þér það sem þú þarft.

Það sem þú þarft fyrir köttinn þinn:

• LANGIR OG MEÐALSTÓRIR kettir: Byrjaðu með par af stálkambum, einn með þéttum tönnum (einnig þekktur sem flóakambur) og einn með tönnum sem eru víðar, til að fjarlægja laus hár, leysa litla hnúta og bursta rykið í burtu. hluti af bogadregnum vírburstum (einnig kallaður carda eða cardina) getur gefið þér kápu án þess að flækja lokahöndina. Þú getur líka fengið snyrtivettling sem rennur á hendina á þér og er með litlum nuddum sem nudda lófasvæðið svo þú getir dekrað við og burstað gæludýrið þitt á sama tíma.

• KATTAHÁR: ÞAÐ SEM þú þarft fer eftir því hversu mikið hár kötturinn þinn er með. Sumir Wirehaired Pointers eru með bylgjað hár af öllum þremur gerðum og feldurinn er talinn eðlilegur með einkennandi bylgjum. Aðrir kettir hafa nánast ekkert medalion, en hafa millifeld og yfirfeld. Ef kötturinn þinn er með þykkt aðalhár þarftu sama búnað og stutt- eða meðalhærður köttur. Ef hárið er stutt er nóg að vera með flóakamb og barnabursta með mjúkum burstum.

• LANGHÆRÐIR KETTIR: Notaðu beinan vírbursta í stað pappírsbursta, með breiðan greiðu og sama fíntannna greiða sem þarf fyrir alla ketti. (Ef feldurinn er mjög þéttur getur flóakamburinn verið ónýtur því hann kemst ekki í gegnum hár dýrsins.) Þú þarft líka sérstakan flækjuúða og sterkju eða duft. (Til að fá upplýsingar um hvernig á að nota sterkju og talkúm, sjá gráa „Hnútar og rusl“ reitinn í þessum kafla.)

Sumir greiða eru ekki með handfangi, sem gerir þá meðfærilegri. En þetta er í rauninni spurning um persónulegan smekk.

Óháð tegund kattarins þíns þarftu sjampó. Notaðu sérstakan fyrir ketti. Bætið við rjómakremi fyrir langan, silkimjúkan feld. Haltu eyrunum að innan þurrt með bómullarkúlum og notaðu tannstöngla til að þrífa svæðið eftir böðun.

Notaðu aldrei hundasampó, þar sem flódrepandi efnin eru eitruð fyrir ketti. Þú getur fengið svona sjampó sérstaklega fyrir ketti. Þar sem allar nærbuxurnar eru ekki teknar af við skolun er gott að greiða köttinn með mjóum greiða eftir böðun.

Sjá kaflann um eftirlit með ytri sníkjudýrum í þessum kafla til að fá ábendingar um hvernig á að stjórna flóum.

Nagla klippur

Kettir halda nöglunum í góðu ástandi með því að fjarlægja slitna ytri lögin og afhjúpa nýju nöglina. Leiðin til að gera þetta er að brjóta ytri lögin með tönnunum og fjarlægja eða afhýða með því að skafa og skafa hvaða yfirborð sem er. (Ef þú lítur vel á klóra pósta kattarins þíns gætirðu fundið naglabita innbyggða í efnið.)

Mælt er með því að hafa klær kattarins stuttar af tveimur ástæðum: Í fyrsta lagi vegna þess að það mun draga úr, þó ekki alveg, hugsanlegri eyðileggingarþrá gæludýrsins þíns, frekar en löngunina til að slá og slá. Í öðru lagi vegna þess að það gerir lífið auðveldara fyrir okkur mannfólkið með svo þunnt, óvarið húð (eins og allir sem hafa einhvern tíma haldið kött í kjöltu sér og sýna klærnar sínar á læri ástúðlega geta vottað).

Þegar það kemur að naglaklippum hefurðu að minnsta kosti tvo valkosti: guillotine gerð og skæra gerð. Þær fyrstu eru með lítið sporöskjulaga gat sem kló kattarins er stungið í gegnum og blað sem rennur þegar ýtt er á skerið fer í gegnum þetta gat og klippir naglann. Tegundirnar af skæri líta út eins og skæri og nöglin er staðsett á milli tveggja beittra, hálfmánalaga blaða. Báðar tegundir virka fínt. Paul notar venjulegar klippur á köttinn sinn svo hann geti líka gert tilraunir með þær.

Einnig þarf að gefa þér eitthvað til að stöðva blæðinguna ef þú skerir óvart bláæð sem liggur í gegnum nöglina. Margar dýraverslanir selja púður fyrir þetta.

Ef þú sérð umbúðir fyrir naglaklippur fyrir gæludýr sem vísa eingöngu til hunda, þá er það allt í lagi. Það virkar fyrir ketti. Sumar klippurnar eru hannaðar eingöngu fyrir ketti, en þær gætu verið of litlar til að nota á þægilegan hátt og þú gætir frekar kosið tól fyrir hunda.

þolinmæði er mikilvæg

Þú munt ná litlum árangri nema þú reynir að gera eitthvað sem kötturinn þinn líkar ekki við. Hafðu þetta í huga þegar þú skipuleggur verklagsreglur sem tengjast persónulegu hreinlæti.

Það eru nokkur tæki á markaðnum sem þú getur notað til að róa ósamvinnuþýðan kött (og við förum yfir þau í Cat + Water + Soap = Fjandinn! „En enginn ykkar mun líka við ferlið. Og ef þú þarft að berjast við köttinn þinn til að fá hann þá umönnun sem hann þarfnast, mun það ekki líða á löngu þar til hann verður þreyttur og hættir að gera það. Það er mannlegt að haga sér svona.

Hins vegar verður þú hissa hvað sumir kettir þola. Til dæmis eru þeir sem taka þátt í sýningum vanir langvarandi snyrtitímum, ferðalögum og ókunnugum meðhöndlun. Enda er þessi lífsmáti sá eini sem þeir hafa nokkru sinni þekkt. Kötturinn þinn hefur kannski aldrei örugga skapgerð eins og reyndur sýningarköttur, en þú getur hjálpað honum að læra nokkrar af sömu snyrtingu og snyrtivenjum og þið gætuð bæði haft gaman af því. Hér eru nokkur ráð:

• BYRJAÐU SNEMMA. LEYFÐU kettlingnum að vera meðhöndluð, burstuð, greidd og baðuð og búðu þig undir að klippa neglurnar með því að grípa í hverja loppu og ýta varlega á nöglina. Svo slepptu því og lofaðu það.

• HÆGÐU Á ÞÉR. EKKI kynna nýja rútínu í einu, byggtu upp umburðarlyndi kattarins þíns hægt og rólega.

• BYRJAÐU. EF ÞÚ ÆTTLEIÐIR langan kött með möttuðum feld skaltu klippa hann fagmannlega (eða dýraathvarf) svo sambandið þitt fari ekki af stað. Vissulega mun kötturinn líta undarlega út, en frettan vex hratt; Þegar hann hefur náð eðlilegri lengd sinni mun honum líða betur með þér og verður tilbúinn með hjálp þinni.

• VERÐLAUNAÐU KÖTTINN þinn. Notaðu nammi, ástúð og nammi til að sýna gæludýrinu þínu að hegðun hans sé viðeigandi. Þú getur ekki þvingað kött til að gera eitthvað gegn vilja hans, svo hrós og verðlaun eru leiðin til að fara.

• LÆRÐU AÐ VITA HVENÆR á að hætta. Það er betra að hætta þegar kötturinn þinn er orðinn óþolinmóður, pirraður eða kvíðinn, en ef þú sérð ekki merki þessarar skapgerðar eða skilur að þú sért sá sem er pirraður skaltu rjúfa fundinn með dekri og ástúð. Ef þú hefur virkilega gengið of langt skaltu skilja gæludýrið og rútínuna eftir í annan tíma.

Reyndu aldrei að halda á reiðum kötti. Flestir hundar bregðast við eins og börn og bregðast ekki líkamlega við valdsmanni, en flestir kettir bregðast hvatlega þegar þeim er ógnað. Það besta sem hægt er að gera við pirraðan kött er að skilja hann í friði og reyna aftur á öðrum tíma. Að virða ekki skapgerð kattarins getur leitt til árásar á tönn og kló, svar sem þú myndir ekki búast við frá ástúðlegu dýri.

Finnst þér erfitt að "lesa" huga kattarins þíns? Einkenni yfirvofandi ótta eða reiði eru svo lúmsk að sumt fólk fer óséð. Fyrir frekari upplýsingar um líkamstjáningu katta, sjá kafla 7.

Hvernig á að sjá um feld katta

TÍMINN SEM ÞÚ ÞARFT til að sjá um köttinn þinn veltur á mörgum þáttum, sérstaklega gerð feldsins. Persískir og Himalajakettir, með langa, silkimjúka feldinn, þurfa daglega að bursta og fjarlægja flækjur, oft baða sig og einstaka faglega bursta (sjá rammann "Þarf kötturinn minn faglega bursta?" síðar í þessum kafla). Aðrir síðhærðir kettir eins og Maine Coon þjást ekki eins mikið af hnútum í feldinum, en þeir þurfa meiri athygli en stutthærðir kettir (hreinræktaðir eða ekki) eða þeir sem eru kláraðir eins og Cornish Rex. .

Stutthærðir og meðalhærðir kettir geta reynst vel með vikulega burstun og einstaka baði (en ef þú ert með ofnæmi á heimilinu eða truflar laust hár skaltu íhuga að baða þig oftar). Það mikilvægasta hjá flestum er þó að forðast hnúta og halda gólfinu hreinu.

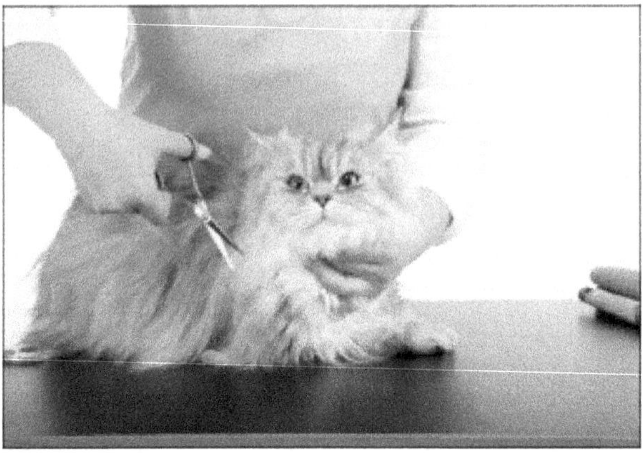

Mynd 9-1: Með langa ketti er stundum auðveldara að skera næstum hrukku húðina svo þú þurfir ekki að takast á við hnúta.

bursta og greiða

Að greiða og bursta ketti með stutt, miðlungs eða sítt hár er fljótleg aðgerð þegar gæludýrið þitt hefur vanist helgisiðinu. Farðu fyrst yfir greiðann og síðan kortið eða lömina eða hanskann og nú geturðu stigið til baka til að dást að gljáa silksins.

Einn af kostunum við stutta ketti er að hægt er að greiða þá með flóakambi. Vegna þess að tennurnar þeirra eru þétt saman, grípa þær þessar skepnur þar sem þær borða: á köttinn þinn. Til að fá sem mest út úr þessum greiðum skaltu fyrst fara í gegnum breiðan greiðuna og síðan flóakambuna og greiða í gegnum hárið streng fyrir streng frá húðinni til hárenda. Ef þú sérð fló á milli tannanna skaltu hafa skál af volgu sápuvatni tilbúinn til að hrista greiðann úr. Þegar þú ert búinn skaltu skola baðvatnið út, þó að flestar flóa hafi þá drukknað.

Ekki gleyma því að flókamburinn leysir ekki alveg vandamálið af þessum skaðvalda. Sjá kaflann „Hvernig á að halda utanaðkomandi sníkjudýrum í skefjum“ í sama kafla til að sjá heildarforrit til að halda þeim í skefjum.

Notkun flóakamba er ekki auðvelt fyrir langa ketti og ferlið felur í sér nokkur skref. Við lýsum því hér að neðan:

1. NOTAÐU BREIÐAN GREIÐA, farðu hægt og varlega í gegnum feld kattarins þíns hluta fyrir hluta.

2. ENDURTAKTU SKREF 1 en með fullunnum greiða.

3. NÚ KEMUR BURSTINN, með burstanum vír fyrir vír, kafla fyrir kafla.

GERÐU ÞAÐ FYRST GEGN korninu og síðan í gagnstæða átt til að halda hárinu á sínum stað.

4. EKKI GLEYMA AÐ HRÓSA köttinum þínum fyrir að sitja og snyrta!

Gefðu sérstaka athygli á svæðum eins og botninn á loppunum, bak við eyrun og undir skottinu, þar sem langir kettir hafa tilhneigingu til að hnúta. (Sjá töfluna „Hnútur og rusl fjarlægð“ síðar í þessum kafla fyrir frekari upplýsingar um þetta efni.)

Þú getur vætt örlítið hárlínuna sem á að bursta með úðaflösku af vatni. Þetta auðveldar burstun og kemur í veg fyrir að lengri hár brotni. Þú getur líka notað flækjuvöru sem fæst í verslun, en það getur verið betra að setja það í úðaflösku og ekki nota úða þar sem köttinum líkar ekki við hljóðið.

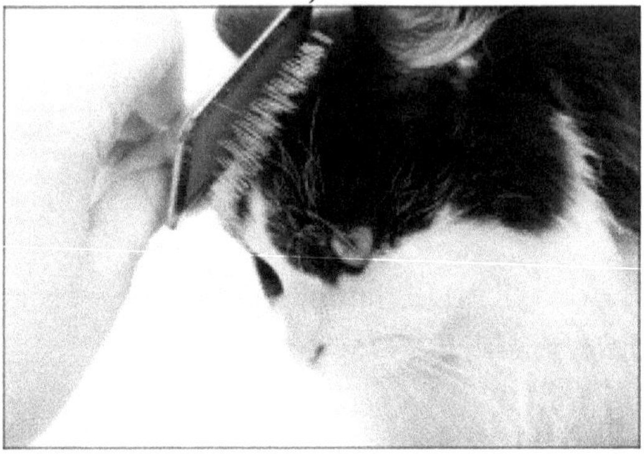

Mynd 9-2 Snyrting heldur ekki aðeins feldinum í góðu ástandi heldur gerir köttinn líka fallegri

Ef kötturinn þinn er ósnortinn karlkyns gætirðu tekið eftir því að rófubotninn er litaður af brúnni útferð. Þetta fyrirbæri stafar af of mikilli framleiðslu á fitu úr kirtli í hala. Kirtillinn er til staðar í öllum köttum en aðeins heilbrigðir karldýr eiga í vandræðum með hann. Vanalega er gelding lausnin; Ef ekki, dugar gott bað.

ÞARFTU FLEIRI ÁSTÆÐUR til að ákveða að dauðhreinsa köttinn þinn? Lífið með ósnortnum karlkyns hundi getur verið mjög erfitt, ekki bara vegna þess að smáatriðin í húðfitunni á skottinu. Sjá kafla 16 fyrir frekari upplýsingar um dauðhreinsun.

Þú þarft breytingar á feld kattarins þíns, sérstaklega á dreifðum blettum. Þessi brot á feldinum geta verið merki um sníkjudýr, ofnæmi, sveppasýkingu og jafnvel hormónavandamál og ætti að vera til skoðunar hjá dýralækni.

Köttur + Vatn + Sápa = Vá!

Sama hvað kötturinn þinn hugsar, bað mun ekki meiða hana (eða þig). Langir silkimjúkir kettir þurfa eitt eða tvö böð á mánuði og stutthærðir kettir á þriggja til fjögurra mánaða fresti.

Þú ættir að greiða köttinn áður en þú baðar hann því þegar hnútarnir í feldinum verða blautir verða þeir ómögulegir að leysa og þarf að klippa þá. Ef kötturinn þinn leyfir þér skaltu setja bómullarkúlu í hvert eyra til að halda því þurrt (en ekki gleyma að taka það út síðar).

BAÐAÐU KÖTTINN Í VASKINUM (það er auðveldara á bakinu og gefur þér betri stjórn á dýrinu) með volgu vatni. Þú ættir að hafa allt þetta við höndina áður en þú baðar köttinn þinn:

• HANDKLÆÐI – ÞÚ ÞARFT þessi til að þurrka köttinn af þegar þú ert búinn, en það er líka góð hugmynd að setja eitt í botninn á pottinum til að gefa gæludýrinu þínu gripið betra yfirborð til að halda í. Annar möguleiki er að setja moskítónet í baðkarið svo kötturinn geti grafið klærnar í það í stað húðarinnar.

• BAÐKAR MEÐ STURTUSKÁP: Ekki breyta köttinum þínum í eins konar fleka.

Notaðu slöngu með sturtuhaus til að bleyta og skola. Þú getur fengið einn sem festist á blöndunartæki í hvaða byggingavöru- eða byggingarvöruverslun sem er.

• SJAMPÓ: NOTAÐU KATTA- eða barnasjampó og aldrei hundasápu.

FYLGDU ÞESSUM SKREFUM til að þvo köttinn þinn:

1. HALTU FELDINUM AFTAN á hálsi kattarins og settu hann í baðkarið.

2. VÆTIÐ VEL MEÐ ÆTIÞISTLINUM.

3. BYRJAÐU AÐ ÞEYTA hann með sjampóinu frá áður og myndaðu hring af froðu um hálsinn á honum. Þaðan heldur það áfram í gegnum restina af líkamanum að skottinu.

4. SKOLAÐU VEL.

5. EF KÖTTURINN ER mjög óhreinn skaltu endurtaka ferlið.

6. EF KÖTTURINN ÞINN er með silkimjúkan feld skaltu bera á sig snyrtikrem og skola aftur.

7. SAGÐUM VIÐ ÞÉR AÐ skola það af? Gerðu það og gerðu það aftur. Þú vilt ekki skilja eftir leifar af sápu eða hárnæringu. Í besta falli

myndar það hreisturlíkar flögur á húð kattarins. Og í versta falli getur langvarandi snerting við snyrtivörur ertað húð kattarins.

8. HANDKLÆÐI ÞURRT og afhjúpað. Hann á það skilið.

9. EKKI HLEYPA HONUM út úr húsi fyrr en hann er alveg þurr því honum líkar ekki kulda.

ÞÚ GETUR PRÓFAÐ AÐ nota hárþurrku, en það getur valdið meiri vandamálum. Kötturinn er þegar reiður vegna baðsins. Haltu því heitu og láttu það í friði.

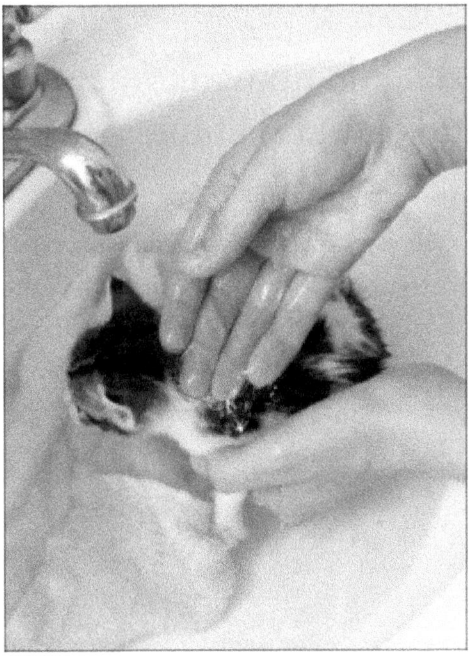

MYND 9.3: EF ÞÚ BYRJAR að baða köttinn þinn sem barn þolir hann það betur en ef þú gefur honum fyrsta baðið sem fullorðinn.

JÆJA, VIÐ SKULUM HORFAST í augu við það: við gerum ferlið mun auðveldara en það er. Að baða köttinn þinn er ekki uppáhalds athöfnin okkar, hvorki þín né gæludýrsins þíns, en ef þú ert í vafa þá mun það sýna sig. Vertu ákveðinn þegar þú heldur honum því ef honum finnst þú slaka á mun hann reyna að losa þig. Ef þú missir stjórn á þér, slepptu því. Það er betra að finna annan hentugari tíma en að hætta á rispu.

Þó að flestir kettir læri að þola bað, sérstaklega ef þú venst því frá unga aldri, gætirðu átt auðveldara með að setja gæludýrið þitt í netpoka. Þú getur notað þau sömu og þú notar til að þvo viðkvæm föt í þvottavélinni eða keypt sérstakt hjá dýralækni. Þessir pokar halda köttinum á meðan þú baðar hann. En mundu að þú þarft ekki að þvinga það ef kötturinn vill það ekki. Íhuga þetta gert af fagmanni.

Hvernig á að halda utanaðkomandi sníkjudýrum í skefjum

Flær, mítlar og maurar eru ekki aðeins óþægindi, heldur geta þau verið heilsufarsleg hætta fyrir mjög unga, aldraða eða veika ketti.

Lykillinn að því að berjast gegn þessum ytri sníkjudýrum er þrautseigja. En það eru líka góðar fréttir: leiðir til að berjast gegn þessum meindýrum hafa batnað mikið á undanförnum árum.

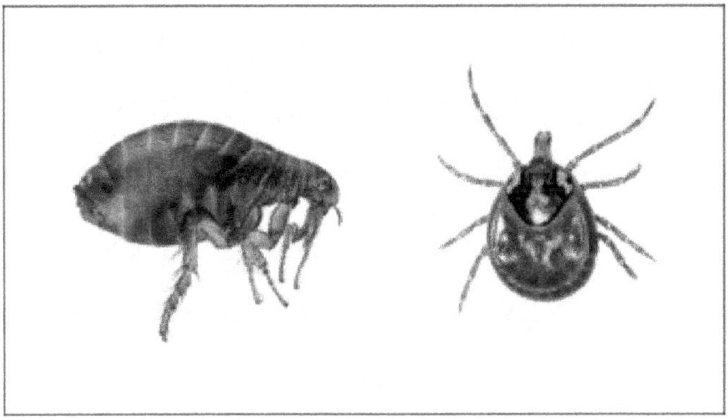

MYND 9-4: FLÓUM OG mítlum verður aldrei útrýmt að fullu, en hægt er að halda þeim í skefjum með reglulegri umönnun.

FLÆR UNDIR STJÓRN

Ef kötturinn er sýktur þarftu bardagastefnu. Nauðsynlegt er að horfast í augu við vandamálið í dýrinu og umhverfi þess. Nauðsynlegt er að drepa alla fullorðnu ungana og koma í veg fyrir að ungarnir vaxi til þroska. Þetta felur í sér að halda flóastofninum í skefjum, ryksuga stundum svæðin þar sem gæludýrið þitt eyðir mestum tíma og þvo rúmfötin oft.

Þegar þú hefur stjórn á flóunum geturðu viðhaldið ástandinu með staðbundnu lyfi, sem þú getur örugglega fengið frá dýralækninum þínum. Leitaðu að vöru sem er örugg og áreiðanleg.

Það verður mjög erfitt að stjórna flóum í kringum gæludýrið þitt ef kötturinn er frjáls til að koma og fara eins og hann vill. Það er gagnslaust að úða veröndina þína ef þú ert með kött sem fer frjáls út, því hann getur komið með flær frá öðrum veröndum og aðra ketti. Fyrir þessi dýr er fyrsta (og kannski eina) varnarlínan staðbundið dýralyf. Og ef upphafspunkturinn þinn er flóa-smitað heimili, þá er hér baráttuáætlun til að stjórna vandanum:

• SPRAUTAÐU HÚSIÐ. ANNAÐ hvort með úðabrúsa eða úða sem inniheldur skordýraeitur til að drepa fullorðna flóa og vaxtarstillir til að koma í veg fyrir að lirfurnar þroskist. Eftir tvær vikur þarftu að endurtaka ferlið. Að öðrum kosti geturðu notað bórduft, sem drepur flóa með ofþornun. Hafðu samband við dýralækninn til að mæla með vörunni sem tilgreind er og fylgdu leiðbeiningunum vandlega.

• MEÐFERÐ FYRIR KÖTTINN þinn. Fyrir inniketti virkar langtímaviðmiðunarlyfið Lufenuron vökvi eða tafla, sem er borið á einu sinni í mánuði, eftir að húsið hefur verið þurrkað til að drepa flóa. Þar sem þetta úrræði drepur ekki fullorðna flóa getur verið að þú sért ekki ánægður með niðurstöðurnar fyrr en þú hefur fjarlægt flærnar alveg frá þínu svæði. Varan virkar með því að veita efni sem kemur í veg fyrir þróun eggja. Ráðlegging: Setjið fljótandi lyfið í smá vatn eða túnfiskolíu svo kötturinn þinn taki það í sig. Það eru tvær aðrar vörur sem drepa fullorðna flóa, fipronil og imidacloprid. Þetta eru vökvar sem borið er á milli axla kattarins. Það fer eftir því hvar þú býrð, því rök svæði eru griðastaður fyrir flóa, Eitt af þessum lyfjum gæti verið allt sem þú þarft til að stjórna þessum skaðvalda. Tíð notkun flóakambs hjálpar líka (sjá kaflann „Burstun og greiðsla" fyrr í þessum kafla), en forðastu flókraga, sprey og duft sem eru ekki eins áhrifarík.

Verkfærin sem hafa reynst gagnslaus (þrátt fyrir peningana sem margir eyða í þau ár eftir ár) eru rafrænar flóakragar og ýmis fæðubótarefni eins og hvítlaukur, bjórger og B-vítamín. Allar vísbendingar um virkni þeirra eru algjörlega ósanngjarnar og ekki studdar af vísindi. Þú átt nú þegar heima bestu „náttúrulegu" flóalyfin á markaðnum: þvottavélina og ryksuguna. Að þvo sængur gæludýrsins þíns vikulega og ryksuga svefnsvæðið daglega mun hjálpa til við að fækka flóastofninum.

Tilraunir til að hafa hemil á flóum mistekst þegar þær koma fram af og til, sem gerir það að verkum að flóar sem þróast geta endursmitast. Vinndu með dýralækninum þínum til að finna réttu vöruna og reglulega til að halda flóum í skefjum.

Flóaeftirlit getur orðið hættulegt ef þú notar of margar vörur í rangri samsetningu. Vinsamlegast lestu leiðbeiningarnar vandlega til að tryggja að varan sé örugg fyrir gæludýrið þitt og önnur gæludýr á heimilinu. Ef þú ert í vafa skaltu hafa samband við dýralækninn þinn. Ef kötturinn þinn er hvolpur, er með sjúkdóm eða er eldri skaltu ráðfæra þig við dýralækninn þinn til að komast að því hvaða vörur þú getur sameinað án þess að skerða virkni eða taka áhættu.

eyrnamaurar

Lítið magn af vaxi í eyrum kattarins er fullkomlega eðlilegt og hægt að fjarlægja það með barnaolíu á bómullarhnoðra eða Q-tip. En ef eyrun þín líta mjög illa út gætirðu verið með eyrnamaura, mjög smitandi plága sem nærist á slímhúð eyrnaganganna.

Þú ættir að heimsækja dýralækninn þinn til að ganga úr skugga um að kötturinn þinn sé með þessi sníkjudýr og meðhöndla þá ef þörf krefur.

Vegna þess að eyrnamaurar eru svo smitandi eru þeir mjög algengir hjá köttum sem koma úr skýlum. Einn smitaður kettlingur er nóg til að smita allan íbúa staðarins.

Erfitt er að uppræta þennan skaðvald, svo þú verður að vera þrálátur. Fylgdu ráðlagðri dýralæknismeðferð á tilteknum tíma. Stundum hættir fólk að nota það þegar það sér ekki lengur merki um mítla, á þeim tímapunkti geta mítlarnir sem þróast vaxið frjálslega. Lyfin sem berjast gegn þeim á að gefa í þann tíma sem þarf til að rjúfa æxlunarferilinn, svo að það komi ekki í veg fyrir meðferð fyrir ábendingu.

Kettir geta einnig þjáðst af eyrnabólgu. Til að halda eyrun heilbrigð er nóg að þrífa þau á tveggja vikna fresti með bómullarhnoðra og lausninni sem dýralæknirinn mælir með (ekki nota áfengi).

tifar

Ef kötturinn þinn festist í árásum sínum getur hún venjulega losað sig við þá með því að sleikja þá af. En af og til sefur hann á erfiðum stöðum (til dæmis á bak við annað eyrað). Þú munt líklega þekkja það sem lítinn hnúð þegar þú strýkur honum; Þegar þú sérð pöddan er til staðar, eins og dökkt viðhengi (stærðin er mismunandi eftir tegund mítils og hversu mikið blóð kötturinn hefur sogið), fjarlægðu hann.

Ekki snerta mítlann með hendinni því ef einhver bítur þig og festist við þig getur þú fengið Lyme-sjúkdóm eða beryllíósu. Til að gera þetta skaltu nota hanska, pincet eða sérstakt verkfæri. Náðu þéttu taki á líkamanum og togaðu í einni skarpri hreyfingu. Vefjið merkinu inn í klósettpappír og skolið niður í klósettið. Ef þú sérð fleiri en einn skaltu setja þá í áfengisílát og þegar þú ert búinn skaltu skola þeim niður í klósettið. Ekki hafa áhyggjur ef höfuð dýrsins er innbyggt í húðina: það mun losna með tímanum. Dreifðu bara sótthreinsandi efni á svæðið til að koma í veg fyrir sýkingu og athugaðu oft til að ganga úr skugga um að það sé gróið.

Ef kötturinn þinn þjáist af langvarandi mítlavandamálum skaltu nota staðbundna flóameðferð sem dýralæknirinn þinn mælir með; Það þjónar líka til að berjast gegn þessari annarri plágu.

Hvernig á að klippa neglur kattarins þíns

Það erfiðasta við að klippa neglur kattarins þíns er að fá dýrið til að vinna með. Þú þarft að hafa þolinmæðina sem nefnd er hér að ofan. Ef þér tekst að klippa aðeins eina nögl á dag skaltu ekki hafa áhyggjur, því með tímanum muntu hafa klippt þær allar.

Til að gera þetta, taktu loppuna og ýttu varlega á til að sjá nöglina. Í miðjunni sérðu bleikt svæði sem nær aðeins niður - þetta svæði er bláæð og ætti að forðast það svo þér blæði ekki. Settu tækið rétt fyrir neðan bleika svæðið og klipptu í einni jafnri hreyfingu. Ef þú sérð ekki bláæðina skaltu bara klippa skarpasta punktinn á klónni og það ætti að virka. Ekki gleyma að verðlauna gæludýrið þitt fyrir umburðarlyndi þess. Ef þú klippir á æð og blóð kemur út skaltu setja sýklalyf á svæðið til að stöðva blæðinguna og láta afganginn af klærnar standa í einn dag áður en kötturinn hefnir sín með blóðtöku.

Í dýrabúðum má finna töskur og verkfæri sem gera þér kleift að róa köttinn til að klippa neglurnar og auðvelda lyfjagjöf. Sum þessara tækja eru með op til að stinga út loppu á meðan það takmarkar hreyfingar kattarins. Það er fínt að nota eitt af þessum tækjum til að gera það sem þú þarft að gera, en við erum viss um að kötturinn þinn vilji frekar að þú gerir það hægt og af ást til að kenna honum hvernig á að klippa neglurnar sínar.

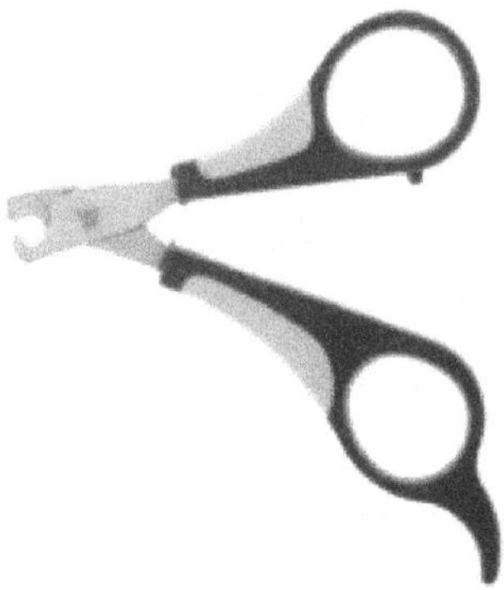

MYND 9.5: ÞÚ GETUR notað skæri til að klippa neglur kattarins þíns. Það eru líka sérstök verkfæri fyrir þessa aðgerð.

10. kafli

Hvernig á að fæða köttinn þinn

Í þessum kafla

- Markaðsáskoranir við framleiðslu dýrafóðurs

- NÆRINGARÞÖRF KATTARINS þíns

- HVERNIG Á AÐ VELJA réttan mat

- HVERNIG Á AÐ FÆÐA feitan eða kláðaðan kött

ÞAÐ FYRSTA SEM ÞÚ ÞARFT að vita til að skilja næringu katta er að kettir eru kjötætur. Með öðrum orðum, fæðuþarfir þeirra eru sérhæfðar; Þess vegna gátu kettir ekki fengið nóg með því að borða önnur dýr fyrir tímabil kattafóðurs í atvinnuskyni. Menn geta verið án dýrapróteina. En kettir gera það ekki. Hvert smáatriði í líkama kattarins sýnir að hann er veiðimaður, allt frá klóm til vígtennanna, hvernig líkami hans er uppbyggður til að stökkva hljóðlaust, stökkva skyndilega hljóðlaust og bíta fugl eða nagdýr hálsbrotnar. .

Þó að sumir kettir haldi áfram að veiða, til skaða fyrir hræfuglastofninn, segja sumir að mjög fáir geri það til að lifa af. Og það leiðir okkur að öðru atriðinu til að skilja um kattamat: iðnaðurinn sem hefur þróast í kattamat er mjög stór.

Hversu margir? Á Spáni er milljónum evra eytt í kattamat, allt frá einkamjólk til ljúffengasta sælkerapatés fyrir kettlinga eða risastóra poka af ódýrum krókettum sem sjálfboðaliðar og aðgerðarsinnar nota til að vernda nýlendur villidýra í húsasundum og á bökkum ánna. .

Ef þú efast um það sem við höfum sagt um stærð gæludýrafóðuriðnaðarins geturðu gert þína eigin rannsóknir. Þú þarft ekki að fara lengra en venjulega matvörubúð eða gæludýrabúð. Matvöruúrvalið tekur næstum jafn mikið pláss og hver önnur vörulína, nema kannski kornvörur og sælgæti (sem oft eru framleidd af sömu fyrirtækjum). Og dýrin selja þeim mikið af mat sem þau þurfa að flytja með kerru.

Svo má ekki gleyma dýralækninum sem selur líka fóðrið sem kallast „premium“ og einnig það sem hefur lækningatilgang að hjálpa köttinum þínum við ýmis heilsufarsvandamál, allt frá offitu til nýrna- eða hjartavandamála og einnig gegn myndun tannsteins. í tönn.

Með svo marga framleiðendur, verslanir og úrval til að velja úr, hvar ættir þú að leita að matnum sem gefur köttinum þínum það sem hann þarfnast? Hvar færðu nauðsynleg næringarefni sem finnast í líkama milljóna rándýra í kynslóðir? Er hægt að finna þessi næringarefni í kassa, dós eða poka?

Auðvitað munum við leiðbeina þér í gegnum valferlið: við munum segja þér hvað er þegar vitað um næringu katta og einnig hvað er ekki enn vitað; hvað kötturinn þinn þarfnast og hvað markaðurinn býður upp á til að mæta þínum þörfum en ekki kattarins þíns, eða hvernig á að fá köttinn þinn til að borða "rétta" matinn sem þú hefur valið svo hann þyngist ekki of mikið eða þyngist

Eru allar þessar upplýsingar mikilvægar? Auðvitað geturðu það, sérstaklega ef þú vilt að kötturinn þinn sé heilbrigður, með glansandi feld, björt augu og orku til að leika sér. Góð næring mun halda líkama kattarins þíns vel starfandi í mörg ár fram í tímann og rétt mataræði er alveg jafn mikilvægt og hver önnur viðleitni sem þú gerir til að tryggja gæludýrinu þínu langt og hamingjusamt líf.

Þægindi hafa sitt verð

Líkt og ruslakassinn og ruslið er gæludýrafóður nútímaleg viðbót við líf katta, fyrst og fremst skapað fyrir mannlega þægindi, en einnig til að mæta þörfum dýra. Menn hafa hagnast mest, en kettir hafa fengið sinn skerf líka, þar sem þeim hefur verið sleppt að leita að næstu máltíð til að njóta dekursins sem gerir þeim kleift að lifa lengra og heilbrigðara lífi.

Nokkur mistök voru gerð við þróun kattafóðurs: sum heilsufarsvandamál voru af völdum vannæringar vegna notkunar á unnum matvælum. Tvö athyglisverð dæmi um þessi vandamál eru víkkaður hjartavöðvakvilli og þvagfærasjúkdómur. Annað heilsufar, ofstarfsemi skjaldkirtils (sem birtist skyndilega hjá köttum um allan heim seint á tíunda áratugnum)

1970 og enn fjarverandi frá mörgum stöðum þar sem kettir vilja ekki borða gæludýrafóður) fær vaxandi athygli frá vísindamönnum sem hafa áhuga á kattafóðrun.

Hvað geta rannsóknir sýnt? Það kann að koma í ljós að eitthvað í fæðunni eða einhverju öðru framleiddu efni er ábyrgt fyrir aukningu sjúkdóma, eða öfugt að bætt mataræði, ásamt betri læknishjálp og öðrum þáttum, hefur valdið því að stærri hluti kattastofnsins deyr. ná háum aldri Og svo kemur í ljós að þetta er vandamál fyrir fullorðna katta.

Hvernig á að viðhalda "fullkomnu" mataræði kattarins

Ef kettir réðu gæludýrafóðuriðnaðinum myndi uppskrift þeirra að bragðgóðum og næringarríkum mat líta einhvern veginn svona út:

"Taktu skvettu úr frystinum tímanlega til að gefa honum tíma til að þiðna. Settu það í blandarann og kveiktu á. Berið fram við stofuhita á hreinum diski."

Finnst þér þær óþægilegar? Svolítið ljótt? Svo í stað þess að gefa kettinum þínum frosna mús skaltu bjóða henni þurrfóður úr hveitiglúti, möluðu hveiti, kjúklingi og maísmjöli. Eða þú getur gefið niðursoðinn mat sem inniheldur glúten, korn og kalkún.

Korninn? Korn? Vorum við ekki sammála um að kettir séu kjötætur?

Já, en ekki þarf að mæta öllum mataræðisþörfum þeirra með dýrafóður eins og þeir myndu gera ef þeir lifðu í náttúrunni. Matvælaiðnaðurinn hefur náð því nánast ómögulega: jurtaríkt fæði sem heldur kjötætum mettuðum sama hvað á gengur.

Eins og við sögðum áður er mun erfiðara að ná þessu viðkvæma jafnvægi á milli þæginda, næringar og fagurfræði (sem höfðar til smekks manna og katta) en það virðist. Að lokum má telja dýrafóður eitt af stóru undrum nútímans og hún heldur áfram að batna eftir því sem þekking eykst.

Eiga kettir að borða kúamjólk? Alls ekki, þó að þeir muni í flestum tilfellum þakka lítinn skammt, nema þeir séu með laktósaóþol. Sjá kafla 19 fyrir upplýsingar um þetta og aðrar kattagoðsagnir.

Hvernig á að mæta helstu næringarþörfum

Yfir 60 mismunandi þættir (mikið) gegna hlutverki við að viðhalda heilsu gæludýrsins þíns og þeir vinna allir að því að halda líkama gæludýrsins eins og hann ætti að virka. Hvert þessara næringarefna gegnir hlutverki og þótt sum séu mikilvægari en önnur eru þau öll nauðsynleg til að virka rétt. Í eftirfarandi köflum er fjallað um helstu næringarþarfir katta.

Prótein

Kettir hafa mikla próteinþörf: meira en tvöfalt á hvert pund líkamsmassa en hundar eða menn. Kettlingar þurfa líka meira eftir því sem þeir eldast.

Inntekið prótein gefur amínósýrur sem kötturinn breytir í þau prótein sem hann þarf til að byggja upp líkama sinn. Öll dýr eru háð þessum mikilvægu næringarefnum. Sumar amínósýrur eru tilbúnar í líkama kattarins og vitað er að þær eru ekki nauðsynlegar; önnur, sem talin eru nauðsynleg, verða að vera fengin úr fæðu. Fjölbreytni er mikilvæg þegar kemur að próteingjöfum. Sambland af kjöti, alifuglum, fiski, mjólkurvörum og öðrum uppsprettum tryggir að gæludýrið þitt fái allar nauðsynlegar amínósýrur í mataræði sínu.

Prótein er fengið úr dýra- og plantnauppsprettum. Auðvelt er að melta kjöt, alifugla, mjólk og egg, sem gerir þau að framúrskarandi próteini. Aðrir hlutar dýrsins, eins og fjaðrir, bein og goggar, eru ekki eins auðmeltir. Hveiti er einhvers staðar þar á milli.

kolvetni

Kolvetni, sem eru sykur og sterkja, eru orkugjafi, en kettir eru ekki háðir þeim til að lifa af. Af öllum innihaldsefnum í gæludýrafóðri eru kolvetni lengst frá því sem kettir myndu náttúrulega borða frá frosinni mús.

Sem betur fer þýðir þetta ekki að kettir geti ekki nýtt kolvetnin sem unnin matvæli veita. Reyndar eru þessar grænmetisafleiður mikilvægasta innihaldsefnið miðað við þyngd í iðnaðarmatvælum. Í líkama kattarins eru ensím sem geta breytt sykri og sterkju í nytsamlegar vörur.

TREFJARNAR SEM FINNAST í iðnaðarmatvælum hafa aðra virkni: að hjálpa til við að fjarlægja meltingarúrgang úr kerfinu og koma í veg fyrir hægðatregðu og þrjósku (mikil og viðvarandi hægðatregða sem stafar af þörmum). Þess vegna er þægilegt að gefa köttinum niðursoðið grasker til að hjálpa við hárið. (Í kaflanum

9 fyrir frekari upplýsingar um hárbolta. Þrjóska er algengt vandamál hjá eldri köttum; Farið verður yfir í 13. kafla.)

fitu

Við höfum hræðilegar áhyggjur af magni fitu sem við borðum, sem sérfræðingar segja að sé of mikið. En aftur á móti, kettir eru ekki eins og menn og fituþörf þeirra er mismunandi. Iðnaðar gæludýrafóður hefur hátt fituinnihald til að auka matarlyst dýrsins.

Dýrafita inniheldur nauðsynlegar fitusýrur sem kettir geta ekki fengið úr jurtaríkinu. Fita er einnig mikilvæg fyrir upptöku og blóðrás ákveðinna vítamína um allan líkamann, sem gerir matinn meira aðlaðandi fyrir bragð og lykt kattarins.

Köttur getur ekki verið heilbrigður á hundafæði og fita er aðalástæðan. Hundar búa til nauðsynlegar fitusýrur úr plöntuuppsprettum, en kettir gera það ekki. Próteininnihald í hundafóðri er líka of lágt fyrir heilsu kattarins. Flest hundafóðursmerki hafa ekki nóg taurín til að mæta þörfum katta.

Engin furða að kattafóður sé ekki góður fyrir hunda, rétt eins og hundamatur er ekki góður fyrir ketti. Hátt próteininnihald getur valdið vandamálum hjá eldri hundum með nýrnavandamál og hátt fituinnihald stuðlar að offitu og getur valdið niðurgangi.

vítamín

Vítamín falla í tvo flokka: vatnsleysanleg og fituleysanleg. Hvort tveggja er mikilvægt fyrir heilsu kattarins þíns og skortur á einum í fóðrinu getur haft alvarlegar afleiðingar. Vatnsleysanleg blanda af B-complex (níasín, pantótensýra, fólínsýra, bíótín og kólín) og C-vítamín. Kettir þurfa níasín, sem er ekki til staðar í miklu magni í dýrafóður í mataræði þeirra. . Fituleysanlegu vítamínin eru A, D, E og K. Kettir þurfa einnig mat úr dýraríkinu til að tryggja A-vítamín sitt þar sem þeir geta ekki myndað það úr karótíni. Ekki búast við því að mataræði með gulrótum gefi köttinum þínum góða sjón.

Þar sem fiturík hárboltaúrræði geta takmarkað frásog fituleysanlegra vítamína, ættir þú ekki að gefa þau reglulega án þess að hafa samráð við dýralækninn þinn. Sjá kafla 9 fyrir frekari upplýsingar um meðferð og varnir gegn hárlosi.

steinefni

Steinefni sem kettir þurfa eru kalíum, magnesíum, sink, kalsíum, járn, fosfór, natríum, klór og fleiri. Eins og vítamín eru þau lítill hluti af fæði kattarins þíns, en eru nauðsynleg fyrir góða heilsu í hæfilegu magni.

Fyrir nokkrum árum voru miklar deilur um umfram leifar í kattamat (sérstaklega magnesíum). Þessar áhyggjur reyndust ástæðulausar, en nú nota sumir kattafóðursframleiðendur þessi rök til að plata fólk til að kaupa dýrara kattamat.

Það mikilvægasta við vítamín og steinefni er að kötturinn þinn þurfi rétt magn, ekki meira. Hugmyndin um að „smá er gott, meira verður að vera betra“ er ekki skynsamlegt þegar kemur að vítamínum og nánast öllum öðrum næringarefnum. Ofskömmtun vítamína og steinefna getur verið hættuleg og þú ættir ekki að gefa gæludýrinu þínu nein fæðubótarefni án þess að hafa samráð við dýralækninn þinn. Þrátt fyrir að umfram vatnsleysanleg vítamín skilist út í þvagi geta fituleysanleg vítamín safnast fyrir og orðið eitruð.

Vatn

Heldurðu að mataræði hafi að gera með það sem kötturinn þinn borðar? Ekki gleyma því að það sem þú drekkur er jafn mikilvægt fyrir vellíðan þína. Hreint, ferskt og alltaf til staðar, vatn er nauðsynlegt fyrir nánast alla ferla í líkama kattarins, sem samanstendur af 70% vatni.

MYND 10.1 VEL FÓÐRAÐUR köttur er hamingjusamur og öruggur félagi

JAFNVEL MINNSTU FRUMUR lífvera geta ekki lifað af án vatns. Þessi vökvi flytur næringarefni og flytur úrgang. Það eru kettir sem hafa verið matarlausir vikum saman (ekki taka prófið, þú ert að stofna lífi kattarins þíns í hættu), en án vatns gerist dauðinn á nokkrum dögum.

Gakktu úr skugga um að þú hafir alltaf ferskt vatn fyrir köttinn þinn í hreinum potti. Það eru kettir sem kjósa rennandi vatn og það er fólk sem skilur venjulega eftir krana fyrir gæludýrið sitt að drekka. Sumir framleiðendur selja gæludýragosbrunnur sem hafa stöðugt vatnsflæði til að halda pirruðum köttum köldum. Ef þú finnur það ekki í gæludýrabúðinni þinni eru líklega auglýsingar í gæludýrablöðum.

hvernig á að velja mat

Framleiðendur hafa tvær leiðir til að sýna fram á gæði vöru sinna. Sú fyrsta er efnagreining á matvælum og sumir segja að mótorolía með blöndu af vítamínum og steinefnum gæti staðist það próf. Annað er vísindalegra og felst í því að fóðra kettina með vörunni. Til að standast þetta próf verða framleiðendur að tryggja að vörur þeirra viðhaldi heilbrigði kattanna sem þeir fæða.

Þegar rannsókninni fyrir þennan kafla var lokið hafði Paul verið að gera tilraunir með gæludýrafóður í nokkur ár. Hann var ánægður með að komast að því að þau eru strangari í dag og að eftirlit er víðtækara en þegar hann stundaði rannsóknir á næringarefnum fyrir katta á níunda áratugnum. Hann var sérstaklega ánægður með að vita að túrínmagn í blóði er nauðsynlegt, þar sem þessi efnisskortur var ávinningur þinnar. nám

En ef Páll væri konungur (og vinir hans og fjölskylda þurfa oft að minna hann á að svo sé ekki), myndi hann biðja um að í öllum tilvikum væri sýnt fram á að ákveðin fæða geti viðhaldið heilbrigði tveggja kynslóða katta í röð: í öðrum. Orð sem hafa fóðrað fullorðna ketti í nokkra mánuði sem síðan eignast kettlinga sem hafa alist upp á því fóðri og sýna síðan að þær kettlingar stækka eðlilega og hafa eðlileg rúmföt. Þessi sönnun gefur fullnægjandi sönnun fyrir því að engin mistök hafi verið í orðalagi.

Vandamálið er að slíkt próf myndi taka næstum tvö ár og yrði óheyrilega dýrt, jafnvel meira miðað við þann tíma sem það tekur að búa til endurskipulagningu og koma því á markað. Sem betur fer er samkeppni kattafóðursframleiðenda komin á það stig að stóru framleiðendurnir hafa ekki efni á að gera alvarleg mistök og reyna að sanna öryggi vöru sinna með prófunum sem á endanum verða það sem Paul telur tilvalið.

Þess vegna, þegar þú velur fóður fyrir köttinn þinn, mælum við með að leita að stóru vörumerkjunum sem eru þegar viðurkennd.

Þeir eru líklega þeir einu sem hafa efni á svona innri greiningu. Sumir segja að verðmætustu upplýsingarnar um matvörupoka séu símanúmer framleiðandans. Þú getur hringt í neytendalínuna og spurt hvað fyrirtækið hafi gert til að tryggja að þú getir treyst því að fóðrið uppfylli allar þarfir kattarins þíns.

Þú getur eytt klukkustundum í að rannsaka öll innihaldsefni kattamatsins. Það eru heilar bækur um efnið. Þú gætir farið á næsta bókasafn dýralæknaskólans og villst í stafla af bókum dögum saman. En þú þarft ekki að fara svo langt til að tryggja að kötturinn þinn borði vel. Fylgdu bara nokkrum einföldum leiðbeiningum:

• VELDU FÓÐUR SEM HÆFIR aldri kattarins þíns. Eldri kettir geta staðið sig vel á mat fyrir fullorðna katta, en kettlingar þurfa meiri fitu og prótein og ættu að fá kattavörur. Leitaðu að merkimiðanum sem segir "algjör og jafnvægi næring" og "fyrir öll lífsstig" (ef þú fóðrar kettling). Reyndar, nema dýralæknirinn þinn mæli með ákveðnu vörumerki, mælum við með að að minnsta kosti hluti af mataræði hvers kattar innihaldi "all phase" fóður. Þannig fær kötturinn þinn þá fjölbreytni sem hún þarf til að tryggja að hún fái öll þau næringarefni sem hún þarfnast. Ef kötturinn þinn er að þyngjast vegna mikils kaloríuinnihalds í heilfóðri,

• VELDU MATVÆLI FRÁ þekktum framleiðendum. Hefðbundin gæludýrafóðursvörumerki slógu í gegn þegar „premium" tegundirnar komu út, en þessar vörur hafa orðið miklu betri undanfarin ár og við eigum ekki í neinum vandræðum með að mæla með þeim. Hvort sem þú kaupir mat kattarins þíns í matvörubúð, gæludýrabúð eða dýralæknastofu, það er nóg ef það kemur frá traustu vörumerki.

Stór gæludýrafóðursfyrirtæki hafa fjárfest mikið í að viðhalda gæðum afurða sinna og láta þær fara í stöðugar dýraprófanir. Ekki kaupa almenn vörumerki nema þú sért viss um að framleiðandinn hafi náð sömu breytum og venjulegt vörumerki.

Kjósið fjölbreytta máltíð til að tryggja hollt mataræði. Kattanæring er alltaf skilgreind meira af því sem við vitum ekki en af því sem við vitum. Besta leiðin til að tryggja að kötturinn þinn fái öll þau næringarefni sem hún þarfnast er að gefa henni fjölbreyttan mat - kjúkling, kjöt og fisk - frá nokkrum helstu framleiðendum. Með því að breyta fóðrinu kemurðu í veg fyrir að kötturinn þinn venjist einni tegund sem getur síðan horfið af markaðnum. Nema hann sé mjög viðkvæmur fyrir breytingum á mataræði (til dæmis vill hann ekki borða, kastar upp eða er með niðurgang), gefðu honum blöndu af nokkrum vörum frá mismunandi framleiðendum.

Hvers konar matur?

Kattamatur kemur í ýmsum myndum, hver með kostum og göllum. Eftirfarandi listi lýsir þremur helstu tegundum matvæla sem þú finnur á markaðnum:

- ÞURRFÓÐUR: BETUR ÞEKKTUR sem krassandi, þessi fjölbreytni er seld í pokum eða öskjum og er ódýrari en aðrar tegundir af fóðri, auk þess sem það gefur þér fjölbreyttasta úrval valkosta til að fæða köttinn þinn. Hægt er að fylla disk af krókettum og skilja þá eftir þar án þess að spilla matnum. Þannig geturðu skilið eftir mat fyrir gæludýrið þitt þegar þú ert ekki heima. Kubburinn mun hjálpa til við að draga úr uppsöfnun tannsteins á köttinn þinn. Gallinn er sá að þeir eru almennt ekki eins vinsælir og niðursoðinn matur.

• NIÐURSOÐINN (EÐA BLAUTUR) matur: Kettir elska þessa tegund af mat en hann er dýrastur af öllu þar sem þú borgar góðan skammt af vatni. Hægt er að geyma niðursoðinn mat í langan tíma áður en hann er opnaður, en tíminn sem kötturinn þinn telur hann nógu ferskan til að borða getur verið innan við hálftími. Þú getur geymt afganga í kæli (en fjarlægðu þá svo þeir séu við stofuhita þegar þeir eru bornir fram) eða valið um minni dósir, sem eru enn dýrari. Þessi tegund af fóðri hentar mjög vel eldri ketti á batavegi og sérstaklega þeim sem eru með viðkvæmar tennur. Mælt er með því að breyta bragðtegundunum þannig að kötturinn venjist ekki einu vörumerki og bragði.

• Rak blaut: Það er nokkurs konar millivegur milli þurrmatar og niðursoðnamatar í notkun og verð, en það er almennt sagt að bregðast við smekk manna (með aðlaðandi formum og gervi litum) frekar en mannlegum smekk.

Að okkar mati er besta leiðin til að leysa mat og verð mataræði, með daglegum skömmtum af dósamat sem ætlað er að auka áhuga kattarins þíns á mat.

Hvenær ættir þú að gefa gæludýrinu þínu að borða?

Mörgum finnst gaman að setja franskar disk fyrir framan köttinn þegar hann er svangur og það er allt í lagi nema í tvisvar einstaka sinnum. Augljósasta af þessum tilfellum er að kötturinn er of þungur (sem við munum ræða síðar í þessum kafla) eða er á takmörkuðu fæði. Einnig mun þessi valkostur ekki virka ef þú ert með tvo ketti sem þurfa að borða mismunandi mat, eða ef þú ert með hund sem kann að borða kattamat.

Fyrir suma er þessi valkostur ekki mjög ánægjulegur vegna þess að þeir njóta spennunnar frá köttinum sínum þegar hann opnar matardós. Ef þú ert einn af þessu fólki geturðu fundið milliveg sem gleður alla: þú berð alltaf fram krókettur og býður einu sinni á dag.

Hundurinn þinn mun ekki líka við það sem við höfum að segja, en besta leiðin til að tryggja að matur kattarins þíns sé bara fyrir köttinn þinn er að setja skálina fyrir utan hurðina á hundinum (til dæmis í þurrkaranum). Þú getur líka fóðrað köttinn í herbergi sem hundurinn kemst ekki inn í (því það er til dæmis girðing við innganginn). Þessar aðferðir koma ekki í veg fyrir að kötturinn nái í matinn, en þær halda réttinum úr munni hundsins.

Og hvað með matinn sem dýralæknirinn ávísar?

Í sumum kringumstæðum gæti dýralæknirinn mælt með sérstöku mataræði sem aðeins þeir geta veitt. Ef kötturinn þinn á við heilsufarsvandamál að stríða sem hægt er að bæta með einhverju af þessum mataræði verður þér bent á þau. Þessar tegundir matvæla eru oft í formi franskar og eru einnig fáanlegar í dósum, sem gerir þér kleift að velja þá tegund sem þú og gæludýrið þitt kýs.

Í sumum tilfellum er tíminn sem kötturinn þarf að gefa þessu mataræði takmarkaður. Í öðrum tilvikum getur dýralæknirinn stungið upp á því að halda áfram með sérstaka meðferð til frambúðar. Allar aðstæður sem krefjast sérhæfðrar meðferðar í ákveðinn tíma krefjast þess einnig að vinna hönd í hönd með dýralækninum þínum til að meðhöndla sjúkdóma kattarins þíns á annan hátt og skilja allt sem tengist veikindum hans.

Girnilegt nammi fyrir köttinn þinn

ÞAÐ ER EKKI SLÆMT AÐ dekra við gæludýrið sitt með einhverju sérstöku af og til og það getur verið góð aðferð við þjálfun þess. En nokkur atriði sem vert er að hafa í huga:

• ALLT Í HÓFI. ÚRVALS- eða verðlaunanammi, hvort sem það er í auglýsingum eða sem sérstakt nammi af disknum þínum, er ekki góð næring fyrir gæludýrið þitt. Gakktu úr skugga um að flest matvæli séu af góðum gæðum, heill og jafnvægi.

• Forðastu suma hluti. Matur sem er sterkur eða inniheldur lauk getur pirrað meltingu kattarins og valdið niðurgangi og uppköstum. Laukur getur einnig valdið alvarlegum blóðvandamálum. Forðastu líka ryk. Ekki nota mat kattarins þíns og vertu viss um að það komi ekki fram á innihaldslistanum yfir ungbarnaþurrkur sem þú gefur af og til sem meðlæti eða til að gefa líknarketti, jafnvel þótt það verði að gera undir eftirliti kattarins. Dýralæknir, auðvitað. (Lestu merkimiðann þar sem ekki allir kompottar innihalda lauk.)

• Hugsaðu um köttinn þinn. Ef þú gefur honum smakk af réttinum þínum skaltu ekki kvarta ef hann leyfir þér ekki að borða í friði. Og ef þú vilt að ástvinur þinn léttist, þá ættir þú ekki að gefa honum sælgæti.

Menn rugla oft saman mat og ástúð og við útvíkkum þessa hugmynd til samskipta okkar við dýr. Reyndar þarf köttur ekki þessi dekurverðlaun. Í staðinn skaltu klappa honum, spila leiki og eyða tíma með honum. Þessi starfsemi er betri en of mikið nammi til lengri tíma litið.

Hvernig á að stjórna matarvandamálum

Þó að viðhalda næringargildi gæludýrsins þurfi ekki meira en að velja rétt mataræði, þegar um er að ræða of þunga eða of þunga ketti, er nauðsynlegt að fylgjast betur með aðstæðum.

Heilbrigður köttur vegur á milli 10 og 10 pund, þó að það séu minni (eins og Singaporean) og stærri (eins og ragdoll) tegundir. Yfirleitt er hægt að sjá hvort köttur er of feitur eða of grannur með því að horfa á rifbeinin: ef þau eru áberandi og áberandi er kötturinn of grannur; ef þú hefur ekki tekið eftir því þá er það of feitt. Helst ættu rifin að vera þakin fitulagi, en þú ættir að finna það auðveldlega ef þú finnur fyrir því svæði líkamans.

risa kötturinn

OFFITA ER MIKILVÆGASTA næringarvandamál katta. Of þungur köttur er viðkvæmur fyrir ýmsum skyldum sjúkdómum, þar á meðal sykursýki, sinum, liðum og liðböndum, öndunarerfiðleikum og jafnvel húðvandamálum hjá of feitum dýrum sem geta ekki séð um sig sjálf.

Þessum kettum er líka hættara við alvarlegum og næstum alltaf banvænum lifrarvandamálum: lifrarlípíð. Þessi sjúkdómur er algengari hjá of þungum köttum sem af einhverjum ástæðum hætta að borða í langan tíma. Aldrei ætti að nota föstu eða „sveltimataræði“ sem leið til að láta feitan kött léttast. Ráðfærðu þig við dýralækninn þinn um rétt magn af fóðri fyrir gæludýrið þitt og gerðu það sem þú getur til að gera köttinn þinn virkari í leik.

blekkti kötturinn

Þó að sumir kettir fari aldrei nálægt mat sem þeim líkar ekki við, þá eru aðrir mjög vandlátir hvað þeir borða. Að bjóða upp á margs konar bragðtegundir frá ýmsum vörumerkjum hjálpar þeim að borða, svo sem að hita upp mat eða gefa þeim niðursoðinn mat í stað kibble. Hins vegar skaltu hafa í huga að kötturinn þinn gæti ekki verið eins vandlátur og þú heldur. Ef þú skilur hann alltaf eftir bitann getur hann endað með því að borða nokkra bita á disknum sínum í hvert skipti sem hann heimsækir þig yfir daginn, þess vegna sérðu hann ekki borða of marga í einu.

Annar möguleiki: ef kötturinn þinn er einn af þeim sem geta farið út getur hann borðað í öðru húsi eða jafnvel í fleiri en einu. Eða kannski notar hann veiðihæfileika sína til að fá matinn sinn.

Ekki hafa áhyggjur af mistökum í mataræði kattarins þíns, svo framarlega sem dýrið léttist ekki. Afbrigði upp á hálft kíló eða jafnvel kíló er ekki marktækt. Ef hlutirnir halda áfram skaltu hafa samband við dýralækninn. Þyngdartap er eitt af fyrstu merkjunum um að eitthvað sé að köttinum þínum. (Við ræðum önnur merki um heilsufarsvandamál í kafla 11.)

Ólíkt hundum eða börnum, sem vita að þeir munu ekki svelta vegna þess að þeir vilja ekki borða, eru kettir færir um það, sama hversu erfitt það er að forðast það. Sumir kettir neita að borða fjölbreyttan mat og borða aðeins það sem þeim líkar og þekkja nú þegar. Það er mögulegt að taka áhættu með börnum eða hundum vegna þess að báðir eru miklir stjórnendur. En hjá köttum getur það verið mjög alvarlegt vandamál, sérstaklega hjá of þungum köttum.

AÐ KOMA Í VEG FYRIR að kettir borði getur leitt til alvarlegra læknisfræðilegra vandamála. Það gerist með veika köttinn sem missir matarlyst sína og þyngd, eða með köttinn sem vill ekki borða.

Við meinum áhyggjurnar af því að köttur gæti verið án þess að borða í heilan dag, sem getur verið eðlilegt (og jafnvel heilbrigt, svo framarlega sem dýrið lítur út og hegðar sér eðlilega), en köttur sem vill ekki borða og léttist. . Ekki hætta á því og ráðfærðu þig við dýralækni.

Mynd 10-2: Of þungur köttur getur fengið heilsufarsvandamál

11. kafli

Fyrirbyggjandi umönnun fyrir heilsu kattarins þíns

Í þessum kafla

- Eðlilegt og óeðlilegt hjá köttum

- HVERNIG Á AÐ VELJA og vinna með réttum dýralækni

- ÁRLEG HEIMSÓKN TIL dýralæknis til skoðunar og bólusetningar

- HVERNIG Á AÐ VIÐURKENNA heilsufarsástand

Á sviði heilsu kattarins þíns er einstaklingur sem skiptir máli í því hversu gott og heilbrigt líf dýrsins er. Viltu vita hver það er? Heldurðu að það sé dýralæknirinn? Hann er vissulega mjög mikilvægur maður. Reyndu nú að svara aftur.

Þú verður að hafa viðmiðunardýralækni, einhvern sem er upplýstur um nýjustu framfarir dýralækna, einhvern sem er óhræddur við að segja „ég veit það ekki, en ég get séð um þetta" eða sem getur vísað gæludýrinu þínu til sérfræðings. Þú þarft einhvern sem köttinum þínum líður vel með og sem þú getur spurt allra spurninga sem þér dettur í hug. En þegar þú býrð ekki hjá dýralækni þá ertu mikilvægasta manneskjan í heilsu kattarins þíns.

ÞAÐ ER ÉG SEM SÉ KÖTTINN þinn dag eftir dag, gefur honum að borða og þrífur kassann hans.

Þú veist hvar honum finnst gott að sofa og hversu oft og hversu mikið hann þrífur sig. Ég er sérfræðingur um blæbrigði raddarinnar hans, uppáhalds leikföngin hans og hvernig hann situr við vaskinn á meðan hann burstar tennurnar á morgnana.

Þú, meira en allir, ert þeir sem vita betur en allir hvort kötturinn þinn hegðar sér eðlilega. Athugunarkraftar þínir munu halda honum heilbrigðum og hugsanlega bjarga lífi hans. Þess vegna viljum við að þú bætir þessa færni.

En þetta starf felur í sér meira en bara að vera skarpur áhorfandi. Hlutverk þitt í heilsu kattarins þíns felur einnig í sér fyrirbyggjandi umönnun heima, eins og að halda tönnunum hreinum og velja réttan dýralækni. Hið síðarnefnda er mikilvægt vegna þess að þó að þú sért mikilvægasti þátturinn í heilsugæslu kattarins þíns, þá átt þú liðsfélaga: dýralækninn. Að taka réttar ákvarðanir fyrir þig og gæludýrið þitt og læra að nota þau og búnað þeirra á skilvirkan hátt, er mikilvægt fyrir velferð kattarins þíns.

Annar hluti af ábyrgð þinni gagnvart köttinum þínum er að halda honum hreinum og snyrtilegum. Þetta gengur lengra en að láta gæludýrið líta vel út, það er í raun hluti af fyrirbyggjandi umönnun. Kafli 9 veitir upplýsingar um rétt verkfæri og tækni til að halda úlpunum þínum í góðu ástandi.

Mynd 11-1: Heilbrigður og ánægður köttur er afleiðing góðrar umönnunar. Þau eru grundvöllur þess að vel sé hugsað um köttinn þinn

Hvernig á að þekkja merki um góða og slæma heilsu

ÞAR SEM EINKENNI SJÚKDÓMSINS hjá köttum eru oft mjög lúmsk, verður eigandinn að fylgjast vel með til að greina heilsufarsvandamál á frumstigi. Þetta leynilögreglustarf hefst áður en þig grunar að eitthvað sé að köttinum þínum og inniheldur nokkur grunngreiningartæki sem dýralæknir notar.

Að sjá um gæludýrið þitt ætti að vera hluti af daglegu lífi þínu. Þú ættir að bæta við ítarlegri vikuyfirliti, en það ætti alls ekki að vera flókið. Þú getur prófað það í lotu sem byrjar á að klappa og kúra og endar með uppáhaldsleik kattarins þíns (eða fleiri kúra, ef þú vilt). Þegar öllu er á botninn hvolft er hægt að gera allt sem þér líkar í reglulegri starfsemi og heilsufarsskoðun þarf að gera reglulega til að vera gagnleg.

Líkamlegi þátturinn

Til þess að viðurkenna hugsanlegt heilsufarsvandamál þarftu að geta greint hvað er eðlilegt fyrir gæludýrið þitt. Hlustaðu á eðlishvöt þína og lærðu að treysta því. Þú þekkir köttinn þinn betur en nokkur annar og veist hvenær þú átt að leita hjálpar. Stundum getur ástand kattarins þíns verið svo alvarlegt að það er enginn vafi á því að það er nauðsynlegt að fara til dýralæknis. En hjá öðrum, og jafnvel frekar hjá köttum sem eru venjulega ekki mjög virkir, eru breytingarnar svo lúmskar að hægt er að gleyma þeim. Það er mjög mikilvægt að þekkja þessi sjúkdómseinkenni og bregðast við í samræmi við það.

Til að hjálpa þér að fylgjast með öllum breytingum á gæludýrinu þínu, mælum við með að þú haldir mánaðarlega dagbók þar sem þú skráir athuganir þínar á hverju svæði sem fjallað er um í þessum hluta. Þessi dagbók ætti ekki að vera flókin: bara minnisbók til að skrifa í og það mun verða hjálp við smá vandamál með tímanum. Ef þú finnur að athugasemdir þínar sýna það sem við lýsum hér sem óeðlilegt, vinsamlegast hafðu samband við dýralækninn þinn. Sumt af því sem þarf alltaf að hafa í huga eru eftirfarandi:

- ALMENNT ÚTLIT: ÁÐUR en þú byrjar að skoða líkama kattarins þíns skaltu taka skref til baka og skoða hann í nokkrar mínútur. Athugaðu líkamsstöðu þeirra, virkni, göngulag og almennt útlit til að ganga úr skugga um að þau gefi þér til kynna góða heilsu. Frávik: Sjáanlegir blettir á húð, rýr eða grár feld, áberandi rifbein, hæg viðbrögð, augljós haltur eða greinilega ótengd göngulag geta falið í sér, en takmarkast ekki við.

- ÞYNGD: ÞAÐ ERFIÐASTA við að vigta kött er að þú þarft að vigta þig, en þú verður að gera það.

Stígðu á vigtina með köttinum, skráðu þyngdina og stígðu svo aftur á vigtina einn. Skildu þyngd þína af þyngdinni eftir hjá köttinum og þú munt hafa þyngd gæludýrsins þíns. Venjulegur köttur vegur á bilinu 4 til 5 kg en sviðið er nokkuð breitt eftir kyni og kyni. Stór Maine Coon köttur getur vegið meira en 5,5 kg.

Kötturinn þinn er eðlilegur fyrir líkamsgerð hennar ef þú finnur fyrir þægilegu fitulagi á hliðum hennar, en þú finnur fyrir rifbeinunum ef þau þrýsta aðeins. (Sjá kafla 10 fyrir frekari upplýsingar um þyngd.) Þegar þú ákveður kjörþyngd kattarins þíns er munur upp á eitt eða tvö pund á nokkrum mánuðum eðlilegur. Skyndilegar þyngdarbreytingar í magni meira en eitt pund eru áhyggjuefni. Óeðlilegt: Að þyngjast eða missa meira en eitt pund, eða of mikla (eða of litla) fitu í heildina, jafnvel þótt þyngdin haldist stöðug; bólga í kviðarholi

• Nef: rakt og hreint. Óeðlilegt: Þurrt, sprungið, hreisturótt eða pirraður; nefrennsli eða blóð.

• Auga: Létt, rakt og hálfgagnsært, með miðju á augnlokum og með sjáöldur af sömu stærð. Augnhvítan ætti að vera hvít og aðeins nokkrar æðar ættu að vera sýnilegar. Sjáöldin ættu að dragast saman þegar hvert auga er lýst fyrir sig (þetta má sjá með vasaljósi) og víkka út þegar kötturinn er spenntur eða kvíðinn, þegar augun eru lokuð eða þegar ljósið er slökkt. Óeðlilegt: Sljó eða niðursokkin augu sem virðast þurr eða hafa mikla útferð. Annað eða bæði augun eru ekki í miðju eða sjáöldur eru misjafnar að stærð.

Gulur, brúnn eða rauður blær á hvítu augnanna. Nemendur sem bregðast ekki við eða bregðast misjafnlega við breytingum á ljósstyrk.

• EYRU: HÚÐIN VERÐUR að vera hrein, þurr, slétt og óskemmd. Heyrnargangurinn verður að vera hreinn og laus við aðskotalykt. Óeðlilegt: Bólga, sár eða hrúður, eða hvers kyns brunaeinkenni. Raki, útferð, sterk lykt eða skorpumyndun í eyrnagöngum. Sársauki við snertingu eða óvenjuleg leið til að staðsetja höfuð eða eyru.

• MUNNUR: TENNUR OG vígtennur kattarins þíns ættu að vera hreinar og hvítar og tannholdið ætti að vera jafn bleikt. Ýttu á gúmmíið með fingri og fjarlægðu það. Þú ættir að sjá hvítan punkt þar sem þú ýtir á, sem ætti að fara aftur í upprunalega bleika litinn á einni eða tveimur sekúndum. Þessi æfing er notuð til að athuga áfyllingartíma háræða, sem aftur gerir þér kleift að meta hversu vel hjarta þitt og blóðrásarkerfi virka. Óeðlilegt: Lausar eða vantar tennur, tannstein eða uppsöfnun guls efnis við tannbotninn, rautt eða bláleitt tannhold, mislitað, bólgið eða pirrað tannhold og hopandi tannhold. Bólgin tunga, kekkir í munni, krabbameinssár og sýnilegir hálskirtlar í hálsi.

• ÖNDUN: ÞÚ MUNT KOMAST að því að öndun gæludýrsins þíns er ekki auðveld og brjóstkassinn hreyfist frjálslega við inn- og útöndun. Mest af öndunarátakinu verður að vera í gegnum brjóstveggi. Kviðurinn (eða maginn) ætti ekki að hreyfast of mikið. Óeðlilegt - Sérhver hávaði sem heyrist þegar kötturinn andar, eins og hvæsandi og smellur, getur bent til vandamála, sérstaklega ef þú hefur ekki tekið eftir þessum hávaða áður. Erfið, hröð eða öndun í munni sem tengist kviðnum. Klumpar eða massar í brjósti eða hálsi geta einnig bent til vandamála.

• KVIÐ: SETTU HENDURNAR rétt fyrir aftan rifbeinin og þrýstu varlega á kviðinn. Ef kötturinn er nýbúinn að borða gætir þú fundið fyrir erfiðara svæði vinstra megin, rétt fyrir neðan rifbeinin. Það fer upp að afturfótum og nær yfir allt kviðsvæðið. Þú munt ekki finna fyrir kekki eða bólgu og kötturinn þinn ætti að sýna engin merki um óþægindi meðan á prófinu stendur. Sumar kviðarbólur eru eðlilegar, sem bendir til þess að innri líffæri séu til staðar (eins og nýru). Það er mikilvægt að framkvæma þessar prófanir reglulega, því þannig lærir þú að þekkja hvað er eðlilegt í þessu holi og hvað ekki. Óeðlilegt: Allir hnúðar, högg eða massi sem þú hefur kannski ekki tekið eftir áður, en hann er til staðar og hann er til staðar. Þegar kötturinn stynur eða andar eftir lofti meðan hann snertir hann. Harður, þéttur eða bólginn kviður.

• VÖKVAMAGN – TIL AÐ tryggja að kötturinn þinn sé vel vökvaður ættir þú að draga húðina rétt fyrir aftan herðablöðin eins og tjald og sleppa henni. Þú verður strax að fara aftur í upphafsstöðu þína. Annað einkenni ófullnægjandi vökva er að tannholdið rétt fyrir ofan tennurnar finnst rakt. Óeðlilegt: Það tekur húðina tíma að ná sér í stöðu sína eða viðhalda fellingunni sem hún myndaði þegar hún var dregin. Tannholdið er þurrt, augun eru „sokkin".

Mikilvægar aðgerðir

Þrátt fyrir að prófið sem við höfum lýst er nauðsynlegt til að ákvarða hvað er eðlilegt hjá köttum til að bera kennsl á heilsufarsvandamál í tíma, þá eru þrjú önnur greiningarpróf sem ekki ætti að vanta í verkefni þitt við að sjá um heilsu kattarins þíns: líkamshiti, hjarta., taktur og öndunartíðni. Þessar upplýsingar munu vera gagnlegar ef þú þarft að hringja í dýralækninn: þær munu hjálpa þér að ákvarða hvort þú ættir að fara með gæludýrið þitt á heilsugæslustöðina og hverju þú átt von á þar.

Rétti tíminn til að byrja að læra hvernig á að mæla þessi lífsmörk er ekki þegar þú ert þegar með veikan kött, heldur áður en hann er heilbrigður. Æfðu þig heima, í öllum kringumstæðum þar sem þú og gæludýrið þitt eru afslappaðir. Ef þú átt í vandræðum með að gera þetta skaltu biðja dýralækninn þinn að sýna þér næst þegar þú kemur með gæludýrið þitt í hefðbundið eftirlit.

Hvernig lífsmörk eru skráð:

• HITASTIG: HÆGT ER að fá sérstakan hitamæli fyrir gæludýr, en einnig er hægt að nota kvikasilfurs- eða stafrænan hitamæli sem hægt er að fá í lyfjabúð.

Ef þú notar persónulegan hitamæli, vertu viss um að merkja hann svo enginn noti hann óvart. Sama hversu hreint þú hefur það, þú vilt ekki setja eitthvað í munninn sem var í endaþarmsopi gæludýrsins þíns.

SMYRÐU HITAMÆLIRINN með jarðolíuhlaupi eða vatnsmiðuðu smurefni. Stingdu hitamælinum hægt og rólega um 3-5 cm inn í endaþarminn á gæludýrinu þínu. Ef tækið flæðir ekki auðveldlega eða tjakkurinn mótmælir skaltu hætta.

HALTU HITAMÆLINUM Á sínum stað í tvær mínútur og skráðu síðan hitastigið.

Fyrir venjulegan kött ætti það að vera á milli 100 og 100°F (svolítið hærra á heitum dögum er eðlilegt) og hitamælirinn ætti að vera næstum hreinn þegar þú dregur hann út. Ef hitastigið er undir 100°F (38°C) eða yfir 104°F (39,9°C), eða ef þú tekur eftir slími, blóði, einkennum um niðurgang eða tjörukenndum hægðum skaltu hringja í dýralækninn þinn.

• HJARTSLÁTTUR: FINNDU fyrir hjartslætti kattarins með því að setja aðra höndina á vinstri mjöðm fyrir aftan vinstri framlappann. Teldu slögin á 15 sekúndum og margfaldaðu með fjórum til að fá slög á mínútu. Venjulegur köttur ætti að hafa á milli 140 og 220 slög á mínútu og afslappaður köttur ætti að vera í neðri hluta þess bils. Ef takturinn er hraðari, hægari eða óreglulegur skaltu hringja í dýralækninn þinn.

- ÖNDUNARTÍÐNI: STATTU aftur og horfðu á köttinn þinn slaka á og anda á lappirnar. Taktu eftir því hvernig brjóstveggir og kviður hreyfast. Teldu hreyfingarnar á 60 sekúndum og fáðu andardráttinn á mínútu. Fyrir venjulegan kött ætti talan að vera á milli 15 og 25. Afslappaður köttur mun hafa tölu í neðri enda þessa bils. Ekki mæla öndunarhraða þegar kötturinn er ofhitaður, spenntur eða andkast. Hringdu í dýralækni ef öndunartíðni er hraðari en venjulega.

Það getur verið auðveldara að taka hitastigið og hjartsláttinn ef einhver hjálpar þér að halda köttinum rólegum, sérstaklega ef þú ert nýnemi.

Ef þú tekur þig á því að taka lífsmörk skaltu skrá þau með viðeigandi dagsetningu. Berðu framtíðarmælingar saman við þær sem þú hefur skráð. Hringdu í dýralækninn þinn ef þú tekur eftir skyndilegum breytingum eða áberandi hægfara breytingum.

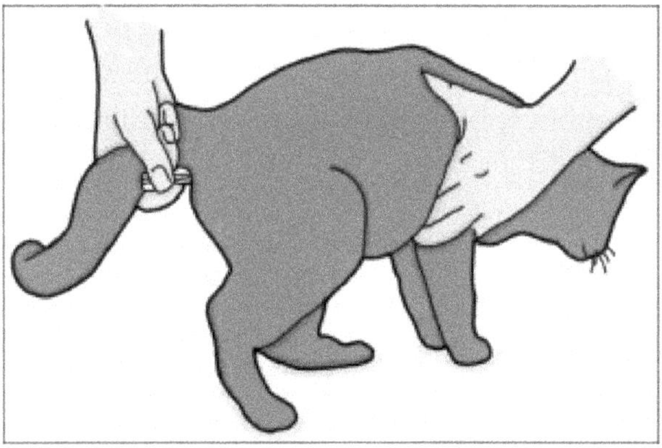

MYND 11-2: ÆFÐU ÞIG á hita þegar kötturinn þinn er heilbrigður svo þú getir tekið hann þegar hann er veikur

tilfinningaþátturinn

Þú hugsar ekki aðeins um líkama kattarins þíns heldur einnig persónuleika hans. Hegðunarbreytingar sem eigendur taka eftir eru oft staðfestar með blóð- og þvagprufum. Á þessu sviði er jafnvel eðlishvöt þín áreiðanlegri en þú heldur. Reyndu alltaf að fylgjast með lúmskum breytingum á hegðun gæludýrsins þíns, sérstaklega á eftirfarandi sviðum:

- BREYTINGAR Á MATARVENJUM, sérstaklega lystarleysi: Það er mikilvægt að vita hversu mikið kötturinn þinn borðar og gera breytingar. Ef þú ferð í meira en einn dag án þess að borða, ættir þú að hafa áhyggjur. Í húsi með nokkra ketti sem borða kibble á þeim tíma sem þú vilt, verður erfitt fyrir þig að átta þig á því hversu mikið hver og einn borðar. Gakktu úr skugga um að hver köttur eyði smá tíma fyrir framan skálina sína á hverjum degi og ef þú gefur honum niðursoðinn skammta einu sinni á dag skaltu gefa honum fóðrun fyrir sig. Mundu samt að ef kötturinn þinn er frjáls til að ganga um getur matarlystin orðið fyrir áhrifum af veiðiævintýrum hennar og örlæti nágranna sinna.

- BREYTINGAR Á NOTKUN ruslkassa: Oft er hegðunarvandamál í raun afleiðing heilsufarsvandamála og forðrun eða misnotkun á ruslakössum er eitt af klassísku dæmunum. Köttur sem hefur ekki enn verið greindur með sjúkdóm eins og sykursýki eða UTI getur vikið frá venjulegu mynstri sínu við notkun ruslakassa. Og hann gerir það ekki vegna þess að hann er slæmur, heldur vegna þess að hann er veikur!

• BREYTINGAR Á DRYKKJUVENJUM: Kettir drekka meira í hlýrri veðri, en jafnvel með það í huga ættir þú að vera meðvitaður um allar breytingar á venjum kattarins þíns: of mikið eða of lítið vatn.

• SNYRTIBREYTINGAR: Ef feld kattarins þíns lítur ósnortinn út er líklegt að dýrið hafi vandamál, sérstaklega ef það var áhyggjufullur köttur. Snyrting er mikilvæg kattarútína; Ef köttur sér ekki um þá er það ekki gott.

• BREYTINGAR Á RÖDD: Lærðu hvað er eðlilegt fyrir köttinn þinn, hversu oft hann mjáar og hvernig hann hljómar þegar hann mjáar. Ef kötturinn þinn er háværari en venjulega, mjög hljóðlátur eða gefur frá sér önnur hljóð, þá er eitthvað að.

FREKARI UPPLÝSINGAR um næringu er að finna í kafla 10. Í 15. kafla kynnum við nokkrar ábendingar um hvernig á að fá köttinn þinn aftur til að nota kassann sinn. Farið er ítarlega yfir snyrtingu í kafla 9. Hvenær þarf að fara til dýralæknis strax? Þú getur fundið það í neyðartöflu þessa kafla.

Hvernig á að velja dýralækni

Til að eiga heilbrigt gæludýr þarftu aðstoð dýralæknis. Og þó að sumir telji að dýralæknar séu meira og minna skiptanlegir, þeir séu aðeins mismunandi eftir því hvar þeir æfa og í verði, þá teljum við að þú ættir að reyna að velja þann rétta svo þú meiðir ekki gæludýrið þitt.

Þú ættir að þróa samband við dýralækninn þinn með tímanum svo að þeir geti tekið sjúkrasögu og kynnst þér og gæludýrinu þínu. Miðstöðvar sem taka þátt í fleiri en einum dýralækni eru mjög góðar þar sem tveir, þrír eða fjórir leita að orsökum veikinda kattarins þíns þegar greiningin er óljós. Jafnvel á einni af þessum heilsugæslustöðvum er mælt með því að gæludýrið þitt sé alltaf í heimsókn hjá sama dýralækni svo að það sé vel þekkt.

Ein stærsta breytingin í dýralækningum á síðasta áratug er sú að margir dýralækna sem störfuðu á stofu hans eru ekki lengur einir. Það eru sýndarupplýsingar og stuðningsnet sem þú getur gerst áskrifandi að ef þú vilt skoða erfið mál. Paul er einn af stofnendum upplýsinganets dýralækna og hefur lagt hart að sér til að tryggja að þessi þjónusta veiti dýralækninum alla þá hjálp sem hann þarf til að veita köttnum þínum nýjustu umönnun.

Dýralæknirinn þinn ætti að vera tæknilega hæfur, uppfærður um nýjustu meðferðirnar og tilbúinn að leita frekari upplýsinga um gæludýrið þitt eða vinna með sérfræðingi. Það ætti að vera einhver til að útskýra hvað er að gerast með gæludýrið þitt og svara spurningum þínum svo þú hafir tækifæri til að taka ábyrgar ákvarðanir um gæludýrið þitt. Umfram allt ættir þú að treysta dýralækninum þínum. Eftir allt saman, það er ómögulegt að vita hvað gerist á skrifstofu ef þú skilur gæludýr þitt eftir.

Áður en þú sest að hjá dýralækni skaltu spyrja vini þína, samstarfsmenn og nágranna um meðmæli frá þeim sem þeir þekkja. Þeir geta sagt að fagfólk er áreiðanlegt, samúðarfullt og vinnusamt. Þessir dýralæknar fá alltaf tilvísanir frá þakklátum viðskiptavinum.

Það eru aðrir þættir sem geta hjálpað þér að þrengja listann þinn yfir möguleika:

• ER DÝRALÆKNASTOFAN eða sjúkrahúsið á hentugum stað fyrir þig og hefur það þægilegan opnunartíma? Ef þú vinnur 9 til

5 mun heilsugæslustöð með svipaðan tíma ekki gera þér eða gæludýrinu þínu gott. Margar miðstöðvar loka seint að minnsta kosti einn dag í viku eða eru opnar að hluta á laugardögum eða eru tilbúnar að þjóna eftir vinnutíma ef þú skipuleggur það.

• RÁÐFÆRIR DÝRALÆKNIRINN þinn mál hans við samstarfsmenn félagasamtaka eða sérfræðinga frá sömu heilsugæslustöð eða er hann skráður hjá dýralæknaþjónustu á netinu? Að geta rætt erfið mál við samstarfsmenn er merki um að dýralækninum sé annt um gæludýrið þitt. Netþjónusta þjónar sama tilgangi og býður einnig upp á viðbótarþjálfun og tímaritsgreinar.

• Er bráðaþjónusta ef þörf krefur? Þó að dýralæknastofur séu tilbúnar fyrir hvers kyns stórslys, þekkja þær ekki gæludýrið þitt. Ef dýralæknirinn þinn býður ekki upp á sólarhringsþjónustu, hvers vegna ekki að finna einhvern sem gerir það?

• ÁTTU GÓÐ SAMSKIPTI við þennan mann? Finnst þér gaman að spyrja spurninga? Geturðu talað um verð án vandræða? Í stuttu máli eru lykilatriðin til að vita hvort ákveðinn dýralæknir sé sá rétti óáþreifanleg. Ef þér líður ekki vel með dýralækninum viltu líklega ekki hafa mikið með hann að gera og samskiptaleysi mun að lokum hafa áhrif á gæludýrið þitt.

• MUN KÖTTURINN ÞINN líða vel? Þú þarft dýralæknisstofu sem starfar á skilvirkan hátt svo kötturinn þinn þurfi ekki að eyða miklum tíma í herbergi fullt af hundum. Þú gætir líka frekar valið heilsugæslustöð fyrir kött sem þú getur fundið. Það er ekkert athugavert við að fara með köttinn þinn á miðstöð sem hefur hunda og önnur dýr, en það er gott að vita hvað þú getur valið.

Hlutverk dýralæknis í heilbrigðisþjónustu

Fyrirbyggjandi umönnun hefur ávinning fyrir þig, köttinn þinn og sparnaðinn þinn, svo vertu viss um að nýta þér allar þær ráðstafanir sem í boði eru í dag, byrja með alhliða árlegri skoðun, fylgt eftir með bólusetningum, tannlækningum og meindýraeyðingu.

Ófrjósemisaðgerðir og geldingar eru einnig meðal mikilvægustu fyrirbyggjandi aðgerðanna. Sjá kafla 16 fyrir upplýsingar um þessar venjubundnar skurðaðgerðir.

Ársprófið, eitthvað ekki svo venjubundið

Grundvöllur heilsugæslu kattarins þíns er árlegt dýralæknisskoðun. Í þessari mikilvægu heimsókn mun læknirinn skoða köttinn þinn hægt og vandlega frá eyrnaoddum hans til halaodda, leita að óeðlilegum hætti og nota það sem hann sér til að klára sjúkrasögu gæludýrsins þíns og bera saman við fyrri athuganir. . Liðið þitt kann að hafa þegar skráð lífsmörk, en nú mun læknirinn hlusta á hjarta- og öndunarhljóð kattarins þíns og finna þau til að ganga úr skugga um að innri líffæri séu eðlileg og engir hnúðar eða bólga.

Augu, eyru, eyru, nef og munnur verða einnig skoðuð náið og dýralæknirinn gæti spurt þig um venjur kattarins þíns.

Undirbúðu þig fyrir árlega dýralæknisheimsókn með því að fara yfir athuganir þínar á köttinum þínum. Skrifaðu niður allar efasemdir sem þú hefur svo þú gleymir ekki að spyrja þær á fundinum.

bóluefni

Bóluefni eiga skilið mikla virðingu fyrir árangur þeirra við að draga úr tíðni smitsjúkdóma hjá köttum. Röð kettlingabólusetninga fylgt eftir með árlegum skammti fyrir fullorðna ketti er enn ein besta leiðin til að tryggja að kötturinn þinn lifi heilbrigt lífi, þó að þessar fyrirbyggjandi aðgerðir séu í stöðugri þróun.

Athugið að þörfin fyrir árlega örvun utan kettlingaseríunnar og fyrsta árskammtinn er hugmynd sem hefur verið endurmetin fyrir flest bóluefni sem gefin eru í dag. Rétt áætlun fyrir hvert bóluefni er enn óþekkt, en það eru nokkur, eins og hundaæði, sem eru stjórnað af lögum. Ef þú hefur áhuga á að læra meira um kosti og galla bólusetningar og hversu oft þú ættir að fá örvunarsprautur, láttu dýralækninn vita að þú viljir tala við þig. Ráðleggingar um mörg bóluefni munu líklega breytast á næstu árum.

Bóluefni felast í því að dæla litlu magni af veiru eða örveru sem veldur sjúkdómi inn í líkama kattarins þannig að ónæmiskerfið framleiðir mótefni til að berjast gegn honum. Ef gæludýrið þitt kemst síðar í snertingu við vírusinn getur kerfið greint það og verið tilbúið til að bregðast við.

Mörg bóluefni innihalda veiruna sem þegar hefur verið óvirkjuð, það er drepin fyrir inndælingu, og önnur innihalda hana veikta, það er breytt þannig að hún framkalli ekki einkenni sjúkdómsins. Þó að hver þessara flokka virki svolítið öðruvísi í líkamanum, þá er niðurstaðan fræðilega sú sama: ónæmiskerfi sem er undirbúið til að berjast gegn raunverulegum smitefnum ætti að vera það (og við segjum "fræðilega" vegna þess að ekkert bóluefni er öruggt). 100% áhrifarík).

Hafnar þú hugmyndinni um bóluefni vegna þess að þau eru ekki 100% áreiðanleg og áhrifarík? Við trúum því ekki að þetta muni gagnast köttinum þínum. Stundum mun kötturinn fá ofnæmisviðbrögð við bóluefni og það er venjulega fljótt viðurkennt og dýralæknirinn getur meðhöndlað það. Þar sem þessi sjaldgæfi fylgikvilli hefur ekki alvarlegar afleiðingar skaltu halda köttinum heima í nokkrar klukkustundir eftir bólusetningu. Ef þú hefur einhverjar spurningar eða áhyggjur, hringdu eða farðu með köttinn til dýralæknisins.

Önnur áhyggjur af bólusetningum: kettir þróa með sér illkynja æxli á þeim stað sem tilteknar sprautur fara fram (venjulega á milli herðablaðanna). Tíðni þessa fylgikvilla er lág (um það bil 1 af hverjum 10.000 bólusettum köttum) og er talið að það tengist hundaæði og hvítblæðisbóluefni (FLV). Til að vernda köttinn þinn skaltu lesa kaflann „Áhættuþáttur" fyrr í þessum kafla.

Þegar kemur að bólusetningum, mundu eftir eftirfarandi:

- Ekki fela þig á bak við hættuna á krabbameini eða ofnæmisviðbrögðum ef þú bólusetur ekki köttinn þinn. Miklu líklegra er að þú fáir einhvern af þeim sjúkdómum sem bólusetning gæti bjargað þér frá en að æxli deyja með fyrirbyggjandi inndælingu.

- GÆTIÐ SÉRSTAKLEGA að kettlingum sem eru mjög viðkvæmir. Ekki einu sinni hugsa um að missa af fyrstu myndaseríu þinni eða fyrstu árlegu hvatningu þinni.

verndarstuðull

Það eru til mörg bóluefni til að vernda köttinn þinn gegn sjúkdómum og þú ættir að ráðfæra þig við dýralækninn þinn um hvaða bóluefni henta og með hvaða millibili þau ættu að gefa (sjá kaflann „Áhættuþáttur“ hér að neðan til að fá frekari upplýsingar til að skýra allar spurningar um bólusetningar). Hér eru nokkrar upplýsingar um bóluefnin sem eru í boði fyrir köttinn þinn:

- ÞAÐ ER TIL SAMSETT bóluefni sem dýralæknar vita sem þrígilt kattabóluefni sem verndar ketti fyrir þremur sjúkdómum: kattarhvítfæð, nefslímubólga í katta og kattarbólga. Þetta bóluefni getur verndað gegn öðrum sjúkdómi sem kallast kattaklamydía. Hafðu samband við dýralækninn þinn.

- BÓLUSETNING GEGN HUNDAÆÐI er víða skylda, en hún ætti að vera hluti af umönnunarpakka kattarins þíns vegna eigin velferðar og kattarins þíns, jafnvel þótt það sé ekki lögbundið. (Sjá „Deadly Wrath“ hliðarstikuna í þessum kafla.)

• EKKI ÆTTI AÐ GEFA bóluefni gegn hvítblæðisveiru (FEV) áður en FEV prófið er neikvætt. Sérfræðingar eru ekki sammála um hvort ráðlegt sé að nota þetta bóluefni fyrir ketti sem fara aldrei út. Ákvörðunin er þín, en ráðfærðu þig fyrst við dýralækninn þinn. Fyrir ketti sem eru líklegir til að komast í snertingu við aðra ketti býður þetta bóluefni vörn gegn banvænum og smitandi sjúkdómi.

• NÝJASTA VIÐBÓTIN VIÐ fyrirbyggjandi bólusetningarpakkann er Feline Infectious Peritonitis, eða FIP. Ef þú ert með marga ketti á heimili þínu er hættan á FIP mikil, en dýrin eru almennt ekki talin í hættu. Það hafa verið miklar deilur um þetta bóluefni undanfarin ár. Almennt séð ráðleggja Paul og traustir samstarfsmenn hans (sem hann leitar til þegar hann þarf annað eða þriðja álit) gegn notkun þess. Athugaðu hjá dýralækninum ef gæludýrið þitt þarfnast þess.

SJÁ KAFLA 12 FYRIR upplýsingar um algenga kattasjúkdóma, svo sem FIP og VLF.

Áhættuþátturinn

Undanfarin ár hafa kattaelskendur heyrt hræðilegar fréttir af banvænu krabbameini af völdum eitthvað sem ætlað er að bjarga lífi katta sinna: venjubundin bólusetningar. Því miður er þessi sjúkdómur, kallaður sarkmein eftir bólusetningu eða bólusetningartengd sarkmein, meira en bara orðrómur og hefur drepið hundruð katta. Enn sem komið er virðist vandamálið ekki tengjast bóluefnum til að vernda efri öndunarvegi (FVRCP). Vísindamenn telja að þessi æxli séu mjög sjaldgæf hjá köttum sem hafa verið bólusettir gegn kattahvítblæði eða hundaæði. Rannsóknir og deilur halda áfram, svo hafðu samband við dýralækninn þinn til að fá nýjustu upplýsingar og ráð.

Enginn veit nákvæmlega hvers vegna þetta vandamál kemur upp og áhættan er mjög lítil miðað við hættuna á að bólusetja ekki köttinn þinn (sem stofnar ekki aðeins heilsu kattarins þíns í hættu, heldur líka þinni, til dæmis ef um reiði er að ræða). Til að vernda köttinn þinn skaltu fylgja þessum ráðum:

• SPYRÐU DÝRALÆKNINN þinn í árlegri skoðun gæludýrsins hvaða bólusetningar eru bráðnauðsynlegar. Vegna mikils fjölda katta sem eru sýktir af hundaæði eru staðir þar sem bólusetningar dýra er skylt samkvæmt lögum. En kötturinn þinn þarf ekki að vera bólusettur gegn kattahvítblæði ef hann býr heima og hefur engin samskipti við aðra ketti.

• SPYRÐU DÝRALÆKNINN þinn um stungustaðinn. Nýjustu ráðleggingarnar benda til þess að hverri tegund bóluefnis sé úthlutað ákveðnum stað til að staðfesta hver er að valda ákveðnu vandamáli og bjóða þannig upp á fleiri meðferðarmöguleika ef kötturinn þjáist af einhverjum sjúkdómi. Dýralæknirinn mun skrá í sjúkraskrá gæludýrsins hvar hver inndæling var gefin og upplýsingar um bóluefnið (þar á meðal heiti framleiðslurannsóknarstofu og raðnúmer).

• FYLGSTU MEÐ STUNGUSTÖÐUM fyrir kekkjum. Það er eðlilegt að kekki myndist eftir heilablóðfall en hann ætti að hverfa. Hringdu í dýralækninn ef það vex eða dvelur lengur en í þrjár vikur.

MIKILVÆGAST ER AÐ MUNA að hættan á að bólusetja ekki köttinn þinn er miklu meiri en áhættan á að fá bóluefnið.

Rannsóknir á þessu efni munu flýta fyrir þróun bóluefna til að koma í veg fyrir þróun tengdra sarkmeina. Fyrsta kynslóð bóluefna með „lægri hvarfgirni“ er þegar komin á markað, en það er of snemmt að segja til um hvort þau muni framleiða færri sarkmein. Dýralæknirinn þinn getur vissulega veitt þér uppfærðar upplýsingar um þessa mikilvægu fyrirbyggjandi heilsufarsráðstöfun.

Tannlæknaþjónusta

Umhyggja fyrir tönnum og tannholdi er eitt af því sem þú og dýralæknirinn þarftu til að vinna sem teymi. Tannhreinsun dýralækna er mikilvægur þáttur í forvarnarlækningum og umönnun milli dýralæknisheimsókna er í höndum kattaeiganda.

Myndun og uppsöfnun veggskjölds á tönnum veldur því að tannholdið hopar og ræturnar verða afhjúpaðar, þannig að þær geta verið uppspretta bakteríusýkingar. Ef þær eru ómeðhöndlaðar geta þessar sýkingar leitt til tannmissis, erfiðs áts og skert ónæmiskerfi katta og innri líffæri, sem leiðir til ótímabærrar öldrunar og sjúkdóma. Rotnuð tennur og tannhold valda einnig slæmum andardrætti.

Sumir snyrtimenn og kattaeigendur fjarlægja veggskjöld af tönnum, en þessi aðferð ræðst ekki á rótarvandann, svo regluleg þrif undir svæfingu af dýralækninum þínum er nauðsynleg til að tryggja góða tannheilsu. Í hléi á milli tveggja hreinsana dregur hreinlæti með barnabursta og sérstöku mauki fyrir gæludýr úr myndun veggskjölds og lengir tímann fram að næstu faglegu hreinsun. Það er ekki alltaf auðvelt að bursta tennur kattarins þíns, en ef þú leyfir þér það geturðu skipt sköpum í munnheilsu hennar.

Lykillinn að því að venja gæludýr við að bursta tennur er að taka eitt skref í einu, vera þolinmóður og elskandi. Eins og að klippa neglur eða aðrar aðgerðir sem kötturinn þinn líkar ekki við, geturðu gert burstun hluti af kúr-og-leikjalotu.

Góð tannheilsa er sérstaklega mikilvæg þegar hugsað er um eldri ketti. Sjá kafla 13 fyrir frekari upplýsingar.

eftirlit með sníkjudýrum

Kettir geta fengið alls kyns sníkjudýr, bæði innvortis (orma) og ytra (flóa og eyrnamaura). Dýralæknirinn þinn gæti beðið þig um að koma með ferskt hægðasýni til að athuga hvort kötturinn þinn sé með orma og ávísa ormalyfjum ef þörf krefur.

SNÍKJUDÝR ÞEKKTIR SEM hjartaormar höfðu áður aðeins áhyggjur af hundaeigendum, en nú eru til lyf sem koma í veg fyrir þá hjá köttum líka. Góðu fréttirnar eru þær að það er til áhrifaríkt lyf sem er gefið í hverjum mánuði sem kemur í veg fyrir að það lifi í líkama kattarins.

Þarf kötturinn þinn þessi lyf til að koma í veg fyrir? Spyrðu dýralækninn þinn. Ekki láta hugfallast ef þú virðist vera óákveðinn. Svarið er ekki ljóst fyrir flesta, þar sem prófanir á þessum sjúkdómi hjá köttum hafa aðeins verið gerðar nýlega og ekki er enn vitað hvort niðurstöðurnar séu áreiðanlegar. Þannig að við vitum ekki hversu algengt vandamálið er á flestum svæðum.

Engum finnst gaman að gefa lyf að óþörfu. En í þessu tilviki getur verðið á því að stjórna þeim ekki verið mjög hátt. Þó sjúkdómurinn sé sjaldgæfur hjá köttum er ekki auðvelt að meðhöndla hann. Reyndar, í flestum tilfellum þar sem nærvera sníkjudýrsins er greint, velja dýralæknar yfirleitt að hætta við sjúkdóminn vegna mikillar áhættu sem fylgir meðferð.

Á SVÆÐUM ÞAR SEM ÞESSI sjúkdómur er mjög algengur hjá hundum og kemur fram hjá köttum, telur Paul (sem er dýralæknir sem er löggiltur dýralæknir) að þú ættir að gefa gæludýrinu þínu mánaðarlega fyrirbyggjandi lyf. Það er öruggt og áhrifaríkt. Á svæðum þar sem sjúkdómurinn hefur ekki almennt áhrif á hunda og finnst ekki í köttum, gefur Paul engar ráðleggingar. Kötturinn þinn, PC, tekur ekki þetta lyf vegna þess að sjúkdómurinn er mjög sjaldgæfur á svæðinu þar sem þú býrð. Ef þeir gerðu það á stað þar sem hann var, myndi hann gefa honum það.

EKKI HAFA ÁHYGGJUR af því að ormahreinsa gæludýrið þitt með lyfjum sem eru seld í dýrabúðum í þessum tilgangi. Þeir mega ekki stjórna tegund orma sem kötturinn þinn hefur. Það er betra fyrir dýralækninn að gera nákvæma greiningu og móta sérstaka meðferð en að gangast undir lækningu sem læknar þá ekki.

Sníkjudýrið sem truflar fólk mest er flóið. Sjá kafla 9 fyrir ráð til að berjast gegn þessum þrjóska skaðvalda.

12. kafli

Heilsuvandamál hjá köttum

Í þessum kafla

- Hvernig á að vinna með dýralækninum

- HVERNIG Á AÐ SKILJA greininguna

- MEÐFERÐ VIÐ SJÚKDÓMNUM

- FARÐU TIL SÉRFRÆÐINGA

- GJÖF PILLA OG LYFJA

KETTIR GETA, OG MARGIR gera, lifað löngu og heilbrigðu lífi þegar þeir njóta góðs af fyrirbyggjandi umönnun og eru verndaðir fyrir slysum og smitsjúkdómum. Þegar köttur veikist eru fleiri leiðir en nokkru sinni fyrr fyrir dýralækni til að hjálpa. Vaxandi vinsældir katta sem gæludýra hafa leitt til aukins áhuga á heilsuþörfum þeirra. Rannsóknum á kattasjúkdómum fleygir stórum skrefum fram í helstu dýralæknaháskólum og skólum, sem og í lyfjarannsóknarstofum sem fást við dýr. Ennfremur hafa dýralæknavísindin fleygt fram þar sem próf til að greina og meðhöndla sjúkdóma í mönnum eru einnig notuð í dýrum. Aðgerðir eins og segulómun (bæði segulómun og sneiðmyndatökur), Nýrnaígræðslur og geislameðferð eru nú staðlað viðfangsefni á háskólasvæðum og á flestum nútímaskrifstofum. Dýralæknastéttum hefur einnig fjölgað (Paul er til dæmis dýralæknir hjartalæknis), sem gefur kattaunnendum meiri þekkingu og möguleika til að sjá um gæludýrin sín.

Hvað þýðir allar þessar framfarir fyrir þig og köttinn þinn? Ef þú hefur áhuga á fyrirbyggjandi umönnun fyrir gæludýrið þitt og þið eruð báðir heppnir, gæti þessi dýralæknabylting ekki haft mikið fyrir ykkur. En ef þig vantar hjálp, þá er hún hér, meira en nokkru sinni fyrr, og hún verður betri með hverjum deginum.

Þrátt fyrir ótrúlegar framfarir í greiningu og meðferð kattasjúkdóma er einn mikilvægasti þátturinn í að viðhalda heilsu gæludýrsins snerting og tilfinning, og þetta er í þínum höndum. Kafli 11 veitir allt sem þú þarft að vita til að framkvæma heilsufarsskoðun á heimilinu og lýsir öðrum mikilvægum fyrirbyggjandi heilsufarsskrefum. Og ekki gleyma mikilvægi réttrar næringar! Kafli 10 hefur allt sem þú þarft að vita til að halda köttinum þínum vel að borða.

Samvinna nálgun að heilsu katta

Yfirskrift þessa kafla leggur áherslu á samvinnu vegna þess að eftir margra ára hlustun á dýraeigendur og dýralækna höfum við viðurkennt að gera þarf samstillt átak til að tryggja dýraheilbrigði án þess að átakið verði vígvöllur. Sambandið milli skjólstæðings (þ.e. þín, ekki köttsins þíns) og dýralæknisins getur endað með árekstrum þegar aðilar virða ekki framlag hvors annars og gleyma hvers vegna þeir eru saman: að hjálpa sjúklingnum, þ.e.a.s. köttinum.

Stundum er það verkefni að skilja hvað er að dýri eins og að fara í bíó og horfa á kvikmynd sem hófst fyrir hálftíma síðan. Í meira og minna stuttan tíma veit maður ekki hvert þema myndarinnar er og hefur enga möguleika á að spá fyrir um útkomuna. En þegar þú færð tækifæri til að horfa á nokkrar senur í viðbót ferðu að skilja hvað er í gangi. Dýralæknirinn fær yfirleitt ekki meira en að skoða. Og viðskiptavinurinn vill fá svar: sprautu eða pilla til að laga hlutina. Þeir vilja að vandamálið leysist strax.

Þrátt fyrir að skjólstæðingur vilji líka tafarlausa lausn á heilsufarsvandamálum sínum, segi hann sig frá því að þurfa að gangast undir greiningarpróf til að finna svarið, svo framarlega sem þeir eru tryggðir af sjúkratryggingum sínum. Geturðu ímyndað þér þær kröfur sem læknir gæti fengið fyrir að hafa ekki gert viðeigandi próf til að greina sjúkdóm?

Er það ekki mótsögn á milli læknis sem mælir ekki með prófinu og dýralæknis sem ætti að vera gagnrýndur af skjólstæðingum sínum? Hver er munurinn? Í mörgum tilfellum peningar.

Kostnaður við dýralækningar er nánast alltaf borinn af skjólstæðingi. Og þó að verðið sé lítið brot af sambærilegum aðferðum í læknisfræði, þá er sú staðreynd að þú eyðir miklum peningum engin huggun, sérstaklega þegar fjárhagsáætlun þín er þröng, eins og margar fjölskyldur. Okkur finnst eðlilegt að velta því fyrir sér hvort allt sem þú hefur samþykkt fyrir köttinn þinn sé nauðsynlegt.

Og dýralæknirinn? Hvað hvetur þig áfram? Dýralæknirinn vill líka það besta fyrir köttinn þinn, en þarf að borga reikninga í hverjum mánuði. Og hann vill líka halda viðskiptavinum sínum ánægðum og þess vegna hafa margir vanist því að gefa þeim nákvæmlega það sem þeir vilja: sprautu eða pillu sem meðhöndlar einkennin frekar en að leysa langtímavandann.

Þetta dæmi er ekki vísbending um góða dýralæknahætti og þú ættir að láta lækni gæludýrsins vita að stundum geti þeir ekki leyst vandamálið strax. Láttu þá vita að þér er sama um greiningarpróf (ef þau eru nauðsynleg, auðvitað) og að þú viljir helst ekki skrifa upp á svona mikið af lyfjum (ef þú ávísar þeim til að láta þá halda að þú hafir lært eitthvað af heimsókninni) . Að lokum, láttu þá vita að þú metur klínískt auga þeirra og virðir löngun þeirra til að rannsaka málið frekar áður en þú grípur til aðgerða. Það verður best hugsað um köttinn þinn með virðingarfullu og traustu sambandi milli þín og dýralæknisins. Ef þú ert með réttan dýralækni,

Þú og dýralæknirinn þinn ert (eða ættuð að vera) í sama liði, sameinuð í því markmiði að halda köttinum þínum heilbrigðum. Kötturinn þinn á það besta skilið og þú líka. Og líka dýralæknirinn sem hefur rannsakað í mörg ár til að hjálpa köttum og þér. Svo þú verður að leyfa það. Fyrir köttinn þinn, gefðu þér tíma til að tengjast honum. Allir munu vinna ef sambandið við dýralækninn er ekki merkt af andstæðingunum.

Að velja réttan dýralækni felur í sér meira en bara að finna einn sem hefur sanngjörn gjöld og þægilega staðsetningu. Aftur gildir gamla formúlan „þú færð það sem þú borgar fyrir“: ódýrasta er kannski ekki best, jafnvel í verði. Sjá kafla 11 fyrir yfirferð yfir þætti sem þarf að hafa í huga þegar þú velur heilbrigðisstarfsmann til að vinna fyrir hönd kattarins þíns.

Hvenær þarf ég að fara til sérfræðings?

Þótt ekki séu jafn margir sérfræðingar í dýralækningum og í mannlækningum er þetta vaxandi samfélag. Sumt er nú þegar til og það verður meira í framtíðinni. Dýralæknirinn þinn ætti að vera reiðubúinn að vísa til eða ráðfæra sig við sérfræðing ef aðstæður gæludýrsins gefa tilefni til þess.

Í stórum borgum geta verið sérfræðingar með sjálfstæðar eða samsettar skrifstofur; Í fámennari svæðum geta sérfræðingar verið einbeittir í dýralæknaskólum. Eftirfarandi sérgreinar smádýra geta átt við ketti:

- SVÆFINGALÆKNINGAR

- HJARTALÆKNINGAR

- SKURÐAÐGERÐ

- HEGÐUN

- TANNLÆKNINGAR

- HÚÐSJÚKDÓMAFRÆÐI

- KLÍNÍSK LYFJAFRÆÐI

- BRÁÐALÆKNINGAR OG sérþjónusta
    - Innri læknisfræði

- TAUGALÆKNINGAR

- KRABBAMEINSLÆKNINGAR

• AUGNLÆKNINGAR

• GEISLAFRÆÐI

HVER ERU SÉRSVIÐ SÉRFRÆÐINGANNA? Til að verða sérfræðidýralæknir þarf sérhæft viðbótarnám og próf. Niðurstaðan er yfirburða vottun til að læra dýralækningar.

Ef dýralæknirinn þinn stingur ekki upp á því að leita til sérfræðings og þú ert að velta því fyrir þér hvort hægt sé að hjálpa köttinum þínum skaltu ræða það, en segðu dýralækninum þínum að þú sért ekki að efast um dómgreind hans, heldur viljir þú sérhæfðara álit til að hjálpa gæludýraköttnum þínum. Ef þú ert góður í því er aldrei vandamál að hringja í sérfræðing.

Ef dýralæknirinn ákveður ekki að fara til sérfræðingsins, mundu að þú átt síðasta orðið í umönnun kattarins þíns. En ekki slíta tengslin og reyna að viðhalda samskiptum á meðan dýralæknirinn þinn veit að þú ert að leita að sérhæfðri meðferð.

Sambandið milli venjulegs dýralæknis þíns og sérfræðingsins verður að vera fylling, virða hæfileika hvers annars. Dýralæknirinn veit að sérfræðingurinn ætlar ekki að „stela" skjólstæðingum og sérfræðingurinn veit að hann þarf að takmarka hlutverk sitt við mjög ákveðna sérgrein til að geta tekið á móti sjúklingum sem aðrir læknar vísa til. Til að spara tíma og peninga mun dýralæknirinn deila sjúkrasögu gæludýrsins með sérfræðingnum og ræða mál þitt. Líklegt er að sérfræðingurinn geri fleiri rannsóknir til að fá þær upplýsingar sem gera honum kleift að gera nákvæma greiningu og leggja til viðeigandi meðferð. Sérfræðingur stundar ekki læknisfræði eins og slökkviliðsmaður eldar, en hann verður að skilja hvað er að gerast.

Með því að fylgja nokkrum einföldum reglum geturðu kynnt kosti góðs viðurkenningarkerfis í þínu samfélagi. Þú verður fyrst að skilja að þér verður vísað til sérfræðings með tiltekið vandamál og að dýralæknirinn þinn telur að sérfræðingurinn gæti verið gagnlegur. Ekki hugsa um að láta dýralækninn fara til nýja læknisins í hvert skipti, nema þið ákveðið bæði að það sé best fyrir köttinn þinn. Annars eyðileggur það sambandið milli dýralæknis og sérfræðings. Reyndar hefur hver sérfræðingur sem samþykkir þig sem fastan viðskiptavin dálítið vafasamt siðferði.

Að lokum skaltu ekki bíða eftir að sérfræðingurinn framkvæmi aðgerðir sem þú pantaðir ekki, svo sem venjubundnar prófanir og bólusetningar. Sérfræðingur með góða siðfræði lendir í erfiðri stöðu þegar hann þarf að hafna beiðni þinni af virðingu við tilvísandi dýralækni. Er nauðsynlegt að gefa þessar leiðbeiningar? Við erum viss um að þetta er raunin, án þíns stuðnings og þátttöku verður erfitt að fá hágæða sérfræðiþjónustu fyrir köttinn þinn.

Tvær af stærstu áskorunum sem dýralæknar standa frammi fyrir eru skortur á sérfræðingum og skortur á sjúkrahúskerfi þar sem læknar geta starfað í vel búnum aðstöðu hvað varðar háþróaða greiningu og meðferð. Þessi veruleiki hefur skapað kerfi margra lítilla sjálfstýrðra sjúkrahúsa sem takmarka umfang sérfræðinga og samskipti samstarfsmanna. Nýlegar tæknibreytingar hafa breytt því hvernig dýralæknar geta deilt greiningarupplýsingum og sparað tíma og peninga.

Heimur internetsins hefur breytt því hvernig dýralæknar hafa samráð við kollega sína. Til dæmis hafa meðlimir dýralæknaupplýsingakerfisins sem Paul stofnaði aðgang að hópi samstarfsmanna og netsérfræðinga, eins og hjartalækna og skurðlækna sem eru þúsundir kílómetra í burtu en geta hjálpað til við að greina og meðhöndla tilfelli. Önnur þjónusta tekur við og túlkar röntgengeisla og segulómun eða önnur gögn. Rannsóknastofur halda úti gagnagrunnum yfir dýraheilbrigðisskrár. Þannig að ef gæludýrið þitt fór á dýralæknastofu þar sem það hefur ekki gögn (vegna neyðartilviks), getur dýralæknirinn á vakt fengið aðgang að nýjustu niðurstöðum og borið þær saman.

Tíu algeng heilsufarsvandamál

ÞAÐ ER SAGT AÐ KETTIR þjáist ekki af mörgum heilsufarsvandamálum, en sannleikurinn er sá að margt getur komið fyrir þá. Paul myndi vera fús til að veita þér nákvæmar upplýsingar um hvert af þessum efnum, en smá upplýsingar eru nóg til að hjálpa þér að taka ákvarðanir sem gera þér kleift að vinna með dýralækninum þínum.

Mikilvægasta hlutverkið sem þú getur gegnt í heilsu kattarins þíns er forvarnir. Fylgdu ráðlögðum fyrirbyggjandi aðgerðum eins og bólusetningum og venjist því að taka eftir breytingum á viðhorfi, útliti eða hegðun gæludýrsins þíns. Sjá kafla 11 fyrir frekari upplýsingar um fyrirbyggjandi lyf.

Það eru nokkur heilsufarsvandamál sem eru algengari hjá fullorðnum köttum, svo ég mun vísa til þeirra í næsta kafla. Þessi vandamál eru sykursýki og ofstarfsemi skjaldkirtils, auk tannvandamála vegna vanrækslu á tönnum og tannholdi. Sjá kafla 11 fyrir ábendingar um að koma í veg fyrir tannvandamál.

ígerð

NÆSTUM ALLIR KETTIR sem búa utandyra, og margir sem búa innandyra, munu að lokum þróa með sér ígerð, sem er safn af gröftur undir húðinni. Algengasta orsök þessa sjúkdóms hjá köttum er meiðsli af völdum beittum hlutum, eins og B. bit frá öðrum ketti í torfstríði eða kvendýr (og hér er önnur ástæða til að úða eða gelda gæludýrið þitt. Sjá kafla 16 fyrir frekari upplýsingar) .

Munnur kattarins er fylltur af bakteríumblöndu og líkami kattarins þíns byrjar að berjast eftir að hafa verið bitinn. Í fyrstu áttarðu þig kannski ekki einu sinni á því að hann er særður. Hvort sem meiðslin eru frá beittum steini eða drullu annars kattar, þá er fyrsta merki um vandræði þegar þú tekur eftir því að litla barnið þitt haltrar eða hagar sér undarlega. Merki um að ígerð sé að þróast geta verið allt frá engu öðru en háum líkamshita til þess að finna ígerðina sjálfa (eða enn lokuð, eins og vökvaþynna undir húðinni, eða opin og lyktandi). Við fyrstu merki um haltu eða að eitthvað sé að (kötturinn er minna virkur,

Sterkar bakteríur í munni katta og hundaæði eru tvær ástæður fyrir því að þú ættir að vera sérstaklega varkár ef köttur bítur þig óvart. Mikilvægt er að þvo sárið vel og leita til læknis.

Ef mögulegt er mun dýralæknirinn skera í ígerðina til að tæma gröftinn. Hægt er að setja frárennslisrör til að koma í veg fyrir að opið lokist of hratt og leyfir öllu sýkta efni að komast út. Þeir geta einnig gefið þér sýklalyfjasprautur eða ávísað pillum sem þú getur tekið heima. (Ef þig vantar ráðleggingar um að gefa pillur eða einhverja aðra tegund lyfja, geturðu fundið þau í kaflanum Lyfjagjöf fyrir köttinn þinn í þessum kafla.)

Þó að þú gætir átt erfitt með að trúa því, þá er gott að komast að því að ígerð veldur því að kötturinn þinn haltrar eða hegðar sér undarlega, þar sem það er auðvelt að greina og meðhöndla það. Hins vegar geta þeir oft verið einkenni vandamála við ónæmiskerfi dýrsins og geta verið fyrstu merki um alvarlegri sjúkdóm.

Besta meðferðin við ígerð er forvarnir. Kettir sem fara ekki frjálslega út úr húsi og hafa verið sótthreinsaðir eru ólíklegri til að verða bitnir af öðrum köttum. Óhemjuð karldýr sem er frjálst að varpa að vild eru líklegri til að gera það.

MYND 12-1: KETTIR Í lausagöngu eru í mikilli hættu á hugsanlegum heilsufarsvandamálum, svo sem ígerð og smitsjúkdómum

kattaastmi

Gina hefur þjáðst af astma allt sitt líf og endaði nokkrum sinnum á sjúkrahúsi vegna öndunarerfiðleika. Þó að hann taki lyfin sín til að koma í veg fyrir og draga úr köstum kemur sjúkdómurinn stundum í veg fyrir að hann geri ákveðna hluti. Og hún er ekki ein um þetta. Sífellt fleiri eru með astma án þess að sérfræðingar viti orsökina. Kettir eru oft með það sem við köllum kattaastma og í mörgum tilfellum vita dýralæknar ekki einu sinni orsökina.

Astmaeinkenni hjá köttum eru mjög svipuð og hjá mönnum: Mæði, hvæsandi öndun, köfnunarhósti. Ef þeir verða andlausir sitja þeir á fjórum fótum með útbreiddan háls og anda hratt inn og út með opinn munninn.

Astmi er ekki eina ástandið sem getur valdið öndunarerfiðleikum, svo hvorki þú né dýralæknirinn ættir sjálfkrafa að gera ráð fyrir að þetta sé ástand kattarins.

Astmaeinkenni katta geta komið skyndilega og verið mjög alvarleg. Líkt og astmasjúklingur sem getur ekki andað getur kötturinn læti. Þú ættir að gera allt sem í þínu valdi stendur til að lágmarka streitu á köttinn á meðan hann á í erfiðleikum með að anda. Besta leiðin til að gera þetta er að skapa ekki meira stress - þetta er ekki tíminn til að elta gæludýrið þitt í rimlakassanum. Láttu hann róa þig fyrst.

Ef þetta er í fyrsta skipti sem kötturinn þinn er með öndunarerfiðleika skaltu fara með hann strax til dýralæknis eða á bráðamóttöku (ef kreppan kemur upp utan skrifstofutíma dýralæknisins). Hringdu á heilsugæslustöðina áður en þú ferð svo þeir geti undirbúið komu þína og undirbúið sig fyrir streituvaldandi bið á meðan heilbrigðisstarfsfólk finnur orsök vandamálanna.

Kettir með öndunarerfiðleika eru frekar viðkvæmir og óhófleg meðhöndlun getur versnað ástand þeirra, jafnvel dauða. Eins mikið og þú og dýralæknirinn þinn vilt komast að orsök vandans og hefja meðferð, þá er oft best að útiloka hið augljósa, svo sem stíflaðan öndunarveg eða loft eða vökva í kringum lungun, og forðast óhóflega meðhöndlun meðan á lyfinu stendur. er verið að gefa. gerir þér kleift að vinna. Í alvarlegri tilfellum gæti þurft að setja köttinn á súrefnisgrímu eða súrefnishólf til að koma á stöðugleika á köttinn og þola betur meðferð eða greiningu.

Ef dýralæknirinn þinn hefur komist að þeirri niðurstöðu að þú sért með astma mun hann líklega ávísa lyfjum til að draga úr einkennum þínum. Ef hann er með öndunarerfiðleika, gefðu honum bara lyfið ef þú getur það án þess að gera hann kvíðari. Ef það er ekki hægt, láttu hann róa þig aðeins. Nýttu þér þennan tíma til að hringja í dýralækninn og segja honum einkennin svo hann geti sagt þér hvort þú ættir að fara með hann á heilsugæslustöðina eða ekki. Ef mælt er með því skaltu flytja köttinn í venjulegum burðarbúnaði og fara beint til dýralæknis. Hér getur hann eða starfsmaður metið alvarleika árásarinnar og tryggt að kötturinn fái aðhlynningu strax.

Enginn veit hvað veldur kattaastma, en til að forðast það er mikilvægt að draga úr útsetningu fyrir ryki (valið frekar lágt fylliefni fyrir ruslakassann, og ef ruslakassinn fylgir loki eða loki skaltu fjarlægja hann), reyk, sprey og annað til að lágmarka ertandi efni. Hafðu augun og eyrun opin og talaðu oft við dýralækninn þinn til að fá nýjustu upplýsingar um orsök, forvarnir og meðferð á astma katta.

Þrjár ljótar vírusar

Þrjár vírusar eru slæmar fréttir í sjúkrasögu katta: ónæmisbrestsveiru (FIV), kattahvítblæðisveira (FLV) og smitandi kviðbólga (FIP). Að auki eiga þeir annað einkenni sameiginlegt: þeir berast frá einum kötti til annars.

LIFA

Kattaónæmisveiran, þekkt undir skammstöfun sinni FIV, er kattaaðlögun þess sem í læknisfræði manna er þekkt sem ónæmisbrestveira manna eða HIV sem veldur alnæmi. Kettir með glasafrjóvgun geta þróað með sér margs konar tækifærissjúkdóma, allt frá krabbameini til hringorma og bakteríu- eða veirusýkinga. IVF getur einnig gert það erfitt að meðhöndla aðra sjúkdóma.

Eina leiðin til að halda þessum sjúkdómi í skefjum er að reyna að einangra sýkta kettina þar sem það er ekkert bóluefni eða einhvers konar lækning. Kettlingapróf eru ekki áreiðanleg, svo sérfræðingar í kattaheilbrigði mæla með því að prófa ketti eldri en 6 mánaða.

Aðeins niðurstaða þessarar prófunar gefur þér vissu um heilsu gæludýrsins þíns og verndar núverandi heilbrigða ketti.

Þar sem flestir kettlingar eru aðeins 3 mánaða þegar þeir eru ættleiddir er alltaf hætta á því. Ef kettirnir sem þú átt nú þegar hafa ekki reynst jákvæðir minnkar áhættan verulega. Annars er ekki mikið annað hægt að gera nema að bíða þangað til kettlingurinn er orðinn 6 mánaða og virkilega heilbrigður.

Jákvæð niðurstaða FIV-prófs sýnir að kötturinn er sýktur af veirunni og það hefur örvað framleiðslu viðeigandi mótefna. Þetta þýðir ekki að kötturinn sé með vírusinn, jafnvel þó hann líti ekki vel út í prófinu. Það eru tvenns konar prófanir og báðar eru nauðsynlegar til að staðfesta fyrstu niðurstöður.

Góðu fréttirnar eru þær að þessi sýking hefur almennt betri horfur en af völdum kattahvítblæðisveiru (sem fjallað er um í þessum kafla). Þess vegna er jákvæð niðurstaða IVF prófunar ekki ástæða til að breyta því hvernig þú meðhöndlar köttinn þinn. En þú ættir ekki að koma með fleiri ketti inn á heimili þitt og þú getur ekki hleypt köttinum þínum út til að vernda hann gegn sjúkdómum og koma í veg fyrir að aðrir kettir smitist.

Heilbrigðir FIV jákvæðir kettir geta lifað frá mánuðum til ára (margir geta lifað 6 til 10 árum eftir greiningu). Til að hjálpa IVF gæludýrinu þínu að lifa lengur, ættir þú að vinna með dýralækninum þínum svo þú getir komist að rót heilsufarsvandamála fyrst. Kötturinn þinn hefur ekki ónæmiskerfi heilbrigðs kattar og því þarf að hjálpa honum.

Þrátt fyrir sögusagnir sem þú gætir hafa heyrt eru engar vísbendingar um að FIV vírusinn hafi skaðleg áhrif á menn. Það kann að vera kattafbrigði af HIV, en það er annar sjúkdómur sem menn geta ekki.

FLV

Kattahvítblæðisveiran, þekkt sem FLV, er banvæn vegna þess að hún veikir ónæmiskerfi kattarins og stuðlar beint að þróun krabbameins í sýktum köttum. Þessi sjúkdómur er talinn mikilvægasta smitandi orsök dauða og þjáninga hjá kattastofnum.

Þó að það séu til bóluefni gegn þessum sjúkdómi (sjá kafla 11 fyrir frekari upplýsingar), hefur virkni þeirra ekki verið staðfest. Eins og í tilfelli FIV er besta leiðin til að vernda köttinn þinn að vita niðurstöður úr prófunum á köttunum sem búa með köttnum þínum og vernda þá sem eru sýktir. (Helst þýðir þetta að halda þeim heima, með öðrum köttum sem hafa prófað neikvætt.)

Áður en þú kynnir nýjan kött fyrir fjölskyldu þína, vertu viss um að prófa hann og ketti sem þú átt nú þegar. (Vertu viss um að prófa nýja köttinn þinn áður en þú bólusetur hann.) Viðbótarprófun er nauðsynleg eftir að hafa verið í snertingu við hugsanlega smitbera, sérstaklega ef kötturinn þinn hefur verið bitinn. Þar sem þessi vírus tengist mörgum einkennum sjúkdómsins er góð hugmynd að gera aðra prófun ef kötturinn þinn er veikur. Frígangandi kettir eða allir sem hafa orðið fyrir mögulegum VLF flutningsaðilum ættu að fara í þetta próf árlega.

Flestir dýralæknar nota blöndu af FIV og VLF prófum, sem gerir þeim kleift að ákvarða tilvist beggja sjúkdóma í sama blóðsýni og er hagkvæmara en að gera prófin tvö í sitthvoru lagi.

VLF ER ALVARLEGUR SJÚKDÓMUR. Ekki láta hugfallast og ekki sætta þig við að taka kött heim án þess að vita hvort hann sé með þennan vírus eða ekki, sérstaklega þegar það eru fleiri kettir á heimilinu, því þú leggur líf þeirra í hættu. Ef þú uppgötvar að þú hefur útsett kettina þína fyrir VLF, þá er engin þörf á að örvænta. Einangraðu gæludýrin þín frá sýktum og fylgdu leiðbeiningum dýralæknisins til að prófa allar kettlingar þínar. Sýking af þessari veiru krefst langvarandi og endurtekinnar útsetningar, svo þú ættir ekki að hafa of miklar áhyggjur af einni víxlverkun.

Hvað þýðir það þegar kötturinn þinn prófar jákvætt? Það fyrsta sem þarf að skilja er að vírusinn þýðir ekki að kötturinn þinn sé veikur. Það eru jákvæðir kettir sem lifa mánuði og jafnvel ár við góða heilsu áður en þeir sýna einkenni. Ef sýkti kötturinn er eina gæludýrið þitt, þá er engin ástæða til að breyta því hvernig þú hugsar um hann, annað en að láta þá ekki komast í snertingu við aðra ketti til að koma í veg fyrir að þeir smitist eða verði fyrir vírusum og bakteríum sem bera þá.. Vinndu til að forðast hættu á öðrum sjúkdómum og vinndu með dýralækninum þínum til að greina og meðhöndla hvers kyns VLF-sjúkdóma sem kunna að vera til staðar í rótinni.

GÓÐU FRÉTTIRNAR (OG það eru nokkrar): Ólíkt FIV geta margir kettir hreinsað VLF sýkinguna úr líkama sínum. Þess vegna er mælt með því að allir köttar sem sýna jákvæða niðurstöðu séu endurteknir fyrir veirunni um það bil 2-3 mánuðum eftir fyrstu prófun.

IFJ

Smitandi kviðbólga í katta, eða FIP, er áhyggjuefni fyrir fólk með marga ketti eða ræktendur, en ekki fyrir einn kattaeigendur. Hins vegar verðum við að skýra að það er banvænt þegar það gerir árás.

Þessi sjúkdómur stafar af veiru sem flokkast undir kórónavírus. Það eru margar tegundir af kransæðaveiru, en aðeins sumar valda sjúkdómum. Flestir þeirra sem ekki valda FIP munu valda niðurgangi hjá kettlingum. Því miður er engin leið að segja til um hvers konar vírus köttur er með, mildu útgáfuna eða sterka, banvæna útgáfuna. Dýralæknirinn getur sagt að kötturinn þinn sé veikur og hefur orðið fyrir kórónuveirunni, en getur ekki sagt á sama tíma hvort það hafi verið tegundin sem framleiðir FIP.

Eins og þetta ástand væri ekki nógu slæmt hefur mikið af gögnum verið safnað sem sýna að vægar kransæðaveirar geta fljótt stökkbreytt og orðið orsök FIP. Þeir eru mjög ónæmar vírusar og geta smitað kött eftir að hafa eytt vikum í jarðvegi eða í loftinu. Það jákvæða er að það er tiltölulega auðvelt að eyða vírusnum með algengum sótthreinsiefnum og hreinsiefnum, þannig að hreint umhverfi fer langt.

FIP er sjúkdómur sem felur sig á bak við aðra, vegna þess að hann getur komið fram í mörgum myndum og það er mjög erfitt að greina nákvæmlega. Það gæti verið eins og mænu- eða heilasjúkdómur, meltingar- eða augnsjúkdómur, eða jafnvel krabbamein eða hjartasjúkdómur. Algengustu leiðirnar fyrir dýralækninn þinn til að komast að því hvort FIP sé möguleiki eru að gera blóðprufu, vökva úr brjósti eða kvið eða niðurstöður úr vefjasýni eftir aðgerð til að komast að því hvað er að köttinum þínum.

Það er engin þekkt árangursrík meðferð við FIP og afleiðingarnar eru banvænar. Núverandi meðferðir eru hannaðar til að staðla ónæmiskerfi dýrsins og eru samsettar með sýklalyfjum til að berjast gegn bakteríusýkingum sem fylgja FIP.

Þó að bóluefni sé til, telja margir dýralæknar að hættan á því að köttur lifi án þess að önnur dýr verði fyrir eða fái FIP sé lítil. Ef þetta er raunin með köttinn þinn, þá eru núverandi bólusetningar ekki mikil hjálp.

En kettir sem búa í nýlendum eða hundum eru í mikilli hættu á að fá þennan sjúkdóm. Hins vegar er ekki víst að mælt sé með bóluefninu fyrir þá. Rannsóknir sem gerðar voru við Cornell háskólann í Bandaríkjunum efast um gagnsemi og aukaverkanir þessa bóluefnis.

Ef þú átt aðeins einn kött, eða jafnvel tvo eða þrjá, mælum við almennt með því að bólusetja gegn FIP. Talaðu við dýralækninn þinn um ástandið. Rannsókn stendur yfir og aðstæður gætu breyst.

sýkingar í efri öndunarvegi

Einhvern tíma á ævinni lenda margir kettir í því sem virðist vera kvef og flest þessi vandamál eru af völdum vírusa. Kettir með sýkingar í efri öndunarvegi geta verið sljóir, verið með hita og rennandi augu, nefrennsli, hnerra og vilja ekki borða eða drekka. Þessar sýkingar eru mjög smitandi, sem gerir það auðvelt að smita þær yfir á aðra ketti. Kettlingar eða kettir sem þjást af sjúkdómum sem veikja ónæmiskerfið (svo sem VLF eða FIV) eru næmari fyrir þessum sjúkdómum.

Ef kötturinn þinn er með þessa sýkingu skaltu hringja í dýralækninn þinn áður en þú ferð út úr húsi til að láta hann vita að þú sért í burtu. Þú gætir viljað gera auka varúðarráðstafanir til að forðast útsetningu fyrir öðrum köttum á heilsugæslustöðinni eða biðstofunni þegar þú kemur á sjúkrahúsið.

Eins og með kvef hjá mönnum, ef hitinn er ekki hár (venjulega 38-39°C) og kötturinn heldur áfram að borða og drekka, er hægt að forðast sjúkrahúsvist yfir nótt (eða lengur). Mikilvægt er að hafa augun og nefið hreint og fjarlægja allar leifar af tárum og snot með volgum, rökum klút, því það hjálpar til við að viðhalda matarlystinni. Ef dýrið hættir að borða, og þá sérstaklega að drekka, er hætta á ofþornun þess og þarf að leggja það inn á sjúkrahús eða sinna því heima. Vegna þess að þessar sýkingar geta verið flóknar vegna tilvistar baktería er sýklalyfjum næstum alltaf ávísað.

Með réttri umönnun munu flestir kettir jafna sig innan nokkurra daga, allt að viku. En sum tilvik geta varað í meira en tvær vikur. Ef kötturinn þinn hefur endurtekið kast af þessum tegundum sýkinga, eða ef þær eru sérstaklega alvarlegar eða endurteknar, gæti dýralæknirinn viljað framkvæma prófanir til að útiloka sjúkdóma sem veikja ónæmiskerfið.

þvagfæravandamál

NÝRUN ERU BLÓÐSÍUR líkama okkar. Þessi líffæri hjálpa til við að fjarlægja umfram vökva þegar köttur drekkur meira en nauðsynlegt er, halda vökva þegar kötturinn drekkur minna og fjarlægja úrgang úr mat (og lyfjum og líkamsvörum) sem tekinn er inn. . Þvagblöðran geymir þvag þar til kötturinn er tilbúinn að reka það úr líkamanum. Kerfið getur bilað og þess vegna eiga sumir kettir við vandamál, sérstaklega í gegnum árin.

Kattaeigandi verður stundum meðvitaður um þvagvandamál kattarins síns vegna þess að kötturinn hættir að nota kassann sinn við þessa tegund veikinda. Fyrsta skrefið í að leysa það sem í fyrstu virðist vera hegðunarvandamál er að staðfesta að það sé ekki heilsufarsvandamál. Þegar hlutirnir eru á hreinu varðandi heilsufarið gætir þú þurft að koma köttinum þínum aftur í kassarútínuna. Í kaflanum

15 fyrir frekari upplýsingar.

nýrnakvilla

Þessar aðstæður eru fyrst og fremst hjá fullorðnum köttum, en geta komið fram hvenær sem er. Í fyrstu gætirðu tekið eftir breytingum á vatnsneyslu og framleiðsluvenjum (þessar verða algengari), en eftir því sem nýrnasjúkdómur þróast gætir þú fundið fyrir þyngdartapi og augljósari merki um uppsöfnun eiturefna í líkamanum, eins og td. B. Uppköst.

Ein orsök nýrnabilunar sem hægt er að koma í veg fyrir er frostlegi eitrun. Verndaðu köttinn þinn með því að fjarlægja öll leifar af þessum efnum. Í kaflanum

20 fyrir frekari upplýsingar um heimilishættu fyrir gæludýrið þitt.

Ef kötturinn þinn drekkur of mikið vatn og pissar mikið ættirðu að hafa áhyggjur. Þessi einkenni geta leitt til fjölda vandamála. Kötturinn getur verið með minnkaða matarlyst, kastað upp oft, burstað minna eða fundið fyrir þyngdartapi. En þessi einkenni eru oft afleiðing af síðari stigum nýrnabilunar.

Sumir dýralæknafræðingar hafa bent á að langvarandi nýrnavandamál geti verið vegna baktería sem finnast í blóði katta með alvarlega tannholdsbólgu. Þrátt fyrir að áhrif munnsýkingar séu enn umdeild, benda rannsóknir á mikilvægi fyrirbyggjandi tannheilsu fyrir gæludýrið þitt. Sjá kafla 11 fyrir frekari upplýsingar um þetta efni.

Meðferð við nýrnabilun getur falið í sér að breyta mataræði þínu. Núverandi þróun bendir til próteinsnauðs mataræðis, með sérstakri athygli á lágu saltmagni, þegar vandamálið tengist háum blóðþrýstingi. Ekki vera hissa á því að þessar ráðleggingar geti breyst með tímanum, þar sem þessar breytingar eru hluti af þróun læknisfræðinnar.

Þú verður að vinna sem teymi með dýralækninum til að stjórna aðstæðum kattar með nýrnasjúkdóm. Kötturinn þinn þarf reglulega blóðprufur til að athuga hvort vandamál og breytingar séu til staðar. Dýralæknirinn þinn gæti þurft að leggja gæludýrið þitt inn á sjúkrahús vegna vökva í bláæð og gæti jafnvel beðið þig um að gefa vökva undir húð heima. Að taka þátt í sjúkdómseftirliti getur verið að halda dagbók, taka eftir hegðun kattarins þíns, matarlyst og þyngd á hverjum degi. Þessi upptaka mun hjálpa þér að sjá þróun sem gæti fangað athygli dýralæknisins áður en ástandið eykst.

Því miður er engin raunveruleg lækning við langvarandi nýrnabilun sem stendur. Meðferð krefst langtímaskuldbindingar af þinni hálfu; Mikill árangur hefur náðst í eftirliti með þessu ástandi á undanförnum árum. Talaðu við dýralækninn þinn til að komast að því hvaða valkostir þú hefur, allt frá breytingum á mataræði til lyfja til að örva framleiðslu rauðra blóðkorna, blóðþrýstingsstjórnun eða nýrnaígræðslu.

SJÚKDÓMAR Í NEÐRI ÞVAGFÆRUM

Hugtakið neðri þvagfærasjúkdómur (eða neðri þvagfærasjúkdómur) felur í sér margvísleg heilsufarsvandamál. Það var áður þekkt sem kattaþvagfæraheilkenni.

Í sinni mildustu mynd veldur þessi hópur sjúkdóma ertingu í þvagblöðru, sem veldur því að kötturinn þvagar oftar. Eins og allir sem hafa þjáðst af blöðrusýkingu vita, þá lætur þessi erting þér líða eins og þú þurfir stöðugt að fara á klósettið. Ef þú lætur köttinn þinn fara oftar í ruslakassann en venjulega, eða ef hún hættir skyndilega að nota hann og ákveður að hvar sem er getur verið ruslakassinn hennar, þá er kominn tími til að panta tíma hjá dýralækninum. Þú getur veitt lækninum gagnlegar upplýsingar ef þú tekur eftir því að aukin tíðni tengist einnig meira magni af þvagi eða ef það er óbreytt.

Þú getur lesið magnið eftir því hversu mikinn raka þú finnur í ruslakassanum og hversu oft þú þarft að skipta um bólstrun.

Í sinni bráðasta mynd veldur sjúkdómur í neðri þvagfærum þvagteppu. Þvagrásin, rörið sem liggur frá þvagblöðru til að leyfa þvagi að fara út úr líkamanum, getur fyllst af slími og uppsöfnun kristallaðs efnis. Þessi stífla er algengari hjá körlum vegna uppbyggingar líffæra þeirra: rásin sem þvag streymir um í þeim er þrengri. Þetta vandamál er sannkallað dýralæknaneyðartilvik vegna þess að það getur valdið nýrnaskemmdum og jafnvel dauða ef ekki er meðhöndlað í tíma.

Í minna alvarlegum tilfellum þvagfærasjúkdóma koma eftirfarandi einkenni fram:

• TÍÐ ÞVAGLÁT.

• MJÖG LÍTIÐ MAGN AF þvagi.

• ÞVAG SEM ER MJÖG TÆRT, skýjað eða blóðugt.

• ÞVAGÚTFELLINGAR UTAN ruslakassans. Kötturinn gæti frekar viljað pissa á óvenjulegum stöðum eins og vaskinum, baðkari eða sturtu. Köttur með neðri þvagfærasjúkdóm gæti tengt ruslakassann við óþægindi og valið að forðast það.

KÖTTUR MEÐ ALGERA HINDRUN mun gera endurteknar árangurslausar tilraunir til að pissa og getur grátið af sársauka.

FRAM UNDIR LOK NÍUNDA áratugarins voru flestir kettir með neðri þvagfærasjúkdóm með jarðlagabólgusteina í þvagblöðru. Á þeim tíma var kenningin sú að þetta ástand væri af völdum of mikils matarleifa eða steinefna, sérstaklega magnesíums. Matvælafyrirtæki hafa brugðist við með nýjum magnesíumþykkni sem inniheldur lítið magn af leifum. Í kjölfarið lögðu vísindamennirnir áherslu á áhrif mismunandi mataræðis á sýrustig þvags. Þó aukið sýrustig hafi hjálpað til við að draga úr steinunum, gæti það hafa valdið öðrum heilsufarsvandamálum á sama tíma.

Jarðlaga kristallar og steinar eru sjaldgæfari í dag og þarf að rannsaka einstök tilvik til að komast að orsök vandans. Þessar aðstæður fela í sér tegund steins (sem samanstendur af kalsíumoxalati og úrati), sýkingar í þvagblöðru og ástand sem kallast millivefsblöðrubólga.

VANHÆFNI KATTARINS þíns til að pissa venjulega er alvarlegt læknisfræðilegt vandamál sem krefst tafarlausrar athygli. Dýralæknirinn grípur inn til að fjarlægja stífluna og leggur síðan til prófanir til að ákvarða upptök vandamálsins.

hjartasjúkdóma

Hjartasjúkdómar eru tiltölulega algengir hjá köttum. Dýralæknar þekkja þau oft sem:

- Í VENJULEGU PRÓFI með hlustunarpípunni tekur þú eftir óeðlilegu hljóði (nöldur, stökkhljóð eða óreglulegur hjartsláttur).

- SKOÐAÐU KÖTTINN EFTIR að þú tekur eftir því að hann andar þungt eða á erfitt með að anda.

EF UM ÖNDUNARERFIÐLEIKA er að ræða getur hjartasjúkdómur komið fram strax. Þú gætir haldið að kötturinn þinn sé í lagi og innan nokkurra klukkustunda áttar þú þig á því að hann á í alvarlegum öndunarerfiðleikum.

Það sem margir líta á sem skyndilegt öndunarerfiðleika hefur yfirleitt byrjað fyrr og þá fyrst náð áberandi stigi. Þess vegna gefum við þér í 11. kafla upplýsingarnar sem þú þarft til að mæla hjartsláttartíðni og öndunarhraða kattarins þíns, svo þú vitir hvað er eðlilegt og hvað er óeðlilegt, og þú getur komið í veg fyrir að kötturinn þinn lendi í neyðartilvikum.

Önnur einkenni hjartasjúkdóma geta verið:

• ÞYNGDARBREYTINGAR. Auka eða missa meira en 250 g á hvert pund á nokkrum vikum.

• HÓSTI. STUNDUM ER erfitt að sjá hvort kötturinn þinn hóstar og ælir ekki eða reynir að æla upp hárkúlu. Ef hann sýnir einhver þessara einkenna oft skaltu leita til dýralæknisins.

• MÁTTLEYSI EÐA LÖMUN í öðrum fæti (eða fleiri), næstum alltaf í öðrum afturfótinum.

Sumir kettir með hjartavandamál fá blóðtappa í hjartanu sem geta stíflað slagæðar sem veita blóði til líkamans. Venjulega eru afturfæturnir mest fyrir áhrifum en aðrir hlutar líkamans geta einnig orðið fyrir áhrifum eins og framfætur, nýru, heili o.fl.

• EITTHVAÐ ER AÐ. ÞETTA síðasta einkenni passar inn í flokk sem Páll vísar til með þessu nafni: eitthvað er að.

Meðfæddir hjartagallar eru ekki eins algengir hjá köttum og hjá hundum, en þeir koma þó fyrir. Hávaði sem greinist í kettlingi ætti að vera metinn af sérfræðingi.

Margir kettir með þessa tegund sjúkdóma eru fullkomlega eðlilegir þar til þeir ná ákveðnum aldri.

Ef kötturinn þinn er greindur eða grunaður um að vera með alvarlegan hjartasjúkdóm er aðaláhyggjuefnið að koma á stöðugleika í lífshættulegu ástandi. Dýralæknirinn þinn gæti stungið upp á því að fjarlægja allan vökva sem hefur safnast í eða í kringum lungun með lyfjum eða sprautu.

Ef ástandið er ekki svo dramatískt og þig grunar hjartasjúkdóm (eða ef kötturinn þinn hefur átt í erfiðleikum með öndun og virðist líða betur) vill dýralæknirinn vita hvað er að gerast. Í slíkum tilvikum krefst greiningarinnar röntgenmyndatöku (með því að nota röntgengeisla) og hjartaómskoðunar (ómskoðun af hjarta). Hjartalínurit getur einnig verið gagnlegt.

Í þessum aðstæðum, ef þú ert með fjárhagsáætlun, er besta ráðið að láta taka hjartalínurit og fara til sérhæfðs dýralæknis sem hefur næga reynslu til að geta túlkað það.

Þegar áreiðanleg greining hefur verið gerð reynir dýralæknirinn að ákvarða bestu samsetningu lyfja, mataræðis og stjórnun til að gefa köttinum þínum bestu möguleika á langt og heilbrigt líf. Hins vegar eru engar tryggingar, og köttur með hjartavandamál er alltaf kandídat fyrir skyndidauða. Þó að það sé ekki auðvelt að horfast í augu við vissu sem þessa er best að vera undirbúinn.

Ekki missa vonina! Hjartalækningasviðið er eitt virkasta svið sem tengist heilsu katta á síðustu tuttugu árum. Það var tími þegar tugir þúsunda katta dóu úr sjúkdómi sem kallast útvíkkuð hjartavöðvakvilla, en þökk sé rannsóknum á þessu sviði er það ekki lengur raunin. Eftir því sem meira er vitað um kattasjúkdóma breyta aðrar uppgötvanir lífi katta verulega.

æxli

Æxli eru algeng hjá köttum. Margir geta stafað af kattahvítblæðisveiru, en aðrir... það er ekki vitað hvers vegna þeir finnast. Sumt getur verið banvænt, annað skaðlaust.

Það eru tvö mikilvæg ráð varðandi æxli. Fyrst skaltu skoða köttinn þinn vandlega fyrir kekki. Þar sem dýrinu líkar við þig þegar dýrið er, notaðu tækifærið til að kynnast líkama þess með höndunum og þú munt vita hvað er eðlilegt og hvað er skrítið verk. Á hinn bóginn, fylgstu með þyngdartapi eða merki um að kötturinn standi sig ekki vel. Við fyrstu merki skaltu hafa samband við dýralækninn, sem mun líklega vilja skoða og framkvæma nokkrar prófanir. Ef grunur leikur á krabbameini er mikilvægasta prófið lífsýni.

Dýralæknirinn þinn gæti mælt með því að þú leitir til dýralæknis krabbameinslæknis til að meta alvarleika æxlisins og mögulegar meðferðir. Algengast er að skurðaðgerðir, krabbameinslyfjameðferðir og geislar séu notaðar og er oft notað sambland af þessu þrennu. Dýralæknirinn þinn, ef til vill með hjálp krabbameinslæknis, getur útskýrt hvers má búast við í þessum aðstæðum.

Mundu að það sem dýralæknirinn segir þér byggist á því sem gerist hjá flestum sjúklingum og kötturinn þinn gæti verið betri eða verri en meðaltalið. Dýralæknirinn þinn mun hjálpa þér að taka ákvörðun um mögulegar meðferðir út frá því sem þú telur best fyrir köttinn þinn.

SÖMU BÓLUEFNIN OG HAFA bjargað lífi þúsunda katta eru einnig ábyrg fyrir sumum dauðsföllum hjá köttum sem fá illkynja æxli þar sem þeir eru bitnir. Hins vegar er hættan á að þetta gerist í lágmarki og þú setur köttinn þinn í miklu meiri hættu ef þú forðast að bólusetja hann. Sjá kafla 11 fyrir frekari upplýsingar um áhættu og ávinning af bóluefnum.

Hvernig á að gefa köttnum þínum lyf

EINS MIKIÐ OG ÞÉR OG kötturinn þinn kann að hafa gaman af hugmyndinni, þá er sannleikurinn sá að á einhverjum tímapunkti í lífi gæludýrsins þíns muntu yfirgefa dýralæknisstofuna með lyf til að gefa. Það er nauðsynlegt? Auðvitað. Að fara til dýralæknis og fara ekki eftir leiðbeiningum hans er meira en bara peningasóun - það getur verið hættulegt fyrir gæludýrið þitt.

DÝRALÆKNIRINN TREYSTIR þér til að vita hvort lyfið leysi heilsufarsvandamálið. Ekki hika við að hringja til að segja að lyfið hjálpi. Stundum er eina leiðin til að komast að því að hætta að gefa köttinum. En ekki gera þetta án þess að tala fyrst við dýralækninn svo þeir séu sammála. Og þér dettur ekki í hug að stilla skammtinn að þínum óskum án þess að ráðfæra þig við dýralækninn, því það gæti verið mjög hættulegt og stofnað lífi kattarins þíns í hættu.

Hvernig á að gefa köttinum þínum pillur

Gina bað lesendur sína einu sinni um ábendingar um að gefa gæludýrum sínum pillur og síminn hennar hætti ekki að hringja í marga daga. Flestir reyna að dulbúa pilluna með bragðgóðum bita í von um að dýrið taki ekki eftir því. Þú getur prófað þetta bragð, en satt að segja virkar það betur á hunda (sem gleypa í sig mat) en á ketti (sem hafa gaman af hverjum bita).

Bein aðferð er æskileg: gríptu í höfuðið á gæludýrinu þínu og styðu það ofan frá. Opnaðu kjálkann með því að ýta á hann með vinstri vísifingri og ýttu pillunni nógu langt inn til að kveikja kyngingarviðbragðið. Sumir hafa verið heppnir með græjur sem kallast "pillubyssur" (sem þú getur fundið í dýrabúðum). Þessi tæki gera þér kleift að setja pilluna á oddinn og setja hana síðan niður í háls kattarins.

Þó að dýralæknar geri það mjög auðvelt að taka pilluna getur það verið auðveldara í fyrstu að láta einhvern halda á köttinum á meðan þú gefur pilluna.

Eitt besta ráðið úr rannsóknum Ginu kemur frá manni sem hafði köttinn sinn „flækt" í tjaldhurð. Hún fangaði köttinn í moskítónetinu, gróf klærnar í ofna ferningana og gaf honum síðan pilluna.

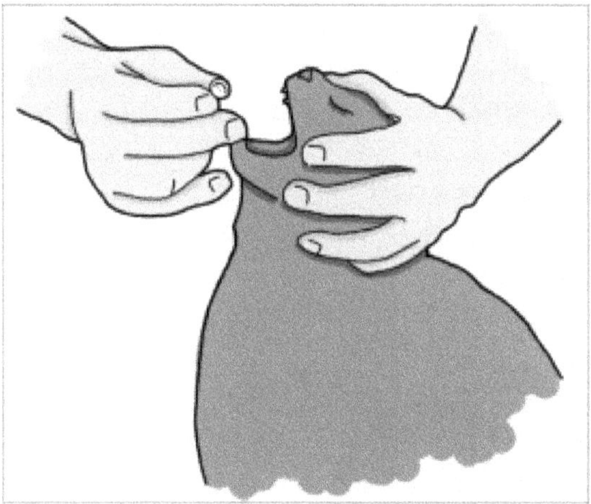

MYND 12.2 BEIN, TRAUST og hröð aðferð sem sýnd er hér er besta leiðin til að gefa köttinum þínum pillur.

síróp

Fyrir þessa tegund lyfja skaltu biðja dýralækninn þinn að útvega þér langar sprautur án nála. Þessar sprautur eru með mælingum merktar og er mjög þægilegt að setja sírópið á réttan stað. Pípetta er líka góður valkostur.

Gríptu efst á haus kattarins og lyftu trýninu upp með því að lyfta vörunum til hliðar. Stingdu oddinum á sprautunni á milli tannanna og í átt að munninum og sprautaðu vökvanum hægt og rólega. Kötturinn gleypir auðvitað. Ef þú þarft meiri tíma til að kyngja skaltu hætta stuttlega.

eyrnalyf

Hyljið kjöltu þína með stóru handklæði og settu köttinn þinn þar til að slaka á með að klappa fyrst. Þegar þú ert rólegur skaltu setja augndropana á og nudda varlega botn eyrnanna. Vertu tilbúinn fyrir hann að hrista höfuðið frá hlið til hliðar, dreifa einhverju af lyfinu með hreyfingunni. Ráðlagður skammtur tekur mið af þessari höfnun, svo ekki gefa fleiri dropa en mælt er fyrir um.

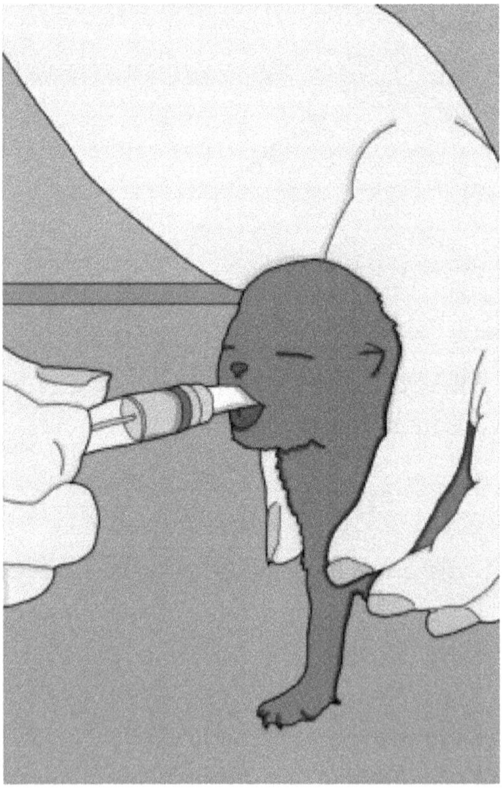

MYND 12-3: ÞÚ SPRAUTAR fljótandi lyfinu í hálsinn með hægri, stöðugri hreyfingu

augnlyf

Til að gera þetta er nauðsynlegt að kyrrsetja köttinn þinn og bera smyrsl meðfram augað. Gætið þess að snerta ekki yfirborð augans. Ef þetta eru dropar skaltu miða að miðju augans og loka síðan augnlokinu í nokkrar sekúndur til að dreifa efninu.

EINS OG MEÐ ALLT SEM kötturinn þinn myndi frekar forðast, þá þarftu að vera þolinmóður, blíður og ákveðinn þegar þú gefur lyfið. Og þegar þú ert búinn, gefðu honum skammtinn þinn af dekri og hrósi. Ef þú átt í vandræðum skaltu biðja dýralækninn þinn að leiðbeina þér í gegnum ferlið við að gefa gæludýrinu þínu úrræðin, eða spyrja um val.

13. kafli

Umönnun eldri katta

Í þessum kafla

- Eðlileg einkenni öldrunar

- TANNLÆKNINGAR

- ÞRJÚ ALGENG HEILSUFARSVANDAMÁL og hvernig á að meðhöndla þau

- HVERNIG Á AÐ VITA hvenær endirinn er í nánd

ÞAR TIL NÝLEGA, OG með sorglegri reglusemi, hafa margir fengið ketti inn í líf sitt og fara þá jafn auðveldlega og þeir komu. Niðurstaðan var sú að þú "áttu" ekki kött, þú gafst honum að borða, dáðist að fegurð hans og naut þess að vera í félagsskap hans. Að hún hleypti honum inn og út úr húsi sínu og syrgði hann síðan þegar hann hvarf eftir um tvö eða fimm ár. Þeir endast yfirleitt ekki lengur.

Hlutirnir geta verið allt öðruvísi núna. Vinsældir katta hafa leitt til þess að þekkingu á því hvernig eigi að sinna þeim á öllum stigum lífs þeirra hefur breiðst út og er umönnun aldraðra þar engin undantekning. Að ótöldum slysum geta kettir lifað miklu heilbrigðara og hamingjusamara lífi en nokkru sinni fyrr og lifað til

10, 12 eða 14 ára. Ef þeir eru líka verndaðir fyrir umheiminum geta þeir lifað lengur... 16 eða 18 ár og jafnvel 20 ár.

Munurinn á lífslíkum er ekki hjá köttunum, heldur í sambandi sem þeir hafa við okkur mannfólkið: það er vegna aukinnar þekkingar og ábyrgðar. Leyndarmálið að langri og þægilegri ævi fyrir kött liggur bæði í genunum sem þeir erfðu frá foreldrum sínum og í snyrtingu þeirra og í þessum kafla hjálpum við þér að nýta hvort tveggja.

Í ÞESSUM KAFLA LEGGJUM við áherslu á fyrirbyggjandi aðgerðir sem eru sérstaklega mikilvægar fyrir eldri ketti og á algengustu sjúkdóma hjá eldri og miðaldra köttum. (Meira um stig lífs kattar síðar.) Kafli 11 inniheldur almennari leiðbeiningar um forvarnir sem þú ættir að lesa, sérstaklega þær sem tengjast snemma uppgötvun heilsufarsvandamála.

Að búa með eldri ketti þýðir að deila ævilangri ástúð í einu augnabliki, einni strjúkri, einni purringu. Sambandið sem þau hafa myndað í gegnum árin er yndislegt. Þú og kötturinn þinn þekkir hvort annað og ert þægilegt og þægilegt með hvort annað. Þau elska hvort annað áreynslulaust. Þessi ár eru sérstök og þú ættir að njóta þeirra.

Auðvitað eru þetta líka árin sem þú gerir þér grein fyrir að kötturinn þinn mun ekki vera með þér að eilífu og þessar hugsanir geta skýlt ánægju þinni af þessum mjög sérstaka tíma. Ekki vorkenna köttinum þínum eða sjálfum þér, lærðu lexíu gæludýrsins þíns og njóttu hvers dags til hins ýtrasta. Kötturinn þinn lifir í núinu án þess að átta sig á því að breytingarnar á lífi hans eru hluti af náttúrulegu ferli. Hann hefur ekki hugmynd um hvert árin fara. Hann lifir á hverjum degi og eyðir tíma sínum í að purra í fanginu á þér eða blundar í sólinni, betl um mat eða eltir leikfang á jörðinni. Þegar honum líður vel og er hjá þér er hann ánægður. Og það sama ætti að gerast hjá þér.

ÞAÐ ERU ÞEIR SEM HAFA mest áhrif á lífslíkur kattarins þíns. Orðin sem þarf að muna á hverju ári eru vernd, forvarnir og snemma uppgötvun. Við skulum ekki slá í gegn með þessari ábendingu: það tvennt mikilvægasta sem þú getur gert til að tryggja að kötturinn þinn lifi langt og heilbrigt líf er að halda henni inni og dauðhreinsa hana. Inni köttur er verndaður fyrir hættum umheimsins, sérstaklega bílum og smitandi vírusum. Og geldur eða geldlaus kvenkyns köttur er verndaður fyrir heilsufarsvandamálum eins og sýkingum sem tengjast æxlun og krabbameini og, þegar um er að ræða karldýr, fyrir stöðugum þrýstingi sem fylgir því að reika um að leita að kvendýrum og berjast um landsvæði.

Sjá kafla 1 fyrir meira um deiluna innandyra vs úti köttur. Sjá 16 fyrir upplýsingar um ófrjósemisaðgerðir.

Hvað getur "eldri" köttur verið gamall?

GERT ER RÁÐ FYRIR AÐ hvert ár þess sé jafnt og fjórum mannsárum til að ákvarða hvort köttur er miðaldra eða gamall. Reyndar er málið ekki svo einfalt og ef þú hugsar um það muntu auðveldlega skilja hvers vegna. Með því að nota regluna hér að ofan myndi eins árs köttur jafngilda fjögurra ára gamalli hvað varðar líkamlegan og andlegan þroska og það er greinilega rangt.

Rökréttari valkostur er að telja fyrsta ár kattarins sem tímann sem það tekur mann að ná snemma fullorðinsaldri (um 15 ára aldur). Eins og unglingar virðist eins árs barnið vera nokkuð þroskað líkamlega og gæti átt kettlinga, en skortir tilfinningalegan þroska.

Annað æviár kattarins gefur eitthvað af þeim þroska og færir dýrið á fyrstu stigum fullorðinsára. (Tveggja ára köttur lítur mjög út eins og tuttugu ára gamall.)

Frá þessum tímapunkti virkar "einn köttur jafngildir fjórum" reglan nokkuð vel. Þriggja ára köttur er enn ungur, eins og 29 ára köttur, sex ára köttur eins og 41 árs miðaldra maður. 12 ára köttur, eins og 65 ára manneskja, hefur áunnið sér rétt til rólegra lífs. Köttur sem lifir í 20 ár jafngildir næstum 100 ára lífslíkum manna.

MYND 13-1: ÞESSI SJÖ mánaða persneski köttur getur orðið stórkostlegt eintak með réttri umönnun

EINS OG HJÁ MÖNNUM er aldur afstæður. Sex ára köttur sem hefur ekki fengið ást og umhyggju mun ekki njóta lífsins á þeim aldri, á meðan köttur sem er tvöfaldur á þeim aldri getur verið jafn fjörugur og kettlingur með rétta umönnun og næringu.

eðlileg einkenni öldrunar

ALDUR KEMUR HJÁ KÖTTUM á frekar fyrirsjáanlegan og mjög lúmskan hátt, svo mikið að þú tekur kannski ekki eftir einkennunum fyrr en einn daginn sem þú horfir allt í einu á gæludýrið þitt og segir við sjálfan þig: "Síðan hvenær er hún svo mjó?" Eða "Hvenær hættirðu að hoppa til að komast á uppáhaldsstaðinn þinn?" Næsta hugsun sem kemur upp í hugann er oft meira truflandi: "Er það eitthvað alvarlegt? Ætti ég að hafa áhyggjur?"

Þó að allt sem þú hefur áhyggjur af réttlæti heimsókn til dýralæknisins, þá er skilningur á því hvað er eðlilegt fyrir köttinn þinn mjög mikilvægt skref í því að gera ykkur báðar þolanlegri um ókomin ár, bara til að róa hugann. (Enda veit kötturinn þinn að það er gott að fylgjast með líkamstjáningu og tilfinningum þegar þú hefur áhyggjur.)

Eðlileg einkenni öldrunar birtast smám saman. Skyndileg vandamál geta verið merki um alvarlegt heilsufar. Ef útlit eða hegðun kattarins þíns hefur breyst hratt skaltu fara með hann til dýralæknis eins fljótt og auðið er.

skert skynfæri

Með árunum geta skilningarvit kattarins þíns (heyrn, sjón og lykt) minnkað, en hver köttur eldist á einstakan hátt. Sumar aldursbreytinganna geta farið fram hjá neinum þar sem dýrið aðlagast þeim, önnur geta verið augljósari eins og: B. Lélegt mataræði vegna tannsjúkdóma sem krefst meiri athygli og eftirlits með árunum.

Aðrar breytingar geta verið mjög erfiðar að greina. Sumt fólk gerir sér ekki einu sinni grein fyrir því að gæludýr þeirra eru orðin heyrnarlaus og það er ekki erfitt að ímynda sér hvernig þetta getur gerst. Enda veitir köttur aðeins athygli þegar hann vill.

Þú gætir grunað heyrnarskerðingu hjá köttum ef þú tekur eftir því að hann bregst ekki við hljóðum sem áður kölluðu fram ákveðin svörun, eins og bank. B. hljóðið sem þú gefur frá þér þegar þú opnar dós af mat. Til að staðfesta þennan grun skaltu strjúka köttinum aftan á höfuðið. Eyrun ættu að hopa þegar hlustað er á hljóðið til að greina það betur.

Þó að köttur sem hefur misst heyrn geti haldið áfram að búa öruggur heima, er það ekki tilfellið utandyra, þar sem hann er í mikilli hættu. Þú munt til dæmis ekki geta forðast bílslys vegna þess að þú heyrir það ekki koma.

Bragðskynið getur haft mikil áhrif á matarlyst kattarins þíns og er áhyggjuefni fyrir eldri ketti. Lyktarskynið er afar mikilvægt fyrir köttinn til að ákveða hvað hann vill borða og þegar þetta skynfæri er óákveðið virðist sem ekkert sem boðið er upp á sé þess virði að borða.

Hiti eykur lykt. Ef kötturinn þinn hættir að borða skaltu hringja í dýralækninn. Ef ekkert virðist athugavert skaltu prófa að gefa köttnum þínum mat sem er stofuhita eða aðeins hlýrra til að hann bragðist betur.

Breytingar á útliti

Þar sem líkami kattarins verður fyrir innri breytingum gætirðu líka tekið eftir einhverjum ytri breytingum. Kettir missa vöðvamassa þegar þeir eldast, þannig að gæludýrið þitt gæti verið grannra en þegar þeir voru ungir. Aðrir kettir geta verið of feitir vegna þess að þeir borða sama fjölda kaloría en hafa mun lægri virkni. (Sjá kafla 10 fyrir frekari upplýsingar um offitu.)

Breytingarnar geta endurspeglast í feldinum, sem er þurrari og minna ríkulegur, og húðin er minna sveigjanleg. Í áranna rás gæti kötturinn ekki snyrt sig sjálfur, hallað sér með aldrinum og gert það ekki nógu oft, eða misst eldmóðinn sem hann hafði einu sinni.

Kötturinn þinn mun líta betur út og líða betur ef þú hjálpar honum að snyrta sig. Sjá kafla 9 fyrir frekari upplýsingar um hvernig þú getur hjálpað þér í gegnum ferlið.

breytist hegðun

Skapgerð heilbrigðra eldri katta vekur oft ánægjulegar væntingar. Kötturinn verður félagslyndari með tímanum og mun sýna meiri áhuga á að liggja í kjöltu þér en að klifra upp gardínur eða gera loftfimleikastökk af húsgögnum. Þessi mýking á viðhorfi er mest áberandi breytingin sem þú munt upplifa, en það eru aðrar hegðunarbreytingar sem þarf að vera meðvitaður um.

Kötturinn getur sofið meira, en þú verður líka að fylgjast með þessum þætti. Mikill óáhugi á heiminum í kringum þig getur líka verið merki um veikindi, eins og óhóflegt orkustig. Fylgstu með breytingum á matarlyst eða þorsta. Jafnvel þótt köttur borði færri hitaeiningar og meiri vökva í gegnum árin, vertu á varðbergi gagnvart miklum breytingum.

VEGNA ÞESS AÐ HEGÐUNARBREYTINGAR hjá eldri köttum eru oft afleiðing heilsufarsvandamála er mikilvægt að vera meðvitaður um þessar breytingar og hversu hratt þær gerast. Kötturinn, sem var alltaf ljúfur og vingjarnlegur og er nú í vörn og reiðir sig auðveldlega, gæti hagað sér svona vegna langvarandi sársauka. Eða hún víkur skyndilega frá venjum sínum í ruslakassanum vegna þess að hún er með sýkingu eða jafnvel sykursýki. Þar sem kötturinn þinn getur ekki komið orðum að því sem er að angra hann verður þú að hlusta á líkama hans og vera gaum.

Sérstök umhyggja fyrir kattartennur

SUMIR KETTIR, EINS og sumir, geta lifað allt sitt líf án strangrar tannlæknaþjónustu og án meiriháttar vandamála (annað en slæm andardrátt, sem þeir sem eru í kringum þá finna fyrir). En þetta er undantekningin en ekki reglan. Snyrting getur farið langt í að gera samveruna með köttinum þínum ánægjulegra en jafnframt koma í veg fyrir alvarleg tannvandamál. Ef þú hugsar alltaf um tennurnar þeirra hefur þú gert gæludýrinu þínu mikinn greiða. Ef ekki, ættir þú að reyna að tryggja að tannvandamál geri þau ekki ömurleg. Illa umhirða tennur geta skaðað þegar borðað er. Einnig telja sumir að tannholdssjúkdómar hafi mismunandi áhrif þegar bakteríurnar sem valda þeim fara í blóðið og bera sýkinguna til nýrna og annarra líffæra. Einbeittu þér að þessum vandamálum!

Þegar kötturinn þinn er þægilegur og rólegur skaltu lyfta vörum hennar til að horfa á tennurnar. Þú munt auðvitað sjá nokkur gul og eðlileg merki um slit í samræmi við aldur og það er ekki vandamál. Það sem þú þarft að vera meðvitaður um eru merki tannholdsbólgu, stanslaust langvarandi ferli sem óhjákvæmilega leiðir til tannmissis og almennrar heilsubrests. Þessi merki eru meðal annars veggskjöldur, brothætt brúnt efni sem kallast tannstein sem safnast upp á yfirborði tannanna, sérstaklega meðfram tannholdslínunni, og tannholdsbólga, bólga í tannholdsvef. Alvarlega sýktir hundar fá oft tannrótarígerð, sem krefst tafarlausrar dýralæknishjálpar.

Til að halda tönnum gæludýrsins þíns heilbrigðum ættir þú að bursta þær að minnsta kosti þrisvar í viku. (Sjá kafla 11 fyrir upplýsingar um hvernig á að gera þetta starf auðveldara fyrir ykkur bæði.) Áður en hægt er að hefja fyrirbyggjandi meðferð ætti dýralæknirinn að meðhöndla öll vandamál sem upp hafa komið, sem, auk meðferðar, krefjast hreinsunar og svæfingar eða fyrirbyggjandi meðferðar. útdráttur sjúkra tanna og greining og horfur annarra vandamála.

Ef kötturinn þinn sýnir aðeins væga veggskjölduppsöfnun og bólgu, fer hún heim með hreinar tennur og leiðbeiningar um tannhirðu. Upp frá því er það undir þér komið að halda þessum tönnum í góðu formi og athuga þær reglulega til að sjá hvort þær þurfi frekari dýralæknishjálp.

almenn vandamál

Flest heilsuvandamál fullorðinna katta koma einnig fram hjá ungum köttum, að undanskildum ofstarfsemi skjaldkirtils, sem við munum tala um í þessum kafla. Hins vegar eru ákveðnir sjúkdómar algengir hjá eldri köttum og viljum við vekja athygli á þeim.

Þar sem mörg heilsufarsvandamál geta komið upp á hvaða aldri sem er er ekki gott að hunsa aðra kafla þessarar bókar sem fjalla um efnið frá almennara sjónarhorni, sérstaklega 11. og 12. kafla sem innihalda kafla um fyrirbyggjandi aðgerðir.

Sykursýki

Sykursýki felur í sér tap á stjórn á blóðsykri. Köttur með sykursýki hefur mikið magn af sykri í blóði og þvagi. Það eru tvær tegundir sykursýki: sú fyrri, sem kallast insúlínháð, þar sem brisið framleiðir ekki nóg insúlín til að stjórna blóðsykri. Hin form sjúkdómsins kemur fram þegar líkaminn bregst ekki vel við insúlíni sem brisið framleiðir.

FEITIR KETTIR ERU LÍKLEGRI til að fá sykursýki. Enn ein ástæðan til að koma í veg fyrir offitu!

KETTIR MEÐ SYKURSÝKI geta léttast þrátt fyrir að borða vel. Þeir drekka líka vatn og pissa oftar. Þú gætir fundið fyrir því að þvag kattarins þíns sé klístrað, eins og sykruð efni, vegna mikils sykurinnihalds.

EKKI TAKA ÞESSUM EINKENNUM létt. Í verstu tilfellum geta kettir veikst alvarlega og jafnvel farið í dá. Sérhver köttur sem sýnir alvarlegt ástand ætti að teljast mjög veikur og þurfa tafarlausa dýralæknishjálp.

Ef kötturinn þinn er greindur með sykursýki mun dýralæknirinn mæla með breytingum á mataræði, sem geta falið í sér stjórnað þyngdartapi og trefjaríkt fæði. Lyf geta hjálpað til við að stjórna blóðsykri. Hins vegar, í flestum tilfellum, verður þú að gefa gæludýrinu þínu insúlín. Dýralæknirinn mun kenna þér hvernig þú átt að gefa sprauturnar og þú verður sammála um hvernig eigi að halda áfram meðferðinni. Vertu viss um að halda dagbók yfir ávísað lyf og viðbrögð kattarins þíns. Þessar skrár munu hjálpa þér og dýralækninum þínum að stjórna sykursýki.

Sum tilfelli sykursýki læknast með því að greina og meðhöndla aðra sjúkdóma sem gera líkama kattarins ónæma fyrir insúlíni. Það eru kettir sem jafna sig tímabundið eða varanlega af sykursýki. Við viljum ekki að þú vonir til einskis að hægt sé að lækna köttinn þinn með kraftaverkum, heldur til að minna þig á mikilvægi þess að vera meðvitaður um breytingar á hegðun kattarins þíns, heilbrigður eða veikur.

ofstarfsemi skjaldkirtils

Hvað er að þessum köttum? Þetta er spurning sem margir með eldri ketti spyrja þegar þeir sjá að gæludýrið virðist léttast þrátt fyrir að borða meira og að með aldrinum hafi þeir ekki orðið rólegri og kyrrsetri heldur virkari.

Þó að okkur þyki ótrúlegt að eldri köttur hafi orku eins og hvolp, þá eru líkur á að kötturinn þjáist af sjúkdómi sem gæti drepið hann ef hann er ómeðhöndlaður. Ofvirkni skjaldkirtils, eða offramleiðsla skjaldkirtilshormóna, er eitt algengasta ástandið hjá eldri köttum. Ennfremur er það grímuklæddur sjúkdómur með mörgum einkennum. Paul hefur mjög skýra afstöðu til læknisfræði og mælir ekki með prófun án augljósrar ástæðu, en ef um þetta ástand er að ræða telur hann að allir eldri kettir ættu að fara í skjaldkirtilshormónapróf, eða að minnsta kosti þegar heilsufarsbreytingar verða. . Ofvirkni skjaldkirtils getur birst á margan hátt, allt frá ofvirka köttinum sem borðar allan tímann, til köttsins sem hefur eitthvað að,

Þegar köttur framleiðir of mikið skjaldkirtilshormón geta umbrot hans hraðað nógu mikið til að brenna þriðjungi líkamsþyngdar sinnar. Ef ekki er athugað, geta nýru, hjarta, lifur eða önnur vandamál þróast, sem stundum leiða til dauða. Mundu samt að ekkert þessara einkenna ætti að vera afgerandi merki og að of þungir kettir geta líka verið með ofvirkan skjaldkirtil.

Meðferð við ofstarfsemi skjaldkirtils er eitt af virkasta sviðum öldrunarlækninga katta. Þó sjúkdómurinn sé algengur eru margar leiðir sem geta læknað hann í mörgum tilfellum.

Dýralækningar bjóða upp á þrjár aðferðir til að meðhöndla skjaldvakabrest. Hver þú velur fer nánast alltaf eftir því hvar þú ert og hvernig kötturinn þinn hefur það. Hér eru valkostirnir:

- GEISLAVIRK JOÐMEÐFERÐ. Þessi valkostur er ákjósanlegur aðferð og það er auðvelt að sjá hvers vegna: Árangurshlutfall er á bilinu 90 til 95% og það er engin þörf á frekari meðferð. Kötturinn fær skammt af geislavirku efni sem drepur gallaðar frumur án þess að hafa áhrif á aðra starfsemi líkamans. Þetta er eins dags mál, en það sem á eftir kemur er vandamál fyrir marga: Meðferðin skapar geislavirkan kött sem verður að fjarlægja úr heiminum á dýralæknastofu eða skóla 7-14 dögum eftir að dýrið er hreyft. . Og það er talið skaðlaust og þú getur farið heim. Annað vandamál er að ekki er hægt að bjóða þessa meðferð alls staðar, sem eykur ferðatíma á aðgerðastað.

- Skurðaðgerð. Annar valkostur er skjaldkirtilsnám, það er að fjarlægja skjaldkirtilinn með skurðaðgerð, sem hvaða dýralæknir getur framkvæmt. Vandamálið: Skurðaðgerð er viðkvæm og það eru nokkrar líkur á fylgikvillum. Þetta er góður kostur ef meðferð með geislavirku joði er ekki í boði eða ef kötturinn hefur ekki skapgerð til að lifa af í innilokun í nokkra daga.

- LYFJAMEÐFERÐ. OFVIRKAN skjaldkirtil er hægt að meðhöndla með lyfjum. En þar sem sumir kettir taka lyf illa er til fólk sem hefur ekkert á móti því að gefa gæludýrunum sínum nokkrar pillur á dag það sem eftir er ævinnar. Þess í stað er lyfjameðferð notuð til að koma á stöðugleika á köttinn áður en aðrar, lengri meðferðir eru hafnar til að takast á við vandamálin af völdum ofstarfsemi skjaldkirtils.

NÝLEGAR NIÐURSTÖÐUR benda til þess að lítið hlutfall katta sem eru meðhöndlaðir við skjaldvakabrest fái nýrnavandamál. Þessi litla áhætta ætti ekki að koma í veg fyrir að kötturinn þinn gangist undir þessa meðferð. Það gæti verið ástæða til að prófa lyfjameðferð fyrst til að sjá hvernig nýrun þín bregðast við meðferð. Við vonum að frekari upplýsingar berist á næstunni og hvetjum þig til að ræða málið ítarlega við dýralækninn þinn.

Þrautseigja

Þrjóska er alger vanhæfni til að gera saur, sem leiðir af sér hræðilega sársaukafullar og alvarlegar aðstæður. Orsakir þessarar fötlunar hafa ekki verið skýrðar að fullu. Þarmurinn þenst út þannig að hann kemst ekki lengur í hægðir. Það er öfgafullt tilfelli um hægðatregðu.

Reyndu að vera meðvitaður um ruslkassavenjur kattarins þíns. Ef kötturinn þinn reynir að ýta of fast, eða þú heyrir hann öskra af sársauka á meðan hann kúkar, eða þú hefur ekki tekið eftir kúknum hans, þá er hann í vandræðum. Þó að það kunni að virðast þversagnakennt, þá kemur þessi stífla fyrst fram sem niðurgangur vegna þess að líkaminn, sem er pirraður af hægðum, framleiðir mikið magn af vökva eða slími til að reyna að bæta það upp. Þetta mál getur litið svolítið út eins og rennandi hægðir.

Allar breytingar á ruslakassavenjum kattarins geta verið hugsanleg merki um veikindi og ætti að tilkynna það til dýralæknisins til að tryggja að vandamál séu meðhöndluð snemma.

Dýralæknirinn þinn mun líklega mæla með því að taka röntgenmynd til að ákvarða orsök vandans. Enema er skammtímalausn og langtíma lyfjameðferð eða skurðaðgerð getur verið þörf. Langtímasnyrting getur þurft að nota hægðalyf eða lyf til að mýkja hægðirnar, auk þess að huga betur að því að snyrta köttinn til að draga úr magni af hári sem er tekið inn. Lyfjameðferðir hafa skilað misjöfnum árangri. Skurðaðgerð til að fjarlægja hluta af ristli hefur áhrif á mjög stórt svæði líkamans og getur valdið vandamálum með niðurgangi. Hins vegar er það besta lausnin fyrir marga ketti.

VIÐ TÖKUM Á NOKKRUM af algengustu heilsufarsvandamálum eldri katta. En það eru margir aðrir sem áreita ketti, unga sem gamla. Sjá 12. kafla um almenna heilsugæslu og 11. kafla um mikilvægi góðrar heilsugæslu. Og umfram allt ráðfærðu þig við dýralækninn þinn.

Hvernig á að vita hvenær tíminn er kominn

LÍKNARDRÁP, TÆKNILEGA hugtakið „að aflífa“ gæludýr, er ein erfiðasta ákvörðun sem þú þarft að taka og það verður ekki auðveldara með tímanum, jafnvel þó þú gerir það oft. Dýralæknirinn þinn getur ráðlagt þér og vinir þínir geta stutt þig, en enginn getur tekið ákvörðunina fyrir þig. Þegar þú býrð með mjög gömlu eða banvænu dýri horfir þú í augun á hverjum morgni og veltir því fyrir þér hvort sá dagur verði þinn síðasti.

Það getur verið hughreystandi að vita að á næstum tuttugu ára æfingu hefur Paul aðeins fjórum sinnum þurft að segja kattaeiganda að tíminn sé kominn. Þó að það sé ómögulegt að vita það með vissu, telur Paul að fólk viti hvenær það er kominn tími til að fá gæludýrin sín og hann virði ákvörðun þeirra án nokkurrar spurningar. Það er allt í lagi að fá ráð frá vinum, fjölskyldu og dýralækni, en enginn getur tekið endanlega ákvörðun nema þú. Allir munu gefa þér ráð eins og "Ef það væri kötturinn minn myndi ég...", en þeir verða að virða stöðu þína. Það eru þeir sem vilja ekki bíða eftir að óþægindi breytast í sársauka og velja líknardráp fram yfir flest. Það eru aðrir sem eru knúin áfram af matarlyst dýrsins, með þá hugmynd að þegar fullorðinn köttur hefur ekki lengur áhuga á að borða, þá mun ekkert annað hafa áhuga. Aðrir bíða þar til þeir efast ekki um að tíminn sé kominn. Hægt er að leiðrétta hverja af þessum breytum í hverju tilviki fyrir sig. Gerðu þitt besta og reyndu svo að halda áfram og takast á við sársaukann.

Hinar ótrúlegu framfarir í dýralækningum á síðustu tuttugu árum hafa gert þessar ákvarðanir erfiðar fyrir marga. Fyrir ekki svo löngu síðan var það besta fyrir alvarlega veikt dýr að hjálpa þeim að takast á við sársaukann eins lengi og hægt var. Í dag hafa dýr aðgang að nánast öllum ávinningi lækninga manna, allt frá krabbameinslyfjameðferð til gangráða. Ef þú hefur efni á slíkri umönnun og hefur raunhæfar væntingar um að hún muni bæta lífsgæði gæludýrsins þíns, ekki bara lengja, gerðu það. Ekki leyfa ákvörðun þinni að byggjast á sektarkennd eða óskhyggju.

Líknardráp valkostir

Ættir þú að halda gæludýrinu þínu til loka? Hvað er hægt að gera við afganga? Þetta eru erfiðar spurningar og öll svörin eru gild.

Líknardráp er fljótlegt og rólegt ferli sem dýralæknirinn framkvæmir. Dýrið dettur meðvitundarlaust á nokkrum sekúndum og deyr á innan við mínútu. Skýringarorðið „svefn" er fullkomin lýsing. Þeir sem mæta í aðgerðina hafa hugarró að dýrin þeirra munu ekki finna fyrir neinum ótta eða sársauka.

Sumir munu halda því fram að það að vera með gæludýri á dauðastundinni sé síðasta ástúðargjöf, en engin ákvörðun sem þú tekur um síðustu mínútur lífs dýrsins mun breyta ástúðinni sem þú gafst venjulegum dýrum fyrir árum. Ef þú vilt vera við hlið hans, gerðu það í alvöru. Við teljum að það muni hugga þig seinna að þú gerðir það og það mun líka hjálpa þér að klára þennan kafla. En að sitja ekki með hendur í skauti er líka látbragð af ást og samúð. Innst inni í hjarta þínu veistu hvað er best fyrir þig og köttinn þinn.

HRINGDU Á DÝRALÆKNASTOFUNA til að panta tíma með góðum fyrirvara og gera þér ljóst hvað þú ætlar að gera. Þetta tryggir að ef þú hefur ákveðið að vera nálægt köttinum þínum þarftu ekki að bíða, heldur kemurðu beint inn í herbergi.

Dýralæknirinn þinn mun gera allt sem hægt er til að svara spurningum þínum og fullvissa þig áður en þú framkvæmir aðgerðina. Þeir geta rakað húðina á framlappinni til að auðvelda að komast að bláæðinni þar sem þeir munu sprauta líknardrápinu og geta sett inn legglegg eða róað köttinn þinn.

Það er eðlilegt að gráta á þessum tímum og dýralæknirinn mun skilja það. Eins og gæludýrið þitt, höldum við.

Þú gætir viljað eyða nokkrum mínútum með gæludýrinu þínu eftir að allt er búið, dýralæknirinn mun skilja það og skilja þig eftir í friði þar til þú sættir þig við tap þitt. (Ef gæludýr þitt deyr meðan á dýralæknismeðferð stendur gætirðu viljað sjá líkamann svo þú getir haldið áfram og sætt þig við tapið. Ræddu ákvörðun þína við dýralækninn þinn.)

Þú gætir frekar viljað aflífa heima. Ef svo er, farðu beint til dýralæknis. Margir sérfræðingar bjóða upp á þessa sérstöku þjónustu til langtíma viðskiptavina sinna. Ef þinn býður það ekki, ættir þú að leita að einum sem gerir það.

Hvernig á að takast á við tap

Margir eru hissa á tilfinningunum sem geta komið upp eftir dauða gæludýrs og skammast sín fyrir sorg sína. Það er mjög gagnlegt að muna að dýr hafa merkingu í lífi okkar sem er umfram ástina sem við berum til þeirra. Oft skiljum við ekki að við erum ekki aðeins hér fyrir ástkæra dýrið, heldur líka fyrir gleðistundina sem þetta dýr táknar og fyrir tengslin við annað fólk sem er okkur mikilvægt. Dauði kattar sem við fengum sem hvolp frá látnum vini, til dæmis, getur vakið upp bitrar minningar um annan ástvin sem er ekki lengur hér.

Það er mikilvægt að hugsa vel um sjálfan sig á þessum erfiða tíma. Það mun vera fólk sem skilur ekki tilfinningar þínar (hugsar "þetta er bara köttur") eða sem kann ekki að meta sorg þína. Félagsskapur annarra dýravina er nauðsynlegur. Heimsæktu hana til að deila tilfinningum þínum. Þú getur líka fundið stuðningshóp fyrir fólk sem hefur týnt gæludýrum sínum, annað hvort í samfélaginu þínu eða á netinu, þar sem þessar tegundir vefsvæða eru mikið. Stuðningurinn sem þú færð í þessum sýndarsamfélögum er mjög gefandi.

ÞETTA ER VISSULEGA erfiður tími, en mundu að með tímanum verða minningar uppspretta gleði, ekki sársauka. Það eru engin ákveðin tímamörk til að falla frá refsingunni, en það verður. Við fullvissum þig.

Frábær leið til að heiðra minningu kattarins þíns er að gefa framlag til dýraverndarsamtaka á staðnum, dýralæknaskóla eða annarra góðgerðarmála sem annast dýr. Framlag í nafni ástsæls gæludýrs er gott látbragð fyrir vin sem hefur misst gæludýr.

Hvað gerist ef þú ferð fyrst?

Við skulum hafa það á hreinu: þú getur ekki látið köttinn þinn eignir þínar, því löglega er hann dýr og hefur nánast sömu réttarstöðu og stóll. Af sömu ástæðu geturðu ekki komið á borð fyrir gæludýrið þitt. Lífeyrisþegi verður að vera manneskja og sú staðreynd að þú heldur að kötturinn þinn sé lítil manneskja skiptir ekki máli þar sem hann þarf að halda lögum samkvæmt fyrir dómstólum.

Þó að þú takir málið upp við lögfræðinginn þinn, þá er mikilvægara að taka málið upp við fjölskyldu þína og vini því þú þarft að finna einn þeirra sem þú getur treyst til að sjá um gæludýrið þitt ef það vantar. Þú hefur ekki mikla stjórn á því sem gerist, svo þú ættir að velja áreiðanlegan mann og vona að allt fari eins og þú ætlast til, köttinum þínum til heilla.

Engum finnst gaman að hugsa um dauðann, en þú berð ábyrgð á þeim sem þú skilur eftir, og það felur í sér gæludýrin þín. Talaðu við vini þína, fjölskyldu og dýralækni. Ekki treysta vingjarnlegum ókunnugum til að sjá um gæludýrið þitt ef eitthvað kemur fyrir þig. Kötturinn þinn á betra skilið.

hluti 4

Hvernig á að lifa hamingjusamlega með kött

Í þessum hluta...

Þessi hluti útskýrir hvernig á að skilja köttinn þinn betur og hvernig á að sigrast á þeim áskorunum sem líf leiðir saman. Við höfum bætt við kafla um fíngert líkamstjáningu katta, auk sannaðra aðferða til að leysa hegðunarvandamál, eins og: B. klóra húsgögn og borða plöntur eða nota ekki ruslakassann. Hefur þú alið upp óléttan kött? Við segjum þér hvað þú verður að gera til að hjálpa og ala upp hvolpana og koma þeim svo fyrir á góðu heimili. Að lokum útskýrum við hvernig á að ferðast með köttinn þinn og hvernig á að finna bestu leiðina til að skilja hann eftir ef þú getur ekki tekið hann með þér í ferðalög.

14. kafli

Hvernig á að leysa hegðunarvandamál.

Í þessum kafla

- Af hverju kettir gera það sem þeir gera

- HVERNIG Á AÐ BERA kennsl á mögulegar orsakir „slæmarrar“ hegðunar.

- HVERNIG Á AÐ LEYSA vandamál

- DEILAN UM AFKÓÐUN kattar

Kettir eru lítið viðhaldsgæludýr, sem er hluti af ástæðunni fyrir gríðarlegri aðdráttarafl þeirra og vaxandi vinsældum. Róleg, hrein, ástúðleg og næstum sjálfbjarga að eðlisfari, þau geta lagað sig að hvers kyns heimili og fjölskyldu.

En þegar eitthvað fer úrskeiðis verður það mjög slæmt frá mannlegu sjónarhorni. Köttur með hegðunarvandamál, eins og árásargirni, getur verið uppspretta átaka og óánægju í fjölskyldu þinni og það er kötturinn sem mun tapa. Að auki geta þessi dýr eyðilagt eigur þínar: hylja þær með þvaglykt, klóra þær og rífa þær eða tyggja þær. Húsgögnin þín eru ekki örugg, ekki heldur plönturnar í húsinu þínu, ekki einu sinni hendurnar þínar, því sumir kettir geta breyst á róttækan hátt: frá því að spinna á einum stað til að bíta á öðrum.

Sumu fólki getur þessi hegðun virst ófyrirsjáanleg, óskiljanleg og jafnvel hatursfull, þegar hún er í raun og veru ekkert af ofangreindu. Það sem fólk kallar „slæma“ hegðun er fullkomlega skynsamlegt fyrir dýrið, sem gerir ekkert annað en að fylgja eðlishvötinni til að takast á við vana, veikindi eða breytingar á venjum af völdum utanaðkomandi þátta. Þessi „vandamál“ eru náttúruleg hegðun katta og hluti af erfðafræðilegum upplýsingum þeirra, svo og mjög gaumgæf heyrn þeirra og loppur þeirra, sem geta gengið án þess að gefa frá sér hljóð.

Til að leysa hegðunarvandamál verður þú fyrst að skilja hvað þau eru. Því miður nenna margir ekki að skilja og bregðast við með dýra-mannlegum rökfræði: reiði sem getur byrjað með líkamlegum refsingum (sem aldrei virkar með köttum) og kannski endað með ferð aðra leið í dýraathvarfið.

Fyrir köttinn þinn og þinn bjóðum við upp á valkosti til að sigrast á ruglingi, reiði og gremju sem hegðunarvandamál katta geta valdið og endurheimtir sátt og traust á heimili þínu.

Í þessum kafla hjálpum við þér að skilja orsök óæskilegrar hegðunar kattarins þíns og stungum upp á leiðum til að þróa áætlun til að gera ástandið þolanlegt fyrir ykkur bæði. Kötturinn þinn er ekki fullkominn og þú ekki heldur. Og venjulega tekur þessi mál nokkurn tíma að birtast og leysast líka.

Ferlið krefst þolinmæði og ákveðins sveigjanleika af þinni hálfu. En flest hegðunarvandamál katta er hægt að leysa þannig að báðir aðilar séu ánægðir. Ekki gefast upp. Lestu áfram.

Fyrsta skrefið í að leysa hegðunarvandamál er að ganga úr skugga um að það sé ekki læknisfræðilegt vandamál. Við þreytumst aldrei á að endurtaka þetta. Einkenni veikinda hjá köttum geta verið mjög lúmsk (nánar um þetta í kafla 11) og fela sig oft á bak við slæma hegðun. Talaðu við dýralækninn þinn áður en þú reynir að breyta hegðun gæludýrsins þíns, þar sem viðleitni þín mun líklega mistakast ef þú ert með veikan kött. Þetta ráð er enn meira viðeigandi ef breytingin á hegðun kattarins er skyndilega. Í þessu tilfelli er mjög líklegt að hann sé veikur, sérstaklega ef þú finnur ekki aðrar orsakir á svæðinu, til dæmis. B. ný manneskja eða gæludýr í húsinu, sem er orsök hegðunarbreytingarinnar.

Dýralæknirinn þinn getur einnig ráðlagt þér um áætlanir um að breyta hegðun flækings kattar eða vísað þér til sérfræðings á þessu sviði. Hegðun dýra er eitt ört vaxandi þekkingarsvið í dýralækningum þar sem slík vandamál valda dauða fleiri dýra en sjúkdómarnir sjálfir. Þessi nýja nálgun hefur aukið notkun lyfjameðferða til að meðhöndla hegðunarvandamál, þar á meðal sum lyf sem notuð eru hjá mönnum til að meðhöndla þunglyndi og kvíða. Þessi úrræði eru ekki töfralausn, en þau geta hjálpað köttinum þínum að breyta vandamálahegðun.

Þar sem rusl er algengasta kvörtunin sem fólk hefur, munum við fjalla um það í sérstökum kafla. Það er mikilvægt að þú lesir þennan kafla fyrst til að skilja hvernig á að leysa hvers kyns hegðunarvandamál. Þú getur síðan hoppað yfir í kafla 15 til að læra meira um sérstakar aðferðir til að koma köttinum þínum aftur í ruslakassann.

Lýsing á „slæmu“ hegðuninni.

HÉR ER ÁBENDING FYRIR góðan síðdegi á meðan þú lærir mikið um köttinn þinn: Farðu í næstu myndbandsverslun eða bókasafn og biddu um heimildarmynd um tígrisdýr.

Það kemur þér örugglega á óvart hversu mikið kötturinn sem spinnur í kjöltu þinni líkist þessum ótrúlega villikatti. Gangur tígrisdýrsins, glæsileiki þess og fyrirheit um styrk hans. Veiðileið hans, rólegur og einbeittur fyrir utan smá hreyfingu á halaoddinum.

Gefðu nú gaum að því sem sagt er um "landhelgi". Tígrisdýr þurfa á sínu yfirráðasvæði að halda og þeir gæta þess að gera það ljóst hvert þeirra fer og hitt byrjar. Þeir nudda á hluti, merkja með þvagi og klóra.

Auðvitað er miklu áhrifameira að horfa á tígrisdýr gera þetta allt en 9 punda heimiliskött. Bending tígrisdýrs sem markar yfirráðasvæði sitt með höfðinu og skilur eftir lykt getur hræða mann. Hvað varðar aðra hegðun, þá viltu örugglega ekki fara nálægt honum. Þegar tígrisdýr vill skilja eftir skilaboð (eða hressa upp á gamalt) sest það upp á afturfæturna og grefur klærnar í tré og skilur eftir djúp spor (sem og ilm) á greyið plöntuna. Og svo, eins og til áréttingar, snýr hann sér við, snýr sér að trénu, lyftir skottinu og lætur þvagstraum renna á stokkinn. Og svo sneri hann sér aftur og þefaði,

Þar sem enginn öskrar á tígrisdýrið fyrir að haga sér svona (hvað myndir þú gera ef kötturinn þinn myndi gera það sama við sófann eða þvottakörfuna) gengur hann stoltur í burtu. Heimurinn hans lyktar eins og hann ímyndar sér hann og líkar við hann.

Kannski er ég farin að skilja ástandið betur núna. Það sama og tígrisdýrið gerir til að merkja yfirráðasvæði sitt eru náttúruleg hegðun fyrir köttinn þinn. Og þú vilt samt að gæludýrið þitt yfirgefi atavistic venjur sínar? Jæja, við höfum slæmar fréttir af því: það er ekki hægt og það er ekki sanngjarnt að spyrja.

Að leysa hegðunarvandamál hjá köttum er eins og að temja tígrisdýr: Þú verður að vinna hægt til að þjálfa náttúrulega hegðun gæludýrsins þíns svo þau þoli breytingarnar.

Rót óæskilegrar hegðunar

ÞEGAR MAÐUR KEMUR MEÐ kött heim þá biður maður mikið um hann og sú staðreynd að allt gengur vel segir oftast mikið um tengsl katta og manna. Þú munt biðja þá um að gera viðskipti sín þar sem þú vilt og ekki á neinum hluta yfirráðasvæðis þíns. Biddu þá um að skera á ákveðinn stað í stað þess að merkja hvert yfirborð sem þeir finna. Hann biður þá um að hunsa hæfileika sína til að hoppa yfir borð af þokkabót og laga náttúrulega næturáætlun sína til að passa daginn hans.

Flestir kettir gefa eftirgjöf. En fyrir þá sem eru það ekki þarftu að finna ástæðuna áður en þú reynir að leysa vandamálið. Hér eru nokkur atriði sem þarf að hafa í huga:

- LÆKNISVANDAMÁL: EINS og við sögðum í upphafi þessa kafla eru hegðunarvandamál oft til marks um veikindi. Köttur með ómeðhöndlaða sykursýki, til dæmis, drekkur og pissar oftar og gæti truflað viðleitni þína til að halda ruslakassanum hreinum. Hann ákveður því að nota aðra staði sem sandkassa. Köttur sem skyndilega byrjar að bíta gæti verið með sársauka og gæti ráðist á til að vernda sig. Köttur með þvagfærasýkingu getur fundið fyrir sársaukafullum þvaglátum og gæti tengt þetta einkenni við ruslakassann sinn. Er ég þá hissa á því að ég hætti að nota það? Jafnvel með allri hegðunartækni í heiminum muntu ekki geta leyst undirliggjandi læknisfræðileg vandamál. Þú þarft hjálp dýralæknis til að gera þetta.

• STREITA: KETTUM FINNST breytingar streituvaldandi og bregðast við með því að breyta hegðun sinni til að takast á við. Köttur sem byrjar að merkja yfirráðasvæði sitt getur verið vegna þess að húsið hefur nýlega verið „tekið yfir" af nýju gæludýri eða einstaklingi. Fyrir köttinn er þessi hegðun þroskandi og hughreystandi: láttu heiminn hans lykta eins og hann sé hughreystandi, en það gæti verið að það sé ekki fyrir þig. Þú þarft að létta á streitu kattarins á annan hátt, td. B. takmarka yfirráðasvæði þeirra um stund eða taka lyf.

• GEÐVEIKUR ÁTAK: ÞÚ ættir að íhuga hlutverk þitt í hvers kyns vandamálahegðun. Er ég að biðja hann um eitthvað sem er ómögulegt fyrir hann? Kannski vill hann ekki nota ruslakassann því honum finnst hann td sjaldan hreinn eða ef þú biður hann um að klóra ekki í sófann þá er ekki sanngjarnt að þú bjóðir honum ekkert að klóra. Þú verður að bjóða honum aðra kosti ef þú ætlast til að hann breyti hegðun sinni.

• Leiðindi: biðja köttinn þinn að komast burt frá öllu, í skiptum fyrir nokkrar klukkustundir af nærveru þinni á hverjum degi og leikfangamús? Hversu leiðinlegt! Húskettir þurfa fullt af hlutum til að skemmta sér, leikföng og leiktíma og mikla athygli frá þér. Þú þarft ekki að eyða peningum í kattaleikföng (sjá kafla 8 um ódýr og ókeypis leikföng), en þú ættir að leggja þig fram um að fá köttinn þinn til að leika við þau sem hún á. Ef þú eyðir miklum tíma að heiman getur nærvera annars kattar (eða jafnvel hunds) leyft þér að fá þá hreyfingu, félagsskap og skemmtun sem þú þarft. Sjá kafla 21 fyrir nokkrar ábendingar um að skemmta inniketti.

• ÞJÁLFUN VIRKAÐI EKKI til að byrja með: einfaldlega að slá eða sparka í köttinn þinn mun líklega láta hana vita að þú ert bara eitthvað til að halda í fjarlægð. Líkamsrefsingar hafa ekki áhrif á hegðun kattar því hann skilur hana ekki. Og þetta úrræði hefur engan annan tilgang en að leggja áherslu á, sem mun leiða til fleiri vandamála.

Farðu yfir allt sem kom fyrir þig. Hvernig brást kötturinn þinn við ástandinu og hvernig brást hann við? Að halda vandamáladagbók mun hjálpa þér að skilja þróun og opna tilfinningar þess að lifa með vandamáladýri. Ef þú kemst að því að hegðun kattarins þíns tengist ekki hefnd eða geðþótta, gæti vandamálið verið bærilegra á meðan þú finnur leið til að laga það.

Aðferðir til að breyta hegðun

ÓLÍKT HUNDUM ERU KETTIR ekki "forritaðir" til að starfa í fjölskyldu. Hundar tileinka sér náttúrulega fjölskylduandann, þar sem forfeður þeirra bjuggu og veiddu í samvinnuteymum sem kallast pakkar eða pakkar, sem bjuggu yfir mjög þróaðri félagslegri uppbyggingu. Að ljónum undanskildum eru stórir og litlir kettir eintómar skepnur sem eru vanir að verja sig. Þú getur ekki látið ketti gera eitthvað sem þeir vilja ekki gera; Til að breyta hegðun hans verður þú að bjóða upp á fullnægjandi val á sama tíma og þú finnur leið til að gera slæma hegðun hans minna aðlaðandi og óáhugaverða.

Kötturinn þinn líkar við þig og þér líkar við félagsskapinn þinn, en ef þú ætlar að sannfæra hann um að gera hlutina á þinn hátt þarftu að svara grunnspurningunni sem köttur spyr: "Hvað er í því fyrir mig?"

Góðu fréttirnar eru þær að kettir eru vanaverur. Þegar þú lærir hvar á að klóra og klóra, narta og létta á þér, geturðu gleymt öllum brellunum og aðferðunum sem þú notaðir til að töfra.

Já kisi!

Verðlaunaðu köttinn þinn fyrir góða hegðun, hvort sem það er með fallegum orðum, skemmtun, klappa eða leik. Ef hann notar klóra stólinn sinn í stað sófans, vertu viss um að hann skilji að þú samþykkir ákvörðun hans um að leika sér aðeins með það. Láttu hann vita að hann sé sætur þegar hann notar ruslakassann sinn og borðar plönturnar sínar í staðinn fyrir þínar, eða þegar þú ræðst á leikföngin hans en ekki inniskóna þína. Köttur fæðist ekki með því að þekkja reglurnar sem stjórna mannlegum samskiptum og ef þú passar upp á að fylgja reglunum á skemmtilegan hátt hefurðu mun meiri möguleika á að gæludýrið þitt fylgi þeim.

Nei, köttur, nei!

Aldrei berja köttinn þinn eða láta hann halda að refsingarnar komi frá þér. Líkamlegar refsingar eru gagnslausar með köttum og geta gert ástandið verra með því að gera dýrið hrædd við þig.

Það sem virkar með ketti er að láta þá trúa því að allt sem þeir gera óviðeigandi muni sjálfkrafa valda viðbrögðum sem þeim líkar ekki og að, eftir því sem þeir vita, hafið þið ekkert að gera. Sófinn sem þeim fannst gaman að klóra er nú þakinn einhverju sem þeim líkar ekki að snerta. Í hvert sinn sem þeir stökkva á eldhúsbekkinn fá þeir smá raflost á fæturna eða vatnsstróki rekur þá á bakið.

Hér að neðan er listi yfir brellur sem virka frábærlega til að koma í veg fyrir að gæludýrið þitt geri ákveðna hluti og til að hjálpa köttum og mönnum að lifa í sátt og samlyndi.

• VATN OG HÁVAÐI: SPRAUTAÐU kött með vatni úr úðaflösku eða úðabyssu (án þess að láta köttinn vita hvað þú ert að gera). Þú getur líka sett nokkra mynt í dós og hrist þá í kringum þig eða notað hundaleikfang (kettir eru ekki hrifnir af hávaða, en þú getur ekki notað þetta bragð ef þú ert líka með hund). Þessar aðferðir skilja köttinn eftir í miðri starfsemi sinni og sannfæra hann um að það sé ekki þægilegt fyrir hann að endurtaka.

• HLÍFAR OG PÚÐAR: EF þú vilt ekki að kötturinn þinn snerti ákveðin svæði geturðu hulið þau með tvöföldu límbandi, álpappír eða plasti. Einhver hefur meira að segja fundið upp tegund af mottu sem sendir frá sér smá raflosti og kemur í veg fyrir að kötturinn klifra upp á borð eða flatt yfirborð.

MYND 14.2 SPRAUTUFLÖSKUR og sprautubyssur eru gagnlegar til að meðhöndla hegðunarvandamál, en virka best þegar kötturinn sér ekki hvaðan spreyið kemur.

- MÚSAGILDRUR: HEFÐBUNDNAR trégildrur eru annar búnaður sem getur sagt köttinum þínum að hann sé þar sem hann ætti ekki að vera. Taktu nokkrar af þeim sem ekki eru beitu og settu þau á yfirborðið sem þú vilt að kötturinn forðast (eða í ruslatunnu) og hyldu þá með dagblaðablaði. Gildurnar eru ekki ætlaðar til að meiða gæludýrið þitt, þeim er ætlað að hræða það aðeins. Ef þú hoppar á það mun gildran lokast með háu hljóði og mun þjóna til að sannfæra köttinn um að það sé betra að fara ekki aftur þangað.

- ÓÞÆGILEG EFNI: ÖNNUR leið til að halda köttinum þínum í burtu frá ákveðnu svæði er að hylja svæðið með óþægilegu bragðandi efni (eins og Tabasco sósu). Þú þarft ekki meira því lyktar- og bragðskyn kattarins þíns er mjög gott.

rólegur köttur

Stundum er nauðsynlegt að byrja frá grunni og draga úr streitu kattarins þíns með því að takmarka búsetusvæði hans um stund. Þetta er sama tækni og við mælum með þegar þú kemur með nýjan kött heim. (Sjá kafla 6 fyrir meira um þetta.) Í stað refsingar er þetta kattaöryggisherbergi léttir, leysir köttinn þinn frá því sem er að angra hana í nýju umhverfi og gerir henni kleift að einbeita sér að því sem gerir þér óþægilegt við hegðunina sem þú vilt kenna henni. Honum finnst gaman að nota klóra eða ruslakassann. Það er líka frábær meðferð fyrir þörfina á að merkja landsvæði, þar sem þú hefur lítið landsvæði til að verja.

Það er mikilvægt að þú leikir þér við köttinn þinn og takir hann út og sýnir honum að þú elskar hann. Í stuttan tíma, eina eða tvær vikur, fylgt eftir með smám saman aðlögun inn á heimilið, mun þessi innilokun hjálpa þér að jafna þig.

Dýralæknar geta boðið lyf til að hjálpa meðan á þessu ferli stendur. Þetta eru efni sem eru einnig notuð í mönnum til að létta kvíða; Þeir eru mjög hjálpsamir í þessu ferli, en þeir eru skammtímalausn. Til að ná árangri til lengri tíma litið verður þú að leysa undirliggjandi vandamál.

réttlæti og skynsemi

Gakktu úr skugga um að það sem þú býst við frá köttinum þínum sé rétt á tvo vegu: Ertu sanngjarn? og heldurðu áfram?

Að vera skynsamur þýðir að bjóða köttinum þínum upp á valmöguleika: til dæmis ruslakassa á réttum stað eða vel staðsettan klóra. Þú ættir líka að íhuga hvort það uppfylli þarfir kattarins þíns: leikur þú nóg við hana til að fá þá hreyfingu sem hún þarf?

Ef kötturinn þinn er stöðugt að leita að einhverju að gera og þú ert ekki með honum allan tímann, eins og við flest erum, skaltu íhuga að fá þér annan kött. Hins vegar munu ekki allir kettir samþykkja

nýjan og fyrir staka ketti getur nýr valdið meiri vandamálum. Því miður getum við ekki sagt fyrir um hvernig kötturinn þinn mun haga sér við slíkar aðstæður.

AÐ BÚA MEÐ FLEIRI EN einum kötti skapar gleði og áskoranir. Sjá kafla 17 fyrir upplýsingar um báða þætti.

Þrautseigja vísar til þess að búast alltaf við sömu tegund af hegðun. Ef þú leyfir gæludýrinu þínu að koma að borðinu þegar þú ert einn, en ég vona að þú tjáir það ekki mjög skýrt þegar þú ert með gesti.

Hvernig á að takast á við hegðunarvandamál

Á FYRRI SÍÐUM HÖFUM við gefið lyklana til að leysa flest hegðunarvandamál: vertu viss um að kötturinn hafi ekki heilsufarsvandamál og vertu viss um að það sem þú býst við frá köttinum þínum sé meira aðlaðandi en það sem þú vilt ekki. Sömu reglur gilda um önnur kattavandamál, en við höfum bætt við fleiri ráðum í eftirfarandi köflum til að hjálpa þér að takast á við ákveðin vandamál.

Heilablóðfall

Þú verður að vinna smá leynilögreglu til að komast að því hvers vegna kötturinn þinn bítur eða klórar þig. Árásargirni tekur á sig margar myndir og lausnin fer eftir orsökinni. Það getur komið fram af einni af eftirfarandi ástæðum:

• ÓTTI EÐA SÁRSAUKI: Ef kötturinn þinn gerir árás vegna þess að hún er hrædd eða með sársauka er best að láta hana í friði og kanna upptök vandans. Köttur með sársauka eða ótta mun leggja eyrun saman á höfuðið og setja líkama sinn í varnarstöðu, límdur við jörðina, en með klærnar tilbúnar til árásar. Köttur í þessari stellingu segir greinilega: "Ekki koma nálægt mér!" Þú verður að hafa dýrið rólegt (og falið ef mögulegt er) áður en þú getur hringt í dýralækninn. Við þessar aðstæður virðist kattaberinn sem gæludýrið þitt venjulega hatar stundum eins og himnaríki. Skildu kattabúrið eftir opið í sama herbergi og kötturinn. Það getur farið inn af sjálfu sér, sem sparar þér fyrirhöfnina við að fara inn til að fara með það til dýralæknis.

• OFÖRVUN: ÞÚ SKEMMIR köttinn þinn og skyndilega festist hann við hönd þína, tennur og neglur. Þetta er ekki bein árás, en þú getur fundið beittar vígtennur gegn húðinni.

Vertu fyrst kyrr. Ekki berjast vegna þess að þú gætir hrundið af stað árásinni. Stundum gefur frá sér hljóð þegar slegið er á hart yfirborð með hinni hendinni sem truflar athygli köttsins og losar þig. Ef þú þegir róast hann venjulega og sleppir þér.

ÞETTA ER LAUSNIN ÞEGAR kemur að árásarstiginu. Það er best að kynnast köttinum þínum og líkamstjáningu hennar, svo þú vitir hvenær þú átt að hætta að klappa henni áður en hún verður oförvuð. Fólk heldur oft að þessi flog komi skyndilega, en staðreyndin er sú að þeir telja ekki merki um kött sem hefur fengið nóg. Skottið er lykilatriði: þegar kötturinn byrjar að hreyfa sig frá hlið til hliðar er kominn tími til að stoppa. Með því að horfa á líkamstjáningu (nánar um þetta í kafla 7) geturðu smám saman aukið kúrtímann. Þrjú skot, svo fjögur, svo fimm. Finndu þolmörk kattarins þíns og ekki yfirgefa hann, heldur farðu nær honum svo þú getir aukið hann.

Stundum koma þessar árásir af stað með því að strjúka kviðinn. Það er mjög viðkvæmt svæði fyrir ketti, og jafnvel þótt kötturinn þinn bjóði þér það, reyndu að klappa honum á öðru svæði líkamans. Ein af ástæðunum fyrir ástandinu er kynferðislegt: kettir verða æstir þegar nuddað er um loppurnar og bregðast við með biti því það væri næsta skref í kattapörun.

(SJÁ KAFLA 16 FYRIR meira um kynlíf með köttum og sársauka sem það veldur.)

- ÁRÁSARGIRNI Í LEIK: Auðvitað er það líka slæmt, en sannleikurinn er sá að kötturinn sem ræðst á fæturna á þér og hleypur svo í burtu á fullri ferð er ekki að meiða þig, heldur að reyna að leika sér. Lengja ætti leiktímann með viðeigandi leikföngum, eins og kisu rusli eða leikfangi sem er tengt við band, í stað hvaða líkamshluta sem er, til að leyfa köttinum þínum að nota alla umframorku sem hún hefur áður en hún heldur áfram í leik. , rólegri kúrastund. Láttu þá vita að árásir á þig eða líkama þinn eru ekki leyfðar. Vatnsstraumur eða skarpt efni sem borið er á höndina getur hjálpað.

- BEINT ÁRÁSARGIRNI: Kötturinn þinn sér annan kött, boðflenna, inn um stofugluggann. Hann verður reiður. Þú fórst framhjá og kötturinn réðst á þig. Hvað er að gerast? Þeir eru fórnarlömb beina árásargirni sem er mjög erfitt að leysa. Komið í veg fyrir að undarlegir kettir komist inn í garðinn þinn: bankaðu á gluggann eða keyrðu þá í burtu með trompi.

ævintýri í eldhúsinu

NOTAÐU ÚÐAFLÖSKUNA eða annað áhöld til að segja köttnum þínum að klifra ekki á eldhúsborðum og borðum. Reyndu að komast í burtu frá honum svo hann tengi ekki vatnskettina við þig heldur við borðin eða borðin. Það er til eins konar motta sem gefur smá rafstuð við snertingu og það er mjög gagnlegt: Haltu köttinum þínum frá bekknum þegar þú ert ekki þar, þar sem kötturinn getur ekki vitað hvort hann er þar eða ekki þegar hann reynir að hoppa yfir hann af jörðu.

Rispur og rispur

Byrjaðu þessa æfingu með góðri klóra eða klóra (sjá kafla 8 fyrir upplýsingar um þessa þætti). Tré eða klóra verður að vera nógu sterkt til að köttur geti klifra upp og brýnt klærnar. Þau verða að vera þakin efni sem gæludýr geta sokkið í og mikilvægt er að þú setjir þau á stað þar sem gæludýrið þitt getur notað þau.

Þegar þú ert með póstinn eða tréð á sínum stað skaltu bjóða köttinum að nota það með því að freista þess með leikfangi og hrósa honum fyrir að grafa í klærnar. Ef kötturinn þinn er hrifinn af kattamyntum skaltu nudda einhverju á stafina til að laða að hann og bjóða upp á nammi á meðan á trénu stendur. Gakktu úr skugga um að hann skilji greinilega að honum er meira en leyfilegt að klifra í trénu þínu og brýna neglurnar. En ekki setja lappirnar á póstinn, því kettir líkar ekki við að vera þvingaðir í neitt.

Ekki kaupa klóra sem er búinn mottu af sömu áferð og þú ert með heima því kötturinn á erfitt með að skilja hvers vegna hann getur ekki sokkið klónum sínum í mottuna heldur í tréð. . Enn betra, veldu póst sem er þakinn náttúrulegum trefjum reipi eða borði, þar sem kettir líkar við grófa áferð þess.

Í bataferlinu skaltu gera svæði sem þú vilt ekki lengur að gæludýrið þitt snerti minna aðlaðandi með því að hylja þau með álpappír, matfilmu eða þykkri plastplötu. Þú getur líka notað tvíhliða límband þar sem kettir hata tilfinninguna að eitthvað límist á lappirnar. Þú getur líka notað húsgögnin ef þú setur þessar hlífar á pappablöð sem þú getur auðveldlega fjarlægt þegar þú vilt setjast niður. Þar sem klóra er einhvers konar svæðismerking er mikilvægt að klóra staurinn sé á áberandi stað, td. B. Á endanum á sófanum sem var rispaður og er nú þakinn til varnar. Hrósaðu köttinum fyrir að nota stafina eða tréð í stað rúmsins og færðu stafina hægt á stað

Ef þú finnur að kötturinn þinn klórar sér skaltu nota truflunartæki, eins og úða úr úðaflösku. Reyndu að fela þig þegar þú notar þessi svindl og ekki missa þolinmæðina. Hugmyndin er sú að kötturinn trúi því að það séu húsgögnin sem koma þessum viðbrögðum af stað ("ég grefur í mig neglurnar og þær verða blautar!").

Já, húsið þitt verður ekki eins gott og það var í nokkurn tíma þar sem allar þessar kattahindranir byrgja húsgögnin og tréð eða klóra stöngina staðsett í miðju herberginu. Þú þarft að takast á við þessar aðstæður þar til kötturinn lærir að klóra leyfilega staði. Ef þú ert þolinmóður og samkvæmur mun þetta nýja mynstur verða að vana.

FALSAR KLÆR BINDA ENDA á klóravandamál hjá sumum köttum. Þeir hrygna á sex vikna fresti og koma jafnvel í mismunandi litum.

Önnur leið til að draga úr eyðileggingarhæfileikum kattarins þíns er að hafa neglurnar stuttar. Sjá kafla 9 fyrir leiðbeiningar um hvernig á að gera þetta.

Plöntumorðinginn

Plöntur og kettir hafa náttúrulega skyldleika, að minnsta kosti frá sjónarhóli kattarins. Laufin eru fullkomin til að maula og ef potturinn er stór virðist pottajarðvegur vera góður valkostur við ruslakassann. Verst að fólk sér það ekki þannig.

Lykillinn að því að lifa friðsamlega á milli katta og húsplantna er að útvega gæludýrinu þínu eigin garð og gera aðrar plöntur á heimilinu óáhugaverðar eða utan seilingar. Í kafla 10 settum við lista yfir plöntur sem eru aðlaðandi fyrir ketti og ræktun þeirra mun hjálpa til við að róa löngun gæludýrsins þíns til að narta í eitthvað grænt. Eins og fyrir afganginn af plöntunum sem þú ert með heima, eru hér nokkur ráð til að vernda þær fyrir köttinum:

- Gerðu potta óaðlaðandi. Notaðu álpappír eða gróft plastdúk undir pottana til að koma í veg fyrir að kötturinn komist of nálægt og hyldu jarðveginn með skrautlegum smásteinum.

• LÁTTU BLÖÐIN BRAGÐAST illa. Heita sósan sem borin er á laufblöðin neyðir köttinn til að hugsa sig tvisvar um áður en hann nartar í þau.

• Búðu til hangandi garð af plöntunum þínum. Ef ekkert annað virðist virka fyrir þig, þá er þetta besta aðferðin til að koma plöntunum þínum úr vegi útrýmingaraðila.

MYND 14.5: AÐ HYLJA pottajarðveginn með smásteinum og vefja pottinn með álpappír hjálpar til við að halda köttum frá plöntunum.

EKKI HALDA AÐ HINDRUN komi í veg fyrir að kötturinn þinn nái í eitraða plöntu. Það er betra ef þú átt það ekki heima.

Tyggja efni og fatnað

Sumum köttum finnst gaman að sjúga og rífa föt með tönnum, sérstaklega ullarpeysur. Þessi eyðileggjandi ávani var upphaflega tengdur kettum sem venjast of snemma af, en atferlisfræðingar telja nú að þetta sé erfðafræðileg tilhneiging, algengari í sumum tegundum (síamískum og austurlenskum) en öðrum.

Aukning trefja í fæðunni getur hjálpað (matskeið af graskeri á hverjum degi), þar sem þau geta boðið upp á val við snakk, eins og: B. dúnkennd fyllt dýr. Reglulegir virkir leikir geta hjálpað köttinum þínum að brenna af sér umframorku.

TILHNEIGINGIN TIL AÐ tyggja ull er eitt af þeim tilvikum þar sem besta leiðin til að breyta hegðun kattarins þíns er að breyta hegðun þinni. Geymið bannaða hluti þar sem þeir ná ekki til, í skúffum eða loftþéttum pokum.

Úrgangsrannsóknarmaðurinn

Þú getur forðast þessa kattamaníu með því að kanna hvað er í ruslatunnum og ruslatunnum með nýjunginni: ruslatunnum með loki. Af hverju að berjast við köttinn þinn þegar einn af þessum pedalitunnum leysir vandamálið? Annar valkostur: geymdu teninginn í galleríinu eða í skápnum.

Að skilja músagildru eftir ofan á ruslatunnu fælir köttinn í burtu og að setja tvíhliða límband utan um brúnina virkar líka. Þessar hindranir gera það líka erfitt að nota ruslatunnu og því völdum við fyrstu tvo valkostina.

Hávaði

Sumir kettir eru orðheppnari en aðrir. Þessi raddpersóna er einn vinsælasti eiginleiki tegunda eins og síamska og annarra austurlenskra katta. Ef þú ert með ruglaðan síamskött þarftu að læra að lifa með þeim eiginleika, með öðrum orðum, þú getur ekki búið til tígrisdýr án rönda.

Hluti af raddpersónunni er meðfæddur: kettlingar hringja í móður sína þegar þeir vilja eitthvað. En annar hluti er afleiðing þess að búa með fólki. Ef kötturinn þinn sýnir löngun til að borða eða fara út í hvert sinn sem hann vill eitthvað og hleypur til að fullnægja því, hefur þú kennt honum að þetta er leiðin til að fá það sem hann vill, sama hvað er framundan um miðja nótt eða dögun .

Til að styrkja dýrið má ekki láta undan kröfum þess. Ef hann byrjar að hunsa þig en endar með því að gefast upp ertu að kenna honum að það sé nóg að gera meiri hávaða. Notaðu vatnsbyssuna þegar hann mjáar krefjandi og haltu áfram með vinnu þína. Hún áttar sig fljótlega á því að beiðnir hennar munu koma henni hvergi. En þú ættir að hafa í huga að kötturinn þinn verður árásargjarn í fyrstu. Ef þú gefst upp ertu glataður. Eins og allt áður, mun þessi áfangi líða.

15. kafli

Hvernig á að fá köttinn þinn til að nota ruslakassann sinn

Í þessum kafla

- Af hverju kettir vilja ekki nota ruslakassann

- HVERNIG Á AÐ ÁKVARÐA hvort vandamál kattarins þíns tengist heilsu

- HVERNIG Á AÐ HVETJA gæludýrið þitt til að nota ruslakassann

- HVERNIG Á AÐ FORÐAST að merkja svæðið með þvagi

Fá hegðunarvandamál gera samband kattar og manns erfiðara en köttur sem vill ekki nota kassann sinn. Jafnvel þeir umburðarlyndustu sem geta hunsað eyðileggingu húsgagna, plantna og annarra einkenna eyðileggjandi ofvirkni eiga erfitt með að vera hlutlaus þegar köttur birtist hrein föt í rúminu, á baðherberginu eða í vaskinum. Þessi köttur sem notar ekki ruslakassann sinn flækir líka mannleg samskipti: það gæti verið einhver í fjölskyldunni sem er til í að fá köttinn aftur, en annar fjölskyldumeðlimur vill frekar lausn strax, sem er að kötturinn fari. Við vitum ekki um nokkur hjón sem skildu vegna kattar,

Stundum verður einn af þessum köttum að utanköttur; Aðrir enda á því að leita að nýju heimili. Hvorugt þessara horfa er bjart, þar sem lífslíkur útiskatts eru umtalsvert minni en innikatta vegna hættu á snertingu við önnur dýr og bílslysa.

KAFLI 1 GEFUR YFIRLIT yfir kosti og galla þess að eiga inniketti eða kött sem getur komið og farið eins og hann vill.

Þrátt fyrir áhættuna ná sumir kettir sem voru heima að aðlagast lífinu utandyra. En það sama gerist ekki með kött sem er yfirgefinn í dýraathvarfi. Þetta dýr getur verið styst af öllum, sérstaklega ef það er með hegðunarvandamál. Það mun varla nokkur maður vilja ættleiða kött sem notar ekki ruslakassann, sérstaklega þegar það eru svo margir kettir sem valda ekki vandamálum. Að reka köttinn þinn út er ekki góður kostur og að setja hann í skjól er enn verra. Svo þú verður að leysa vandamálið.

Þessi þjálfunarvandamál, þekkt sem ófullnægjandi fjarlægð, eru algengasta orsök óþæginda. Þetta eru slæmu fréttirnar. Góðu fréttirnar eru þær að þú ert að gera allt sem þú getur til að koma köttinum þínum aftur á réttan kjöl með því að taka á vandanum kerfisbundið, rækilega og tilfinningalaust. Það er mjög líklegt að þú getir lifað hamingjusöm til æviloka með köttinum þínum aftur.

EF ÞÚ VILT VITA HVERNIG á að fá köttinn þinn til að nota ruslakassann aftur þarftu fyrst að skilja hvers vegna hann notar hann ekki. Það er engin ein lausn á þessum vandamálum. Til þess að kötturinn geti snúið aftur til góðra siða er nauðsynlegt að vita hvers konar óviðeigandi brotthvarf það er (og það getur verið fleiri en ein) og nota viðeigandi aðferð (eða samsetningu) til að láta köttinum líða vel aftur

SÖMU AÐFERÐIR ERU NOTAÐAR fyrir ruslakassa og merkingarvandamál og fyrir önnur hegðunarvandamál. Við hvetjum þig til að lesa kaflann.

14, sem fjallar almennt um hegðun til að tengjast því. Þannig hefurðu góðan skilning á sálarlífi kattarins og veist að líkamlegar refsingar virka ekki á ketti, jafnvel þótt það sé ein af sjálfsprottnustu viðbrögðum sem fólk hefur við þessum vandamálum.

Skilgreiningin á vandamálinu

FÓLK LÍTUR OFT Á ÓVIÐEIGANDI förgun sem eitt vandamál, þegar í raun og veru geta verið mörg vandamál, sum tengd og önnur ekki. Helsta hegðun kattar er að merkja yfirráðasvæði hans og láta í ljós viðbjóð eða óþægindi þegar hann notar kassann hans. Þú ættir fyrst að fara vandlega yfir hvað kötturinn þinn er að gera (merkja svæði eða forðast ruslakassann) og ákveða síðan hvernig hún hegðar sér.

Haltu dagbók um "óvart útfellingar" kattarins þíns. Einföld minnisbók gæti verið nóg til að taka fram dagsetningu og tíma, hvað þú fannst (þvag eða saur), tegund yfirborðs (annaðhvort lárétt eða lóðrétt, eins og hlið sófa) og staðsetningu „slyssins“. Hlutur í húsinu (í baðkari, á mottu, nálægt sandkassanum). Að taka þessar glósur mun ekki aðeins hjálpa þér að skilja hvers konar vandamál þú stendur frammi fyrir, heldur mun það einnig hjálpa þér að koma auga á merki um framfarir. Mikilvægast er að þessar skrár veita þær upplýsingar sem dýralæknirinn þinn þarf til að greina heilsufarsvandamál.

Hvað er kötturinn að gera og hvar?

Hjá mörgum dýrum er þvag og saur meira en bara leið til að losa sig við líkamsúrgang og verða leið til að merkja yfirráðasvæði þeirra. Sem dæmi má nefna að hundur sem lyftir loppunni fyrir framan öll húsgögn og horn hússins gerir eitthvað allt annað en hundur sem lyftir loppunni einu sinni og saurgerir allt þvagið sem hann hefur geymt í þvagblöðrunni. . Sá fyrsti markar yfirráðasvæði þess; annar veit ekki hvar hann er, eða finnur ekki staðinn, eða hvort tveggja.

Sama getur gerst hjá köttum, sérstaklega körlum. Stundum vinnur kötturinn vinnuna sína og stundum sendir hann skilaboð. Munurinn er venjulega í staðsetningu og samhengi. Hvar varð slysið? Hvað gerist í kringum köttinn?

Hvernig á að þekkja "mig langar á klósettið" viðhorfið.

Köttur sem léttir ekki á sér í ruslakassanum setur þvagið sitt á láréttan flöt. Ef þú sérð hann pissa þá sérðu að hann sest aðeins niður. Þessi leið til að krjúpa er mjög frábrugðin því að merkja landsvæði, eins og þú munt sjá í næsta kafla.

Ef kötturinn þinn skilur eftir sig þvagpolla á sléttu, jafnvel upphækkuðu yfirborði, eins og botni vasks eða vasks, mun hún standa upp á röngum stað, en hún er ekki svæðismerkjandi köttur.

HVERNIG Á AÐ GREINA á milli hegðunarinnar „Leyfi eftir skilaboð".

Kötturinn sem markar yfirráðasvæði þess hefur allt annað viðhorf þegar kemur að þvagi. Lyktar af áhugaverðu hlutnum, snýr og andlit. Með skottið hátt og mjög stíft losar það smá þvagstraum á yfirborð hlutarins. Stundum geturðu fært stuðninginn frá einum fæti yfir á annan á meðan þú sleppir bungunni.

Allir kettir geta átt í vandræðum með að merkja yfirráðasvæði sitt, karlar og konur. En líklegast, með miklu forskoti á hina hópana, eru þeir ókastuðu karlarnir.

OG SAUR?

Það er ekki svo erfitt að átta sig á hvað er að gerast með þvagið: pollar á sléttum flötum og krókóttur köttur eru vísbendingar um að hann hafi farið á rangan stað, en skvettumerki á lóðrétta fleti úr standandi stöðu eru vísbendingar um að svo sé ekki. landsvæði. Og þessi "góðu" föst efni? Hvað meinarðu?

Þó að sumir kettir noti saur til að merkja yfirráðasvæði sitt er það oft meira merki um að kötturinn sé að forðast ruslakassann.

Hver var?

Þar sem það eru margir sem búa með mörgum köttum, vekur það upp spurninguna að finna fastan poll eða lón: "Hver gerði það?" Því miður er svarið ekki einfalt.

Sumir sérfræðingar mæla með að einangra ketti fyrir sig í herbergi. (Sjá kaflann "Endurþjálfun einangrun" síðar í þessum kafla fyrir frekari upplýsingar.) En þessi valkostur virkar kannski ekki ef rót vandans er landhelgisdeila. Sekur kötturinn gæti brugðist jákvætt við sambandsslitum og hætt óviðeigandi hegðun á þessum tíma, aðeins til að snúa aftur til þess þegar kettirnir ná saman aftur. Og þú veist ekki hverjum það er að kenna.

Ein af þeim lausnum sem dýralæknar leggja til til að bera kennsl á vandamálaketti á fjölkatta heimili er að gefa einum kötti fosfórandi málningu og svo hinum eina í einu. Litarefnið er til staðar í þvagi og er hægt að greina það með sérstöku vasaljósi. Til að komast að því hvaða köttur skilur úr sér skítinn nægir hefðbundinn jurtalitur. Gefðu köttinum nokkra dropa af bláum eða grænum áður en hann borðar. Saur merkta kattarins er dekkri en hinna.

Er veikur?

Þegar þú veist hvaða köttur ber ábyrgð á slysunum geturðu reynt að leysa vandamálið. Fyrsta skrefið, sem verður að gera á undan öllum öðrum, er að panta tíma hjá dýralækninum.

Svo það? Þar sem óviðeigandi þvaglát er venjulega af völdum, eða að minnsta kosti getur stafað af líkamlegu vandamáli, er það næstum alltaf þvagfærasýking. Ef þú greinir ekki og meðhöndlar heilsufarsvandamálið hefurðu ekki tækifæri til að laga þetta hegðunarvandamál. Og þú verður ekki mjög sanngjarn við köttinn.

Ef þú ert með veikan kött mun það gera þér lítið gagn að reyna öll hegðunarbrögð í heiminum. Til að breyta óviðeigandi hegðun kattarins þíns þarftu að ganga úr skugga um að hann sé heilbrigður.

Hversu líklegt er að læknisfræðileg vandamál myndi valda því að kötturinn þinn forðist ruslakassann eða merkir yfirráðasvæði hans? Margir. Dýralæknirinn þinn gæti pantað blóð- og þvagpróf og röntgenmynd af kvið eða ómskoðun til að útiloka læknisfræðileg vandamál áður en gæludýrið þitt er heilbrigt.

Kötturinn þinn getur ekki talað, svo líkaminn talar fyrir hann. Dýralæknirinn er þjálfaður í að leita að vísbendingum sem geta verið frekar flókin þraut. Athuganir þínar eru mjög mikilvægar, svo taktu glósurnar með þér. Að lokum ættir þú að hafa í huga að blóð- og þvagpróf eru greiningarpróf en ekki spurningar til að blása upp dýralæknisreikninginn þinn - þau eru nauðsynleg fyrir nákvæma greiningu.

Sjá kafla 11 fyrir nánari umfjöllun um hvernig þú getur unnið með dýralækninum þínum til að sjá um heilsu gæludýrsins þíns. Sjá kafla 12 fyrir frekari upplýsingar um greiningarpróf og próf sem notuð eru í dýralækningum. Þvagfærasjúkdómar eru ein algengasta ástæða þess að kettir nota ekki ruslakassann, en þeir eru ekki þeir einu. Hér er listi yfir aðra þætti sem dýralæknirinn gæti leitað að í prófunum sínum (en listinn er ekki tæmandi):

- ÞVAG- EÐA ÞVAGBLÖÐRUVANDAMÁL: Köttur með þessa tegund af vandamálum mun hafa brennandi tilfinningu við þvaglát. Og þar sem þú getur ekki sagt "ég held að ég sé veikur", þá geturðu sagt "Það er sárt að nota ruslakassann", hætta að nota hann. Þessar tegundir vandamála geta leitt til svæðismerkingar.

• LYF – EF KÖTTURINN þinn er að taka lyf eins og stera eða þvagræsilyf gæti hún drukkið meira vatn og pissa meira, eða saur hennar gæti verið rennandi. Allar þessar aðstæður geta komið í veg fyrir að þú náir í sandkassann á réttum tíma.

• SMITSJÚKDÓMAR: KATTAHVÍTBLÆÐISVEIRA, kattaónæmisbrestsveira eða smitandi kviðbólga í katta geta gert kött svo veikan að það er ekki lengur forgangsatriði að fara í ruslakassann. (Sjá kafla 12 fyrir frekari upplýsingar um þessa sjúkdóma.)

• SMITSJÚKDÓMAR: ÓMEÐHÖNDLUÐ sykursýki getur aukið þvagframleiðslu kattarins. Reyndar er tíð þvaglát einkenni sem dýralæknar spyrja um ef grunur leikur á að kötturinn sé með sjúkdóminn.

Ofvirkni skjaldkirtils, sem hefur fyrst og fremst áhrif á eldri ketti þegar skjaldkirtillinn er ofvirkur, eykur einnig þvagframleiðslu. (Sjá kafla 13 fyrir frekari upplýsingar um báða sjúkdóma.)

• ORSAKIR ALDURS: SUMIR kettir verða aldraðir með árunum og er ekki alveg sama hvar þeir létta sig. Aðrir geta verið með liðagigt, sem gerir það erfitt fyrir þá að komast inn eða út úr ruslakassanum eða ná þeim þegar þú ert langt í burtu.

• HÆGÐATREGÐA EÐA ÞRJÓSKA: köttur getur fundið fyrir mjög óþægindum með því að geta ekki losað saur og mun reyna að létta hann með því að reyna að ná honum. Niðurstöðurnar kunna að líkjast niðurgangi, þar sem fljótandi efni er framleitt vegna tilrauna til að reka massann út. Eins og með UTI mun kötturinn byrja að tengja ruslakassann við sársauka og forðast það. (Sjá kafla 13 fyrir frekari upplýsingar um þrjósku, alvarlega þarmastíflu sem er algengari hjá eldri köttum.)

• NIÐURGANGUR: MJÚKUR kúkur er líka vandamál sem gerir það erfitt að komast í ruslakassann. Niðurgangur er bara einkenni, orsakir sem geta verið mismunandi, sérstaklega í lengri tilfellum.

• SNÍKJUDÝR OG ÞARMAORMAR: Sum sníkjudýr fjölga sér með því að varpa eggjum sínum eða lirfum í saur og þegar út er komið kemst annað dýr í snertingu við þau og smitast. Ormarnir lenda líka í hægðum. Eftir því sem þeim fjölgar verður erfiðara fyrir köttinn að komast að kassanum sínum.

RÉTT GREINING OG MEÐFERÐ getur leyst vandamálið við óviðeigandi förgun, en það er ekki alltaf raunin. Til þess er nauðsynlegt fyrir dýralækninn að skoða. Of oft fer fólk í það vesen að fara með dýrið til dýralæknis en hefur ekki prófað það og skilur greyið lækninn eftir með það dapurlega val að geta aðeins boðið tilgátu og sýklalyfjameðferð. Jafnvel þótt dýralæknirinn hafi rétt fyrir sér í greiningu og vandamálið sé þvagfærasýking, gæti þurft fleiri en eitt sýklalyf til að lækna það. Einnig er ekki víst að annað vandamál greinist undir sýkingunni, svo sem blöðrusteinn eða æxli. Þar til undirliggjandi vandamál er læknað mun sýkingin og einkenni hennar koma aftur. Ef þú heldur að kötturinn þinn hafi það gott vegna þess að hann hefur nýlokið sýklalyfjameðferð, þú gætir verið hissa á því að þú eigir enn veikan kött. Og það gefur til kynna þrennt: Í fyrsta lagi að gæludýrið þitt heldur áfram að þjást; í öðru lagi að það muni kosta þig meiri peninga til lengri tíma litið en ef þú myndir ráðast á rót vandans og í þriðja lagi að engin af hegðunaraðferðunum sem þú notaðir mun skila árangri.

Köttur, í sandkassann þinn!

Í upphafi þessa kafla vöruðum við við því að það þurfi þolinmæði og heildræna nálgun að koma köttinum þínum aftur í ruslakassann. Þeir notuðu líklega sömu meðferðir til að ganga úr skugga um að gæludýrið þitt væri ekki með nein heilsufarsvandamál sem gætu valdið þessari hegðun. Nú þarftu að fá þessi úrræði til baka og þú þarft líka að sleppa takinu á tilfinningum þínum og láta tilfinningar þínar ekki stjórna.

ÞÓ AÐ ÞÚ GÆTIR VERIÐ heppinn og fyrsta aðferðin sem þú reynir mun leysa vandamálið, þá ertu kannski ekki svo heppinn. Að koma kötti aftur í kassann sinn er ekki bara ferli prufa og villa, það snýst líka um að finna réttu samsetningu þátta til að kalla fram rétta hegðun.

Nú er hægt að nota sömu minnisbókina og við lögðum til að þú notaðir til að fylgjast með málum til að skrá framfarir. Við mælum með að þú haldir þessa dagbók vegna þess að framfarir eru mjög hægar með óviðeigandi brotthvarfi og dagbókin getur hjálpað þér að sjá að kötturinn þinn er á réttri leið.

Hreinlæti er ómissandi dyggð katta

Kettir eru vandlátir og þegar ruslakassinn er skítugur finna þeir hentugri stað.

Manstu hvernig þér leið síðast þegar þú gekkst inn á almenningssalerni og fannst það skítugt? Jæja, nú skilurðu hvernig köttinum þínum líður.

Er sandurinn hreinn? Ákveður þú að þrífa á nokkurra daga fresti eða kannski um helgar? Bíður þú þar til lyktin og sjónin verða óbærileg áður en þú þrífur? Og í þeim tilfellum, djúphreinsar þú eða hreinsar aðeins að hluta og bætir við meira sandkassafylliefni?

EF ÞÚ HELDUR EKKI RUSLAKASSANUM hreinum geturðu ekki búist við því að kötturinn þinn noti hann. Þú ættir að byrja með hreina skúffu og halda því þannig.

HREIN BYRJUN

Jafnvel þótt þú hafir keypt nýjan ruslakassa skaltu þvo hann vel í volgu sápuvatni, skola hann og láta hann þorna í loftinu. Kettir hafa miklu sterkara lyktarskyn en okkar og geta truflast hvaða lykt sem er sem safnast upp úr kassanum meðan á framleiðslu, geymslu eða sýningu stendur fyrir kaup.

Ef útdráttarvélin er notuð, eftir vandlega þvott, skal liggja í bleyti í bleikju eða klórlausn (hálfur bolli af bleikju uppleyst í 4 lítrum af vatni) og skola síðan mjög vel, skola aftur og leyfa að þorna.

Þynnt bleikiefni er gott sótthreinsiefni, en það eru aðrar tegundir sem ætti ekki að nota í þessum tilgangi vegna þess að lykt þeirra getur verið skaðleg. Ammoníak, til dæmis, deilir ákveðnum efnafræðilegum eiginleikum með þvagi og getur látið hreinan ruslakassa lykta eins og notaður.

AÐ HALDA ÁFRAM SANNGJÖRNUM leik

Jafnvel besta djúphreinsun er gagnslaus í fyrstu ef þú heldur ekki kassanum hreinum. Það eru kettir sem eru svo kröfuharðir að einnota ruslakassi virðist óviðeigandi. Ef þú getur ekki hreinsað þig strax, og flest okkar getum það ekki, reyndu þá tvisvar á dag eða jafnvel einu sinni.

Góð leið til að útvega köttnum þínum hreint klósett er næstum alltaf að hafa tvo ruslakassa við hlið hvors annars. Sumir kjósa þetta tvöfalda kassakerfi: þvaga í annarri og hægða í hinu. (Sjá sama kafla fyrir frekari upplýsingar um fjölkatta kassa.)

Og ekki gleyma því, jafnvel þótt þú sért mjög varkár í að útrýma kekkjunum sem myndast, verður þú að þvo og sótthreinsa kassann reglulega.

Sumir nota plastpoka til að auðvelda þrif á kassanum. Vandamálið er að sumum köttum líkar það ekki, þar sem lyktin eða tilfinningin af plastinu á lappunum truflar þá þegar þeir grafa í bólstrið til að grafa saur sinn.

Uppfinningin um sjálfhreinsandi ruslakassann hefur valdið miklum deilum frá því hann var fyrst kynntur, en hann er efnilegur búnaður. Vélin er með rafmagnsskynjara sem skynjar inngöngu og útgöngu tjakksins og dregur síðan hrífu yfir rennuna, grípur stóra massann og safnar þeim saman á tilteknu svæði til að farga honum síðar. Hins vegar eru alls kyns athugasemdir um tækið. Sumir kettir eru hræddir við hávaða og hreyfingar og sumir kvarta yfir því að vélbúnaðurinn festist of auðveldlega, sérstaklega á heimilum þar sem fleiri en einn köttur býr. Hins vegar eru margir kettir og kattaeigendur sem eru ánægðir með sjálfhreinsandi ruslakassann sinn. Fyrir þá eru hreinlæti og þægindi hverrar evru virði sem fjárfest er í.

Mismunandi valkostir

Hér er það þar sem það verður áhugavert. Þegar þú hefur skýrt heilsu kattarins þíns og skuldbundið þig til hugsjóna um hreinleika katta geturðu byrjað á spennu að komast að því hvaða kassaskilyrði virðast vera góð fyrir köttinn þinn.

Mikið af vali fólks byggist á smekk og hefur ekkert með það að gera hvað kötturinn þinn vill. En þegar kemur að ruslakössum (þar á meðal bólstrun og staðsetningu) er eina raunverulega mikilvæga skoðun kattarins.

Manstu eftir litlu minnisbókinni sem við nefndum svo oft? Hér muntu finna það mjög gagnlegt. Minnisbók eða skrifblokk mun hjálpa þér að halda utan um hvernig þér gengur í einu eða öðru á meðan þú finnur út hvaða samsetning þátta gerir gæludýrið þitt hamingjusamt.

Skipt um kassa og áklæði

Oft hefur val á tilteknu kassa eða fyllingu að gera með minnkun lyktarinnar sem er pirrandi fyrir marga. Skúffur með loki eða með innbyggðum svitalyktareyði geta blekkt okkar aumkunarverða lyktarskyn, en ekki köttinn okkar. Og það gerist oft að þegar þú þrífur sandkassann gefst fólk upp, því lyktin af honum veldur því ekki örvæntingu. Okkur þykir það mjög leitt en það er nauðsynlegt að þrífa þó það lykti ekki. Prófaðu kassa af mismunandi gerðum, með mismunandi bólstrun, og jafnvel með mismunandi hæð. Sumir kettir kjósa næði í yfirbyggðum kassa, á meðan aðrir gera það ekki. Annað vandamál með stíflaða kassa er að þeir verða ekki þrifnir eins oft og þeir ættu að gera vegna þess að fólki í fjölskyldunni líður þannig.

Ef kötturinn þinn er með astma skaltu gleyma ruslakassanum með loki, þar sem hann fangar rykið sem ruslkassinn gefur frá sér, sem getur valdið krampa. Sjá kafla 12 fyrir frekari upplýsingar um kattaastma.

Önnur heilsufarsvandamál geta ákvarðað tegund kassa sem hentar köttinum þínum best. Gæludýr með liðagigt mun eiga í erfiðleikum með að komast inn og út úr rimlakassanum og lágt rimlakassi með annarri hliðinni fjarlægð til að auðvelda inngöngu mun hjálpa.

Þvert á móti, kassi með háum hliðum er gefið til kynna ef kötturinn þinn þarf ekki að sóa miklu af líkamlegum eða persónulegum ástæðum. Sumir kettir munu leggjast niður á meðan þeir létta sig og verða nánast slegnir út fyrir brúnina (en ef kötturinn er eldri gætirðu viljað skera aðra hliðina af svo þeir komist auðveldara inn).

Gerðu líka tilraunir með fyllinguna: kekkt eða ekki kekkt, bragðbætt eða látlaus o.s.frv. Hins vegar sýna rannsóknir að flestir kettir kjósa gæða, lyktarlaust kekkjusand, svo það gæti verið þess virði að byrja á þessu.

BREYTING Á STAÐSETNINGU

Er núverandi staðsetning ruslakassans rétt fyrir þig eða gæludýrið þitt? Er kötturinn þinn rólegur þegar þú notar hann eða er hann hræddur um að þú hafir sett fyrirsát fyrir hann? Finndu rólegan stað fyrir utan útidyrnar þar sem kötturinn getur enn séð hvað er í kring til að vera vakandi.

Geyma skal ruslakassann frá mat og vatni. Enda borðarðu ekki nálægt klósettinu, er það?

Athugaðu einnig hvort auðvelt sé að komast í ruslakassann. Kannski viltu það frekar í horninu á bílskúrnum eða í kjallaranum, en heldurðu að kötturinn þinn hugsi það sama? Eftir allt saman, er þessi staður enn nálægt? Lítið notað baðherbergi er frábær staður fyrir ruslakassa, en aðeins ef allir í húsinu muna eftir að skilja hurðina eftir opna. (Ef þú átt hund getur auðvelt aðgengi að ruslakassanum verið vandamál. Sjá hliðarstikuna „Hundar borða rusl" í þessum kafla til að fá aðstoð við þetta vandamál.)

Margir kassar

Að hafa tvo kassa við hliðina á hvor öðrum getur verið mikil hjálp fyrir kött sem vill alltaf hafa hreinan kassa, eða kýs að nota annan fyrir þvaglát og hinn fyrir saur. Einnig er hægt að fjölga kössum og stöðum þar sem kötturinn getur fundið ruslakassa.

Í fjölbúðarheimili er oft skynsamlegt að hafa ruslakassa í hverri. Ef þú átt kött sem af einhverjum ástæðum hefur ekki áhuga á að nota hann, gerðu það að minnsta kosti auðvelt fyrir hann!

Á FJÖLKATTA HEIMILUM er almennt viðmið að þú þurfir einn ruslakassa á hvern kött. Sumum er sama um að deila, öðrum ekki. Viðbótarkassar eru eina leiðin til að gefa hverjum kötti það sem hann vill.

draga úr slæmri hegðun

Á meðan þú gerir ruslakassann meira aðlaðandi fyrir köttinn þinn ættirðu líka að hugga hann varlega svo hann fari ekki á staðina sem hann notaði í stað ruslakassans. Lykillinn að því að koma í veg fyrir að kötturinn snúi aftur á þá staði sem hann notaði til að losa sig við á óviðeigandi hátt er að líta á hann sem óaðlaðandi og jafnvel ógeðslegan. Sem og? Með hjálp lyktar, áþreifanlegrar reynslu og jafnvel grunnþekkingar um ketti.

Fyrsta skrefið er að hreinsa slysstað vandlega með sérstöku ensímhreinsiefni. Öll viðvarandi lykt býður þér að endurnýta síðuna. Þegar svæðið er hreint skaltu reyna eitt af eftirfarandi til að koma í veg fyrir að kötturinn noti það aftur, eða breyta því hvernig kötturinn notar það svæði:

• ÚTVEGA MATAR- OG VATNSSKÁLAR. Kettum líkar ekki að kæla sig þar sem þeir borða. Þú getur smám saman flutt leirtauið á annan stað þegar kötturinn byrjar að nota ruslakassann aftur.

• SETTU HINDRANIR Á svæðinu. Þú getur klætt það með efni sem ekki líkar að ganga á, eins og: B. tvíhliða límband, álpappír eða hálku teppi með doppum ofan á. Annar möguleiki eru mottur sem gefa lítið raflost við snertingu. Þú getur líka lykt af svæðinu með lykt sem köttum líkar ekki við, eins og sítrus. Ef kötturinn þinn notar pottana sem ruslakassa geturðu hulið jarðveginn með oddhvassum smásteinum eða litlum eiklum.

• SETTU UPP LEIKVANG hér. Þetta er tæknin "ef þú getur ekki barist við þá, taktu þátt í þeim".

Þegar kötturinn byrjar að nota ruslakassann er hægt að breyta staðsetningu hans smám saman.

Ein form fælingar sem við mælum ekki með er líkamlegar refsingar. Fyrir það fyrsta hefur það engin áhrif. Aftur á móti mun það ekki gera neitt til að róa kött sem notar ekki kassann vegna þess að hann er stressaður. Ekki er lengur mælt með þeirri gömlu og notuðu aðferð að koma nefinu upp að „skelinni“ og hylja það síðan með upprúlluðu dagblaði, jafnvel ekki fyrir hunda. Ekki gera þetta við kött.

Ekki gleyma gildi góðra orða eða verðlauna! Ef þú sérð köttinn nota ruslakassann þinn, verðlaunaðu hann með góðgæti.

Þetta kemur í veg fyrir að kötturinn þinn merki yfirráðasvæði sitt með þvagi.

Þó að bæði karldýr og kvendýr geti merkt yfirráðasvæði sitt með þvagi, er þessi hegðun algengust meðal ógreiddra karldýra, þar á eftir koma ógreiddar kvendýr á mökunartímanum. Fyrsta skilyrðið til að takast á við þetta illa lyktandi vandamál er að gelda gæludýrið þitt. Þessi aðferð leiðréttir þessa hegðun 90% tilvika ef hún er gerð fyrir kynþroska, sem er náð í kringum sjötta mánuðinn.

Hjá köttum sem bregðast ekki við þessari meðferð getur ástæðan fyrir hegðuninni verið umhverfisálag, svo sem streita, ný manneskja í húsinu, flutningur eða einhver önnur róttæk breyting á venjum. Kvíðastillandi lyf geta hjálpað (sjá hliðarstikuna „Hvað með hegðunarlyf?"), auk þess að þrífa „merkt" svæði vel, hylja þau með álpappír og lykta þau með sítruslykt til að koma í veg fyrir endurgjöf. (Kettir líkar alls ekki við álpappír og hljóðið sem það gefur frá sér þegar þvagstraumur berst á það er mjög pirrandi fyrir þá.)

Algeng orsök þessarar hegðunar er tilvist katta utandyra. Vegna þess að kettir eru svæðisbundnir getur það verið svo pirrandi fyrir inniketti að sjá annan kött út um gluggann að þeir neyðast til að merkja yfirráðasvæði sitt. Ef þú getur ekki komið í veg fyrir að undarlegir kettir komist inn í garðinn þinn skaltu takmarka aðgang kattarins þíns að hvaða herbergi sem er þar sem boðflenna gæti sést.

MYND 15-2: KETTIR ÞURFA oft að takmarka yfirráðasvæði sitt við minna svæði; þannig að þeir halda ró sinni meðan á endurmenntun stendur

enduruppbygging einangrunar

Ef kötturinn þinn heldur áfram að merkja yfirráðasvæði sitt eða forðast ruslakassann eftir að hafa reynt að breyta umhverfi sínu til að koma í veg fyrir þessa hegðun, þá er kominn tími til að takmarka hana við ákveðið svæði í húsinu í nokkra daga. Engir aðrir kostir í boði á brottflutningstíma, mun þessi tækni hjálpa til við að róa hræddan kött og endurheimta kött sem hefur lært að forðast kassann.

Baðherbergi sem sjaldan er notað er tilvalið, en öll róleg og lokuð rými með hurð munu einnig virka vel. Í herberginu ætti að vera matur og vatn, ruslakassi, klórapóstur og leikföng. Gakktu úr skugga um að það séu engir kassar sem gætu þjónað sem tímabundnir ruslakassar, engar mottur og engar hrúgur af óhreinum þvotti. Lokaðu fyrir baðkarið (ef um er að ræða baðherbergið) með því að fylla það með nokkrum tommum af vatni.

Heimsæktu köttinn í pennanum hans og gefðu honum kúra og leik. Þessi umhyggja af þinni hálfu mun hjálpa honum að aðlagast nýju venjunni.

Ef kötturinn notar ruslakassann auðveldlega í lokuðu herberginu mun hann smátt og smátt stækka yfirráðasvæði sitt. Svo lengi sem hann heldur sínum hluta af kaupunum og ruslakassinn er alltaf hreinn og vel staðsettur, ætti hann að halda sínum líka.

Þetta örugga rými þar sem þú lokar köttinn er líka góður valkostur þegar þú kemur með nýjan kött heim og þegar þú flytur. Sjá kafla 6 fyrir frekari upplýsingar um að koma með annað gæludýr. Sjá kafla 18 fyrir ábendingar fyrir köttinn þinn á flutningstímabilinu.

16. kafli

Viltu að kötturinn þinn fjölgi sér?

Í þessum kafla

- Hvers vegna ófrjósemisaðgerð er skynsamleg
- HVERNIG DAUÐHREINSUNARFERLIÐ virkar
- KÖTTUR Í ÁSTARSTÍL
- UMHIRÐA KÖTTSINS Á meðgöngu og í fæðingu
- ÞRÓUN KETTLINGA
- HVERNIG Á AÐ FINNA gott heimili fyrir ketti

ÞEGAR ÞÚ KEMUR MEÐ kettling eða fullorðinn kött inn í líf þitt, tekur þú ábyrgð á að sjá um gæludýrið þitt. Gakktu úr skugga um að hann sé heilbrigður með því að fara með hann til dýralæknis, gefa honum vel og snyrta hann. Gakktu úr skugga um að þið hafið bæði gaman af því að spila saman, gefið þeim ástúð þína og fáið þeirra í staðinn.

Það er enginn vafi á því að tengsl katta og manna eru merkileg, félagsskapur sem endist í mörg ár og felur í sér ábyrgð á því að taka réttar ákvarðanir í þágu kattarins þíns og annarra katta.

Kettlingurinn þinn kom bara heim og þú hefur þegar tekið eina stærstu ákvörðun sem kattaeigandi tekur: á ég að gefa kisurnar mínar?

Fyrir flesta er svarið afdráttarlaust nei. Og fyrir vikið verður kötturinn þinn heilbrigðara, betra dýr og mun ekki stuðla að offjölgun katta í dag, milljónir þeirra munu deyja með því að vita hvað kötturinn þinn veit: ævi af ást og umhyggju fyrir gæludýri.

Engu að síður, ákvörðunin er þín. En ekki alltaf. Hvað gerist þegar kötturinn þinn verður óléttur án þess að þú getir hjálpað honum, eða þegar ólétt köttur endar á dyraþrepinu þínu? Ef viðskipti eru óumflýjanleg ber þú mikla ábyrgð: að hjálpa kettinum að verða þunguð og ala upp kettlinga og finna síðan góð heimili fyrir þessar kettlingar.

Rök gegn æxlun

SAMKVÆMT KÖNNUN FRÁ 1995 frá American Animal Hospital Association hafa nærri 80% hunda og katta í Bandaríkjunum og Kanada verið sótthreinsuð. Hvað fær allt þetta fólk til að taka þessa ákvörðun? Íhugaðu eftirfarandi gögn:

• KASTRAÐUR KÖTTUR ER ólíklegri til að ganga eða berjast við aðra ketti (svo þú þarft ekki að eyða peningum í að sjá um þá) og er ólíklegri til að merkja yfirráðasvæði sitt með þvagi. Það mun líklega lifa lengur því kötturinn sem leitar að maka er í raun að leita að vandræðum. Ef þú verður ekki fyrir bíl eða færð smitsjúkdóm (annað hvort í slagsmálum eða pörun) geturðu fengið krabbamein.

• KASTRAÐUR KVENKYNS köttur er tillitssamara og ástríkara dýr því án orku einbeitir hún sér ekki alltaf að því að finna maka (kettir eru nánast stöðugt í hita þar til þeir verða óléttir). Með því að sayða köttinn þinn verndar hann gegn sumum tegundum krabbameins og kynsjúkdóma.

• ÓSÓTTHREINSAÐUR KÖTTUR, karl eða kona, getur verið mjög erfiður fjölskyldumeðlimur. Ræktun er tilgangur þeirra í lífinu og þegar þeim er ekki leyft að gera það mun eðlishvöt þeirra gera þig brjálaðan þegar þú reynir að komast út úr húsinu eða sífellt að öskra og mjáa. Hvort þú ert tilbúinn að lifa með þessum fötlun er undir þér komið, en ef þú virkilega elskar ketti skaltu íhuga aðra ástæðu ófrjósemisaðgerða er svo mikilvæg: Milljónir katta eru aflífaðir á hverju ári vegna þess að það eru ekki nóg heimili til að sjá um þá vegna þess að þeir langar að ættleiða..

• ÞEGAR KETTLINGARNIR eru margir geta yfirfull skýli ekki gefið öllum tækifæri til að ættleiða: einn eða tveir af þeim fallegustu eða heilbrigðustu eru valdir úr goti og restin geymd. Milljónir og milljónir kettlinga enda svona.

Hlutlausu köttinn þinn. Það er mest viðeigandi. Ef þú elskar kettlinga og þarfnast þeirra sem hluta af lífi þínu skaltu sækja um að gerast sjálfboðaliði hjá dýraverndunarfélaginu þínu. Þú þarft ekki að vinna í athvarfinu, sem mörgum finnst niðurdrepandi. Margir sjálfboðaliðar taka við veikum eða munaðarlausum kettlingum og sjá um þá þar til þeir finna heimili.

MYND 16-1: OF MIKIL ræktun þýðir að of margir kettlingar leita að heimilum

Ófrjósemisaðgerð: hvað kemur við sögu?

Legnám á eggjastokkum og gelding eru tæknileg hugtök fyrir skurðaðgerð þar sem dýr er sótthreinsað með skurðaðgerð. Hið fyrra á við um konur, hið síðara um karla.

Báðar aðgerðir verða að vera framkvæmdar af dýralækni og báðar þurfa almenna svæfingu.

Ófrjósemisaðgerð kvenna felur í sér að fjarlægja allt æxlunarkerfið; legið, eggjaleiðararnir og eggjastokkarnir eru fjarlægðir með skurði á kvið. Dauðhreinsun fjarlægir eistu kattarins úr náranum, sekknum sem hýsir þá, þessir skurðir eru venjulega skildir eftir án sauma.

Dýralæknirinn gæti beðið þig um að skila köttinum þínum eftir tíu daga til að láta fjarlægja saumana, eða hann gæti notað frásogandi saum. Bati er fljótur, á nokkrum dögum eftir það er nauðsynlegt að takmarka virkni gæludýrsins þíns: engin stökk eða grófir leikir. Þú getur ekki séð mikinn mun á karakter konu nema þú hafir búið með henni í gegnum hitalotur og sætt þig við hávær viðleitni hennar til að laða að karlmann. Sem betur fer eru þessir dagar löngu liðnir hjá þér og gæludýrinu þínu.

Þræðir sem líkaminn gleypir eru nauðsynlegir við ófrjósemisaðgerð villiketta, þar sem ómögulegt væri að fanga einn af þessum köttum tvisvar, einu sinni í aðgerð og einu sinni til að fjarlægja þræðina. Sjá kafla 4 fyrir frekari upplýsingar um villiketti.

Umönnun karla eftir aðgerð felur almennt í sér að fylgjast með og halda skurðunum hreinum og þurrum. Margir dýralæknar mæla með því að hafa köttinn inni (ef þú hefur ekki gert það nú þegar) og nota rifið dagblað til að fylla ruslakassann þar til skurðirnir gróa, sem tekur 3-5 daga.

Hegðunarbreytingar geta verið róttækar hjá geldlausum körlum. Ef aðgerðin er gerð í kringum sex mánaða aldur, áður en kynþroska er náð, er nánast komið í veg fyrir slagsmál, þvagmerki og brotthvarf. Hjá eldri köttum minnkar þessi hegðun mjög við geldingu, en í sumum þáttum eins og svæðismerkingum.

Gæludýraþurrkun er ein algengasta læknisaðgerðin og er nánast engin hætta fyrir köttinn þinn. Tíðnin sem það er stunduð með leiðir þig ekki til að trúa því að það sé inngrip sem þarf að taka létt. Ef það er ekki æft á réttan hátt getur það leitt til dauða. Þetta er viðkvæm aðgerð, ekki láta blekkjast af lágu verði hennar.

Ef þetta er raunin, er að því er virðist nákvæmari umönnun þess virði að borga meira fyrir. Biddu um eftirfarandi upplýsingar og komdu að því hvernig gæludýrið þitt er meðhöndlað:

- SVÆFING: HVAÐA SAMSETNING af innönduðum eða sprautuðum efnum er notuð?

- ÓFRJÓSEMI: ERU DAUÐHREINSUÐ tæki notuð fyrir hvert dýr?

• EFTIRLIT: ER EINHVER annar í herberginu en skurðlæknirinn til að fylgjast með svæfingunni? Mun einhver sjá um gæludýrið þitt? Ef nóttin í miðbænum er ekki skipulögð, hver sér um að aðstoða þig ef vandamál koma upp? Ætlar dýralæknirinn að útskýra við hverju má búast?

• NEYÐARBIRGÐIR: ERU neyðarbirgðir á skurðstofu?

• SAUMUR: HVAÐA TEGUND er notuð og hvers vegna?

ER VIRKILEGA NAUÐSYNLEGT að gera allar þessar varúðarráðstafanir? Við segjum þér sanna sögu. Árið 1987 dó einn af köttum Paul næstum því vegna ófrjósemisaðgerða á einu af fremstu dýrasjúkrahúsum Bandaríkjanna. Kötturinn bjargaðist því Paul var þarna til að taka eftir vandanum og þökk sé frábæru starfsfólki og aðstöðu sem hann hafði yfir að ráða. Án alls þessa væri ég líklega dáinn.

Ófrjósemisaðgerð er ekki eitthvað sem þú getur sparað nokkrar krónur á.

Fuglarnir og býflugurnar, í kattaútgáfu

ÞVÍ MEIRA SEM ÞÚ LÆRIR um æxlun katta, því meira kemur það þér á óvart að það eru svo margir kettir í heiminum. Svo það? Vegna þess að pörun virðist vera lítið skemmtileg fyrir ketti. Reyndar er það sársaukafullt. Fyrst bítur karldýrið í feldinn á hálsi kattarins og síðan hnakkinn. Hann klórar sér þegar verkinu er lokið. Þeir öskra allir og öskra eins og til að vekja hina látnu úr gröfum sínum. Eftir þetta mun kvendýrið rúlla á bakið, hunsa karldýrið og halda sig nálægt til að koma í veg fyrir að annað karldýr nálgist, jafnvel þótt það þýði að þurfa að berjast og verða bitinn og klóaður af öðrum jakkafötum. Og stuttu síðar hringir hann aftur örvæntingarfullur. Meira bit, meira væl og fleiri klær.

Ef hún getur, mun kvendýrið para sig við annan kött, sama hver það er. Þegar karlarnir eru búnir að vinna vinnuna sína með henni fara þeir hver á eftir öðrum og skiptir þá ekki máli hver er heppinn.

Tveimur mánuðum síðar, dögum fleiri, dögum færri, fæðir kötturinn kettlingana. Foreldrið (eða foreldrar) er glatað í fortíðinni. Kynlífshneykslismál í fjölmiðlum eru ævintýri til samanburðar, finnst þér ekki?

val mannsins

Ef þú vilt að kötturinn þinn eigi kettlinga er mælt með því að þeir séu að minnsta kosti eins árs. Þú verður einnig að vera upplýst um bólusetningar og neikvæðar fyrir kattahvítblæði og öðrum veirusjúkdómum. Ekki bíða með að bólusetja þar til þú ert ólétt, þar sem það getur valdið vandamálum við að þroska hvolpa. Pantaðu tíma hjá dýralækninum og gerðu grein fyrir áætlunum þínum fyrir köttinn. Þeir geta ráðlagt um nauðsynlegar varúðarráðstafanir.

Þú vilt líka heilbrigðan karl og til að finna einn geturðu talað við ræktanda kattarins þíns. Ekki bara finna "heimildarmynd" karlmann af sömu tegund, þú getur skapað erfðafræðilega stórslys. Til dæmis munu virtir ræktendur krossa skoska ketti með samanbrotin eyru með skoskum axlaeyrum og Manx skottlausa ketti með Manx tailed ketti. Þetta er vegna þess að pörun "hala við hala" eða "hleyp eyra við eyra" leiðir næstum alltaf til kettlinga með alvarlega fæðingargalla, kettlinga sem þjást og deyja eða þurfa að aflífa. Það er mikilvægt að skilja erfðafræðilega jöfnu blandaðra kattategunda og sá besti sem getur hjálpað er fróður og reyndur ræktandi.

Ef þú ætlar að rækta kvenköttinn þinn eða leyfa henni að finna karlkyns kött, hvetjum við þig til að endurskoða. Við viljum ekki hljóma elítískar: Ættarkettir verða að vera ræktaðir mjög vandlega svo að tegundir þeirra hverfi ekki. Algengar kettir finnast í slíkum fjölda að milljónir þeirra eru aflífaðir á hverju ári. Framboð og eftirspurn ráða þessum leik, sama hversu sætir og kelir þessir kettlingar kunna að vera.

EF ÞÚ ERT MEÐ KARLKYNS hund skaltu krefjast þess að hann verði prófaður til að tryggja að hann sé heilbrigður og laus við smitsjúkdóma.

yfirferð fyrir slysni

Sannleikurinn er sá að margir vita aldrei hvenær kötturinn þeirra er orðinn óléttur. Flestir ætluðu að fara í ófrjósemisaðgerð en fundu aldrei tíma til þess. Og svo einn daginn er kötturinn óléttur. Sumt fólk er svo ómeðvitað um hitamerki kattarins síns, eins og að velta, grenja eða hlaupa, að þeir fara með hann til dýralæknis og halda að hann sé með mikla verki.

Ef þig grunar að kötturinn þinn sé óléttur, til dæmis vegna þess að hún hefur þyngst, og þú vilt ekki halda áfram meðgöngunni skaltu ræða við dýralækninn þinn um möguleika þína. Það er hægt að dauðhreinsa jafnvel á meðgöngu. Annars til hamingju! Þú munt eignast kettlinga.

Umönnun barnshafandi katta

Geirvörtur kattar breytast úr daufbleikum í áberandi lit um það bil tveimur vikum eftir vel heppnaða pörun, en þú gætir ekki tekið eftir þessum einkennum fyrr en þau eru mjög augljós, sem er næstum alltaf þegar kötturinn er nálægt til að gefa í ljós.

Til að tryggja heilbrigða meðgöngu og hnökralausa fæðingu gæti dýralæknirinn lagt til blóðprufur til að gefa grunntalningu og spá fyrir um hugsanlega fylgikvilla. Ómskoðun er hægt að nota í upphafi til að greina meðgöngu og síðar til að meta fósturaldur, lífvænleika og þroska. Frá og með 45. degi er röntgengeislun gagnleg til að ákvarða fjölda kettlinga og stærð þeirra svo þú vitir hverju þú átt von á og hvenær.

Fylgdu ráðleggingum dýralæknisins varðandi fæðingarhjálp og ekki gefa köttinum þínum nein vítamín, lyf eða önnur fæðubótarefni án þess að tala fyrst við dýralækninn þinn.

Um það bil tveimur vikum fyrir fæðingu virðist kötturinn eirðarlaus og byrjar að leita að öruggu horni fyrir kettlingana sína. Nema hann sé köttur sem er vanur að vera inni er mikilvægt að hafa hann inni og útvega honum kassa fyrir börnin sín. Það er jafnvel betra ef þú læsir þá inni í herbergi. Ef það getur verið þitt, því betra.

Kassinn sem þú notar til að fæða og ala upp kettlingana getur verið úr pappa með annarri hliðinni útskorinn. Settu kassann á stað þar sem kötturinn er öruggur (lítið upplýst horn sem þú getur haldið heitu og þurru) og fóðraðu kassann með dagblaði. Haltu mat þeirra, vatni og rusli nálægt, en ekki við hliðina á ruslakassanum.

SUMIR RÆKTENDUR ERU tregir til að nota dagblað fyrir ungpenna þar sem hann dreifir bleki. Autt dagblað er hægt að kaupa í ritföngum eða hvar sem dagblaðið þitt er prentað, þar sem pappírsrúllur seljast oft ódýrt. Haltu köttinum í herberginu sínu. Ef þú lætur hann hlaupa um húsið gæti hann endað í þvottahrúgu eða opinni skúffu með kettlingum í; og ef hún er skilin eftir að heiman, finnur hún erfiðan stað til að fæða. Því meiri félagsmótun sem kettlingarnir hafa, því betri verða þeir; svo gerðu allt sem þú getur til að tryggja að hún hafi ungana sína á stað sem þú getur auðveldlega komist á.

Velkomin í heim kettlinga.

VENJULEGUR MEÐGÖNGUTÍMI kvenkyns kötta er 66 dagar frá egglosi, en þar sem egglos á sér stað eftir pörun (og þú getur ekki sagt hvenær kötturinn þinn er að pörast) verður erfitt að vita hvenær hún mun fæða. Best er að láta líkamleg einkenni og einkennandi hegðun kattarins (svo sem að finna hentugan fæðingar- og ræktunarstað) leiðbeina sér þegar kemur að því að inniloka hana.

Líkamshiti, sem venjulega er á bilinu 38 til 39 gráður á Celsíus, mun lækka um eina gráðu á fyrsta stigi fæðingar, en flestir vilja ekki athuga hitastig barnsins á þessum tímapunkti. Þess í stað geturðu athugað geirvörturnar, sem ættu að líta stærri út og gætu verið að leka smá mjólk. Kötturinn gæti sætt sig við mat eða kýs að sitja rólegur í kassanum og purra af tilhlökkun. Það er betra að láta köttinn vinna allt á eigin spýtur, en það er þess virði að taka nokkrar vistir með sér, þar á meðal nokkur hrein handklæði, sótthreinsandi (til dæmis joð), skæri, þráð og skæri, bara ef um er að ræða sprautu fyrir drenginn. Ef kötturinn er með sítt hár skaltu klippa nokkur hár undir skottinu, aftan á fótunum og í kringum geirvörturnar. Loksins, hafðu símanúmer dýralæknis við höndina og tryggðu að það sé hægt að hringja eftir vinnutíma. Ef ekki skaltu biðja þá um að mæla með neyðardýralæknisstofu til að hringja í. Hafðu þetta númer og leiðbeiningar á heilsugæslustöðina ef þú þarft að flýta þér með köttinn og kettlingana.

Fæðing

Það besta sem þú getur gert fyrir köttinn þinn við fæðingu er að ganga úr skugga um að staðurinn þar sem hún dvaldi breytist ekki í sirkus. Virðið friðhelgi einkalífs þeirra á þessum sérstaka tíma: ef börnin þín vilja sjá hvað er að gerast, þá er það í lagi, en hafðu þau í fjarlægð og hljóðlát. (Þú verður orðlaus þar sem fæðingarferlið er heillandi.)

Virka stig fæðingar einkennist af því að móðirin ýtir og útferð sem er í upphafi vatnsmikil og dökknar síðan. Fyrsti kettlingurinn birtist klukkutíma eftir fæðingu, hulinn hálfgagnsærri himnu sem kallast legvatnssekkur, sem móðirin bítur niður til að losa ungana og sleikir andlitið til að anda.

Þó að það sé best að leyfa móðurinni að vinna vinnuna sína, ef hún sinnir ekki kettlingnum innan við mínútu eða svo frá fæðingu, geturðu tekið hann upp, rifið himnuna og svampað hann hreinn svo hann geti andað. Bindið naflastrenginn með bandi nokkrum tommum frá kviði kattarins og notaðu skærin til að klippa hann rétt fyrir aftan hnútinn. Berið sótthreinsandi efni á afskorna endann og settu köttinn nálægt móður sinni. Ef hann andar ekki, sogið þá vökva sem hann kann að hafa í munninum upp í sprautuna, haltu honum þétt í hendinni til að tryggja að höfuð hans sé öruggt og hristu hann tvisvar eða þrisvar sinnum. Þurrkaðu burt vökva sem hefur komist inn í munninn og endurtaktu ruggið ef hann andar enn ekki. Það er ekki hægt að bjarga köttinum, en þú reyndir að minnsta kosti.

Restin af gotinu fæðist með 30 mínútna millibili til klukkutíma og fylgjunni (vefurinn sem hýsir köttinn í leginu) verður að reka út um það bil 15 til 30 mínútum eftir hvern kött. Ef fæðingin var fljót, gætu allar fylgjurnar að lokum komið út.

Ef kötturinn þinn hefur ekki fætt barn innan sjötíu daga frá fyrstu pörun, ættir þú að hafa samband við dýralækninn þinn. Og það er mikilvægt að hringja strax ef þú sérð eitthvað af þessum einkennum:

• KÖTTURINN HEFUR FENGIÐ sterka, viðvarandi samdrætti í meira en 30 mínútur eða hefur ýtt í meira en klukkutíma án þess að barnið komi út.

• KÖTTURINN HVÍLIR SIG (án þrýstings) meira en fjórum klukkustundum eftir fæðingu fyrsta kettlingsins.

• SAMDRÆTTIR ERU VEIKIR eða óreglulegir í meira en tvær eða þrjár klukkustundir.

• KÖTTURINN KASTAR UPP, lítur veikburða út, andar eða andar, öskrar eða sýnir merki um sársauka.

• KÖTTURINN GEFUR FRÁ sér gula, hvíta eða blóðuga útferð.

• MÓÐIRIN GEFUR EKKI fylgju fyrir hvern kettling.

EF ÞÚ ERT Í VAFA SKALTU hringja í dýralækni. Það mun ekki taka mikinn tíma eða peninga og þú munt fá þá leiðbeiningar sem þú þarft.

Eftir fæðingu

Venjulegur köttur étur fylgjuna og klippir á naflastrenginn. Og ef það er látið í té, mun það líklega borða andvana kettlinga líka. Þó þessi aðgerð kann að virðast undarleg fyrir okkur, þá er þetta fullkomlega eðlileg hegðun. Þú gætir frekar viljað vefja lík dauðra hvolpa inn í dagblað og farga þeim á réttan hátt (dýralæknirinn þinn getur ráðlagt þér).

Sumir ræktendur fjarlægja jafnvel fylgjuna áður en kötturinn borðar hana, og það er allt í lagi, en passaðu að það sé ein fyrir hvern kött.

Kettlingar fæðast blindir og heyrnarlausir en hafa lyktarskyn og nota það til að finna spena móður sinnar. Fyrsta mjólkin sem þú drekkur er mjög mikilvæg. Þessi mjólk, þekkt sem broddmjólk, inniheldur mótefni móðurinnar og önnur mikilvæg efni sem veita hvolpum fyrstu vörn gegn sjúkdómum á þeim tíma þegar þeirra eigið ónæmiskerfi virkar ekki mjög vel.

Ef fjölskyldan virðist heilbrigð og hamingjusöm, láttu hana í friði, en það er mikilvægt að kíkja inn af og til til að ganga úr skugga um að allt sé í lagi. Hringdu í dýralækninn ef móðir eða kettlingar virðast kvíðin eða skortir orku.

EF KETTLINGARNIR ÞROSKAST ekki eða móðirin veikist skaltu framkvæma aðgerðirnar frá fyrsta dropa til barnanna og síðan til flöskunnar. Þetta verkefni krefst mikillar ástundunar og það er nauðsynlegt að þú hafir samráð við dýralækninn svo hann geti sagt þér hvernig á að gera það. Ef þú ert heppinn gæti dýralæknirinn þekkt annan kött með kettlinga sem getur séð um þinn. Ef ekki, þá veltur það á þér hvernig kettlingarnir lifa af.

Dýralæknanemar eða starfsfólk á dýralæknastofum eða dýraathvarfum bjóða sig oft fram í sjálfboðavinnu til að sjá um munaðarlausar kettlinga. Ef þú getur ekki séð um sjálfan þig skaltu hringja í dýralækninn þinn, næsta dýralæknaskóla eða dýraathvarf. Með smá heppni finnurðu einhvern til að sjá um kettlingana þína.

þróun kettlinga

Kvenkyns kettir hafa alið upp kettlinga sína án mannlegrar afskipta í þúsundir ára og yfirleitt gengur það vel þegar þú lætur móðurina sjá um kettlingana. Hins vegar muntu sjaldan fá tækifæri til að fylgjast með kettlingunum þroskast, svo gefðu þér tíma til að njóta þeirra.

Frá fæðingu til 2 vikna

Vöxtur er í fyrirrúmi fyrstu 2 vikurnar og kettlingar sem eru stöðugt fóðraðir munu tvöfalda þyngd sína fyrstu vikuna. Móðirin hugsar stöðugt um þau, gefur þeim mjólk og sleikir til að örva þau til saurgerðar, sem þau borða. Naflastrengurinn fellur af á tveimur til þremur dögum og kettlingarnir byrja að opna augun viku eftir fæðingu.

MYND 16-3: EF MÓÐIR kötturinn og kettlingarnir hennar líta heilbrigð og vel út, gerðu ekki mikið fyrstu tvær vikurnar.

REYNDU AÐ GRÍPA SEM minnst inn í. Hafðu bara í huga að öllum líður vel og borðar vel.

Ef þú ætlar að vera með "eitt got" fyrir köttinn þinn skaltu ekki bíða of lengi áður en þú gerir geldingu. Kettlingarnir verða ekki vandir af fyrr en hún getur aftur orðið þunguð. Þegar þú ferð með köttinn og hvolpana hennar til dýralæknis í skoðun, ræddu málið um saying og pantaðu tíma.

Stundum er erfitt að ákvarða kyn kettlinga. Taktu upp pikkana og berðu saman. Dýralæknirinn getur hjálpað.

2 til 8 vikur

HEYRN OG SJÓN UNGANNA þróast á milli 2 og 5 vikna; eftir viku fjögur byrja þeir að ganga, hlaupa og jafnvel hoppa, verða liprir og fljótir. Móðirin heldur áfram að hugsa um þau, bregst við mjánum þeirra og leiðir þau aftur í búrið, heldur þeim í húðfellingu á hálsinum ef þau villast of langt. Fyrstu tennurnar birtast meira og minna þegar þú opnar augun.

Eftir þriðju vikuna þreytist móðirin á að gefa kettlingunum að borða. Á þessum tíma geturðu byrjað að svífa hvolpana og meðhöndla fleiri. Hins vegar er móðirin enn skuldbundin sonum sínum og kennir þeim að veiða á þessu stigi.

Frá 3. viku er ráðlegt að gefa köttinum fasta fæðu. Til að auðvelda umskiptin geturðu skolað kubbinn undir heitu vatni og sett bita af límið á nef kattarins. Móðirin hjálpar með því að bjóða minna í mat og eftir 7 vikur ættu kettlingarnir að vera orðnir heilbrigðir.

Frá 3 vikum er gagnlegt að gefa kettlingunum aðgang að ruslakassa; Þeir læra að nota það af móðurinni.

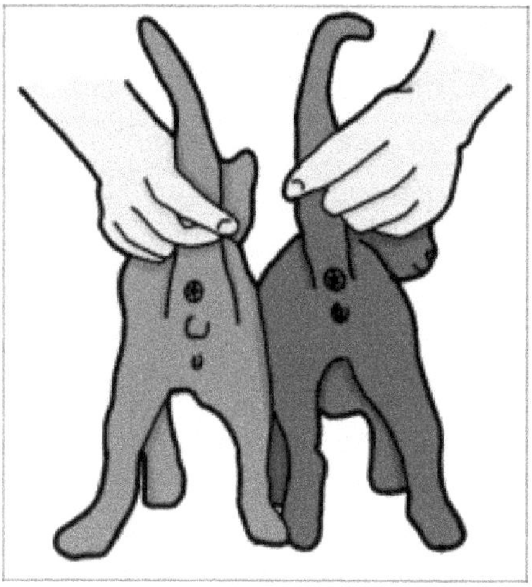

MYND 16-4: ÞAÐ GETUR verið erfitt að greina muninn á kettlingum og kettlingum þegar kettlingarnir eru mjög ungir. Karldýrið er til vinstri, kvendýrið til hægri. Leitaðu ráða hjá dýralækninum ef þú ert ekki viss.

Ekki láta kettlinga hugsa um fætur og fætur fólks sem hluti til að hoppa á og tyggja á, þar sem þetta setur grunninn fyrir framtíðarvandamál (fyrir þig eða eigendur kattarins). Hættu að leika þér þegar kettlingarnir ráðast á, jafnvel þótt þú sért það. Enn betra, notaðu gagnvirk leikföng eins og veiðistöng fyrir katta eða leikfang sem er fest við enda strengs til að leika sér með.

8 til 14 vikur

Við 2 mánaða aldur eru kettlingarnir komnir með tennur og öll skynfærin virka vel, þau eru fjörug og lipur. Þetta stig er mjög notalegt fyrir eigandann og það er ekki erfitt að sannfæra hann um að leika við börnin svo þau venjist því að kúra og halda á þeim.

Þó að það sé fólk sem byrjar að fæða kettlinga sína þegar þeir eru vannir af, þá er æskilegt að þeir séu hjá móður sinni og litlu bræðrum til 12 eða 14 vikna. Þeir sem gefast upp of fljótt geta orðið fullorðnir sem sætta sig ekki við aðra ketti.

En það er gott að byrja að leita að heimili fyrir hvaða kött sem er á þessum tímapunkti. (Sjá kaflann „Að segja bless“ síðar í þessum kafla.) Þetta er líka tíminn til að fara með dýralækninn í próf, bólusetningar, ormalyf og aðrar fyrirbyggjandi heilsuráðstafanir.

unga kötturinn

Ef þú átt einn af kettlingunum muntu samt njóta þess að fylgjast með þróun þeirra. Æsku kattarins lýkur með kynþroska, sem getur varað í allt að 5 mánuði, en kötturinn gæti haldið áfram hvolpalíkri hegðun fyrsta árið.

Kettlingar stækka mjög hratt og geta eignast kettlinga áður en þeir vita af. Ræddu fyrst við dýralækninn þinn um úða, eða þú gætir þurft að rækta annað got mjög fljótlega.

kveðja börn

Ef þú hefur unnið vinnuna þína vel hefurðu eitthvað mjög sérstakt fram að færa: heilbrigða, vingjarnlega, vel félagslega kettlinga sem boðar gott fyrir alla ævi í heilsu og félagsskap. Og auðvitað vilt þú að fólkið sem tekur að sér hvern af þessum kettlingum sé við verkefnið.

Kettlingarnir eru svo krúttlegir að það er mjög auðvelt að finna þeim heimili á nokkrum mínútum ef þú býður þær úti á götu eða á markaði, en við vonum að þú sækist ekki eftir börnunum þínum sem fara á annað heimili en gefa einn þar sem þú veist að þeir munu taka þig til að hugsa ekki um sjálfan þig. Vandamálið með gæludýr sem þú ert með án mikillar umhugsunar er að fólk hefur tilhneigingu til að taka þeim létt: þar sem þeir eru með þau á geðþótta losa þau sig við þau flugan.

Svo gefðu þér tíma til að koma köttunum þínum fyrir á góðu heimili. Settu auglýsingu í blaðið, settu upp auglýsingaskilti og vertu viss um að tala við viðskiptavini. Ef kötturinn þinn er ættaður og þú vinnur með virtum ræktanda skaltu biðja hann um að hjálpa þér að finna kettlingana. Þessi manneskja gæti verið með biðlista!

Það skiptir ekki máli hvort kisan er ættkvísl eða eðlileg og krúttleg, hún á skilið ábyrgt heimili. Hér eru nokkrar spurningar til að spyrja mögulega ættleiðendur til að ganga úr skugga um að verið sé að hlúa að börnum þeirra:

• Hefur þú einhvern tíma átt ketti? Hvað kom fyrir þig? Svör sem þú vilt ekki heyra eru „mikið", „hljóp í burtu" eða „á bifreið". Slys geta komið fyrir jafnvel varkárasta manneskjan, en ýmis vandamál segja mikið um hvernig þessi hugsanlega ættleiðandi kemur fram við ketti.

• HVERNIG ER HÚSIÐ ÞITT? Kettir laga sig að hvers kyns heimilis- og fjölskylduumhverfi: stórum eða einbýlisfjölskyldum, litlum íbúðum eða dreifbýli, öldruðum eða uppteknum ungum fagfólki. Finndu einhvern sem hefur hugleitt hvað þarf til að eiga gæludýr og er tilbúinn að koma til móts við þarfir kisunnar þíns. Sumir ræktendur vilja ekki gefa ketti sína til fólks sem er ekki skuldbundið til að hafa þá á heimilinu og ef þú hefur áhyggjur af þessu geturðu gert það sama.

• HANN Á BÖRN? HVERSU mörg ár? Ef þér líður eins og þú sért að eiga við manneskju sem er alveg sama hvað börnin þeirra eru að gera gætirðu verið að útsetja viðkvæma kisuna þína fyrir mjög hættulegu umhverfi. Leitaðu að einstaklingi sem viðurkennir að dýr er hluti af fjölskyldunni en ekki leikfang fyrir börn.

• ÆTLARÐU AÐ FARA YFIR? þú munt fjarlægja klærnar þínar Hér fer "rétt" svarið eftir sjónarhorni þínu. Ef þú mótmælir aftengingu (eða að minnsta kosti gerir samninginn sjálfvirkan áður en merki eru um hegðunarvandamál), geturðu notað aðstæður til að fræða hugsanlega ættleiðendur. Ef þú býður upp á hreinræktaðar kettlinga sem eru ekki nógu góðir til að rækta, seldu þá einhverjum sem samþykkir að dauðhreinsa þá og halda skrár þar til viðskiptavinurinn sýnir þér ófrjósemisvottorðið. Það eru ræktendur sem gefa afslátt ef ófrjósemisaðgerð er reynt síðar. Enn betra, vertu viss um að kettirnir þínir séu úðaðir áður en þú sendir þá til nýrra heimila. (Sjá reitinn „Að faðma kettling" neðst á þessari síðu.)

REYNDU AÐ VERA VINGJARNLEGUR við hugsanlega ættleiðendur og bjóða upp á þær upplýsingar sem þeir biðja um, en vertu þrautseigur. Biddu um skilríki. Athugaðu tilvísanir þeirra, þar á meðal dýralækninn sem þetta fólk vísaði þér á. Einhver sem hefur átt mörg gæludýr og er ekki með venjulegan dýralækni er annar einstaklingur til að strika af listanum þínum. Ekki vera hræddur við að hafna fólki. Það er kannski ekki fallegt, en þú ættir að reyna að finna það besta fyrir kisurnar þínar. Þú leggur mikið upp úr þeim og vilt að þeir búi með einhverjum sem elskar og þykir vænt um eins mikið og þú.

17. kafli

Fjölskylda með fleiri en einn kött

Í þessum kafla

- Þarf kötturinn þinn félaga?

- HVERNIG Á AÐ VELJA ketti sem geta lifað í sátt og samlyndi

- ÚTVEGAÐU FULLNÆGJANDI ruslakassa, felustað og mat.

- SKILJA HEILSUFARSVANDAMÁL á heimilum með fleiri en einn kött

Kettir hafa eðlishvöt til að finna vinalegt fólk. Kannski er það ástæðan fyrir því að svo margir hafa fleiri en einn. Þegar þú þekkir sérstakan félagsskap katta og metur einstaka fegurð þeirra, þá virðist eðlilegt að vilja annan, sérstaklega með svo marga ketti sem þurfa heimili. Hver yrði ekki fluttur?

Að eiga fleiri en einn kött, eða jafnvel marga fleiri, kann að virðast auðvelt. Fyrr í þessum kafla hitti Gina kattavin sem hafði eignast meira en tugi innan fárra ára frá því að hún átti einn. Konan viðurkenndi að það væri mikil vinna að sjá um svo marga, en hún sér eftir ákvörðun sinni um að ættleiða... og ættleiða... og ættleiða.

Munurinn á þessari konu og þeim sem eru án fjölkatta heimilis er að vita hvað það þýðir að eiga tvo ketti, fjóra ketti eða jafnvel 16. Áður en þú lendir í vandræðum skaltu reikna út hversu mikið þú hefur efni á og þolir. Ást við fyrstu sýn getur verið yndisleg, en það er þolinmæði, skilningur og vinnusemi sem gerir sambandið erfitt. Sama gerist með fólk. Munurinn er sá að þegar sambandinu er lokið mun gæludýrið þitt ekki geta gert það af sjálfu sér!

VIÐ ERUM EKKI AÐ REYNA að draga úr þér kjarkinn. Við styðjum fólk með fullt af köttum - það vill frekar ketti og eigendur þeirra. Hins vegar, eins og með alla aðra þætti kattaumönnunar sem við fjöllum um í þessari bók, þarftu að vita hvað þú ert að fara út í áður en þú byrjar. Hugsaðu og láttu hjarta þitt leiða þig.

Í þessum kafla förum við yfir áskoranir þess að búa með fleiri en einum heimiliskettí. Ef þú hefur þegar gefið villiköttum að borða, lestu gagnlegar ráðleggingar okkar í kafla 4.

Ég er í góðum félagsskap

FLJÓTLEG ATHUGUN. HVERNIG stendur á því að kettir eru gæludýr númer eitt (að minnsta kosti fyrir okkur) þegar það eru fleiri fjölskyldur með hunda? Þú veist líklega: með hunda er venjulega einn í húsinu. Kettir hafa tilhneigingu til að vera fleiri.

Hversu margir fleiri kettir sem gæludýr en hundar? Bandaríska dýralæknafélagið áætlar að 65 milljónir katta lifi sem gæludýr, samanborið við 50 milljónir hunda. Cats náði efsta sætinu á níunda áratugnum og hafa haldið því síðan.

Stöðugar breytingar á lýðfræði hafa gert köttinn að hentugra dýri í mörgum fjölskyldum og sömu þættir gera það að verkum að gott er að hafa fleiri en eitt. Aukafélag getur verið mjög mikilvægt fyrir þig og köttinn þinn.

Annar köttur, fyrir köttinn þinn

Í MÖRGUM TILFELLUM hefur lífsstíll síðustu aldar runnið inn í söguna. Dæmigerð húsmóðir þess tíma er ekki lengur svo algeng. Nú geta fjölskyldur verið einstæð manneskja, einstæð móðir eða faðir með eitt eða fleiri börn, tveir fullorðnir í vinnu án barna, tveir fullorðnir í vinnu með börn; Í öllum tilvikum en málun, eru mörg hús skilin eftir í friði á daginn.

Lífsstíll nútímans þýðir líka lengri vinnudaga, lengri vegalengdir og skipulagða starfsemi utan heimilis, sem þýðir að þessi heimili eru tóm í lengri tíma. Þetta ástand hefur sérstaklega áhrif á hunda sem þurfa líkt og burðardýr félagsskap, auk hreyfingar og þjálfunar sem margir hafa ekki tíma til. Kettir eru mun aðlögunarhæfari og þola allar tegundir lífsskilyrða. Þeir þurfa ekki að hreyfa sig og geta verið einir án hættu á hegðunarvandamálum.

En finnst þér þú vera einn? Svarið við þessari spurningu er lykillinn að því að skilja hvers vegna kötturinn þinn getur notið góðs af félagsskap við annan kött.

Einmanaleiki heimilisköttsins

Auk þess að breyta lífsstíl fólks lifa margir kettir ólýsanlegu lífi fyrir aðeins nokkrum áratugum: þeir eyða öllu lífi sínu innandyra. Þessi breyting leiddi að meðaltali til lengri og heilbrigðari kötta miðað við lausa ættingja sína, en sumir þeirra eru samt mjög óánægðir. Álagið sem fylgir því að vera óhamingjusamur getur birst í ýmsum myndum, þar á meðal veikindum og hegðunarvandamálum.

Þú getur ekki haft kött inni án þess að búa til auðgað umhverfi til að bæta upp það sem hann tapaði þegar þú læstir hurðinni úti. Ein besta gjöfin fyrir kött er félagsskapur annars köttar. Þó ekki allir vilji deila, og tímasetning kynningarinnar getur verið erfið ef kötturinn þinn er einn í smá stund, mun hún líklega njóta góðs af því að hafa annan kött í kring.

Annar köttur er ekki það eina sem við mælum með til að halda heimiliskóttinum þínum ánægðum. Við erum með heila auglýsingatöflu í 21. kafla með ábendingum. Allt frá plöntum til að tyggja á til háa staða til að njóta útsýnisins, kötturinn þinn mun njóta góðs af.

Kötturinn sem kemur og fer eins og hann vill

Köttur sem kemur og fer eins og hann vill getur nú þegar átt kattafélaga, eða að minnsta kosti erfiðan samning sem ræður því landsvæði sem hver köttur í nýlendunni á. Köttur sem fer inn og út þarf líklega ekki að deila með öðrum kötti, eða að minnsta kosti ekki eins mikið og sá sem aldrei fer út. Í þessu tilviki mun ákvörðunin um að bæta öðrum kött í fjölskylduna ráðast meira af því hvað þú vilt og hversu umburðarlyndur kötturinn þinn er. Sumir kettir eru mjög árásargjarnir gagnvart þeim sem fara inn á yfirráðasvæði þeirra, en öðrum er alveg sama.

Ef þú átt fleiri en einn kött gætirðu viljað hafa þá alla heima af heilsufars- og fjárhagsástæðum. Kettir sem búa í lokuðu umhverfi heimilis þíns verða ekki fyrir smitvandamálum annarra katta í nýlendunni þinni, svo sem vírusa eða sníkjudýra. Sjá kafla 6 til að fá ábendingar um að breyta hálfviljaðri ketti í inniketti.

Annar köttur, fyrir þig

Vertu heiðarlegur: þú getur ekki verið viss um að kötturinn þinn muni líka við það þegar þú ákveður að stækka kattafjölskylduna þína. Jafnvel þó þú sért fyrst og fremst að íhuga þarfir kattarins þíns, sérstaklega ef hún er innandyra köttur og þú heldur að henni leiðist svolítið, þá muntu líklega taka ákvörðun þína út frá skoðunum þínum.

Í stuttu máli: þú vilt annan kött.

Áður en þú ferð í dýraathvarf skaltu hringja í ræktanda eða samþykkja með samstarfsmanni þínum að þú sért að reyna að yfirgefa kettlinga úr óskipulögðu goti, gefðu þér tíma til að finna út hvað þú ert að bralla.

Þekktu takmörk þín

Ástin hefur kannski engin takmörk, en ekki heldur tími og peningar. Enginn á óendanlega mikið af hvoru tveggja. Hefur þú tíma til að þrífa ruslakassana oftar? Og með kettina þína hjá dýralækninum? Tími er peningar þessa dagana, svo ekki vanmeta tímann sem það tekur að sjá um marga ketti.

Og peningarnir? Rétt umönnun gæludýrs getur verið dýrt verkefni og minnkar ekki mikið vegna stærðarhagkvæmni. Auðvitað, ef þú ert með fullt hús af köttum, geturðu keypt lausan mat og rusl án þess að spara á köttunum þínum. Hins vegar, ef þú hefur áhyggjur af heilsu þeirra, vertu viss um að allir kettir fái sömu umönnun og ef þú hefðir bara einn.

Flóavörn er dæmi um umönnun gæludýra sem þú getur ekki vanrækt vegna þess að þú átt fleiri en einn kött. Staðbundið flóavörn sem er í notkun í dag hefur nánast útrýmt flóum á mörgum heimilum. Hins vegar getur mánaðarlegur umsóknarkostnaður fyrir hálfan tylft verið mjög hár. Hvað gerirðu þá? Býrð þú með flóum (og hefur verið með flær sem flytja fló) og leyfir köttunum þínum að vera óánægðir? Til að vera á hreinu muntu líklega sammála því að þessi heilsufarsáhætta sé ekki aðlaðandi valkostur.

Ekki halda fleiri ketti ef þú hefur ekki tíma og peninga til að sjá um þá.

Ef þú getur ekki í hreinskilni sagt að kettirnir þínir fái sömu athygli og þeir myndu ef það væri aðeins einn köttur, þá ertu ekki að gera það sem er best fyrir kettina þína.

Áfram, fullur hraði

Við munum fara yfir nokkra þætti sem gætu gert þér grein fyrir að þú ættir ekki að kaupa annan kött, en það er ekki nóg pláss í þessari bók til að fjalla um allar ástæður þess að þú ættir að stækka kattafjölskylduna þína. Við skulum draga þetta saman svona: Elskarðu ketti?

Geturðu séð um fleiri ketti? Svo það er kominn tími til að finna annan kött, eða tvo eða fleiri.

stækka fjölskylduna

LÍFIÐ ER EKKI ALLTAF svo skipulegt að skipuleggja allt og það sama á við um að eignast annan kött. Stundum ættleiðir þú yfirgefinn kött eða hittir kött sem þú verður ástfanginn af og það gæti verið síðasta tækifæri þeirra.

Í báðum tilvikum er gott að vera eins undirbúinn og hægt er. Þetta þýðir að vita hvernig kettir vinna saman og hvaða samsetningar gætu verið fullkomnar fyrir aðstæður þínar.

Skilja landsvæði

Hundar hafa meðfæddan hæfileika til að lifa saman út frá fornum þörfum úlfa og villtra hunda til að vinna í fóðri. Þetta er ekki þar með sagt að allir hundar komist vel saman hver við annan eða annað fólk, heldur frekar að allir hundar kunni að einhverju leyti undirstöðuatriði hóplífsins.

Kettir hafa ekki þessa hjarðtilhneigingu, að minnsta kosti ekki á sama hátt. Þeir veiða ekki í hópum eins og hundar. Flestir kettir eru einmana, að afrískum ljónum undanskildum. Þegar þeir eru ekki að veiða vernda þeir veiðisvæðið sitt fyrir öðrum köttum; Það er aðeins ein taska fyrir alla og þeir vilja ekki að aðrir komi í veg fyrir aðgerðina.

Þrátt fyrir þetta er heimiliskötturinn fær um að mynda sterk tengsl við aðra ketti. Þegar þörfin á að keppa um mat er horfin geta kettir lifað saman í sátt og samlyndi eins og margir eigendur þeirra geta vottað.

Samt sem áður koma upp landhelgismál. Jafnvel þótt þú gerir þér ekki grein fyrir því, eru kettirnir þínir alltaf í stöðugum samningaviðræðum um landsvæði. Ef það er nóg af því muntu aldrei taka eftir því, en ef ekki, viðurkenndu merkin: bardaga, svæðismerkingar og óheiðarlega hegðun í ruslakassanum.

Ef þú vilt að kettirnir þínir lifi hamingjusamlega saman, vertu þolinmóður þegar þú kynnir þá og vertu viss um að þeir keppi ekki um pláss, mat eða ruslakassa.

vinalegir kettir

Flestir kettir læra að umgangast nokkuð vel ef þú skipuleggur heimili þitt þannig að hver og einn hafi það sem hann þarf til að líða öruggur og öruggur. Sumar samsetningar virðast þó virka betur en aðrar, eða að minnsta kosti hraðar.

• NOKKRIR KETTLINGAR: Það getur verið auðveldara að byrja á tveimur kettlingum. Þeir geta verið úr sama goti eða óskyldir; Það skiptir ekki máli. Þeir koma inn á heimili þitt á aldri þar sem þeir hafa meiri áhuga á að spila en að berjast um landsvæði og verða oft bestu vinir.

• SUMIR KETTIR: EF ÞÚ átt ekki ketti er ekki svo erfitt að ættleiða tvo fullorðna ketti á sama tíma. Í fyrstu ná þeim ekki eins vel saman og kettlingapar, en þar sem hvorugur ræðst inn á landsvæði hins tilkallaða, setjast þau fljótlega að.

• SETTUR KÖTTUR, NÝR köttur: Nema kötturinn þinn sé of gamall og pirraður, ætti það ekki að vera svo erfið umskipti að velja kött fyrir annan kött. Flestir fullorðnir kettir eru nokkuð umburðarlyndir gagnvart kettlingum; Þeim líkar það kannski ekki, en það er líklegra að þeir labba frá vettvangi en ráðast á hann. Gefðu eldri köttinum þínum frí frá því að þreyta kisuna þína með gagnvirkum leikjum eins og

• STAÐGÓÐUR KÖTTUR, nýr köttur: Flestar pörun myndast með tímanum, en þessi samsetning er ein sú erfiðasta. Að setja fullorðinn keppanda á grasflöt á húsi annars fullorðins kattar mun reita hann til reiði þar til hann getur verið sáttur við heimshornið til að kalla sitt eigið.

Kettir eru vanaverur og eru auðveldlega í uppnámi vegna breytinga á umhverfi sínu. Flutningur, barn og auðvitað nýr köttur geta valdið hegðunarvandamálum. Besta leiðin til að gera breytinguna er að gera það hægt. Kafli 6 getur hjálpað þér að byrja og 14. og 15. kafli veita aðferðir til að takast á við hegðunarvandamál.

MYND 17-1: AÐ BYRJA á tveimur kettlingum er ein auðveldasta leiðin til að tryggja heimilissátt

Að sjá um fleiri en einn kött

ÞÚ GETUR HJÁLPAÐ TIL við að koma í veg fyrir náttúruleg árekstra milli katta með því að ganga úr skugga um að þeim líði vel í umhverfi sínu og að hvorugur sé sviptur einhverju sem hinn þarfnast. Allir kettir þurfa stað þar sem þeim líður nógu vel og öruggt til að rækta, umgangast og borða.

sandkassaaðferðir

Landhelgismál verða alvarleg vandamál fyrir meðlimi mannkynsfjölskyldunnar þegar þeir koma fram í formi höfnunar á ruslakössum. Að setja upp ruslakassa í fjölkattafjölskyldu krefst prufa og villa, en það mikilvægasta sem þarf að muna er að ef kettirnir þínir eru ekki ánægðir, þá verður þú óhamingjusamur. Sem betur fer þurfa kettir ekki mikið til að vera ánægðir þegar kemur að ruslakössum.

Fyrsta þumalputtaregla fyrir ruslakassa á fjölkatta heimili er að bíða ekki eftir að deila. Losun þvags og saurs þjónar ekki aðeins til að útrýma úrgangi, heldur einnig til að merkja landsvæði. Ruslakassinn sem einn köttur notar er líklega ekki sá sem annar köttur vill nota.

GRUNDVALLARREGLAN ER að hafa ruslakassa fyrir hvern kött sem er staðsettur á mismunandi svæðum í húsinu þannig að hver köttur hafi sitt eigið rusl í himninum.

Staðsetning ruslkassa getur einnig hjálpað til við að hvetja ketti þína til að nota þá. Kettir vilja ekki pissa fyrir léttir (hver gerir það?), svo settu ruslakassa þar sem kötturinn þinn getur séð hvað er að gerast. Fyrir suma ketti er besti staðurinn fjarri veggnum með 360 gráðu sjónsvið. Öðrum finnst óhætt að hafa tvær hliðar ruslakassans upp við vegg. Prófaðu að raða mismunandi ruslakössum upp á mismunandi hátt og láttu köttinn þinn ákveða hvern henni líkar best.

Síðasta þumalputtaregla fyrir ruslakassa á fjölkatta heimili, og jafnvel stakkatta heimili: þrífðu þá oft. Að minnsta kosti einu sinni á dag, en tvisvar eða þrisvar sinnum er ekki of mikið, sérstaklega ef þú ert svo heppinn að eiga ketti sem deila ruslakassa; Reyndu að láta óhreinindi ekki safnast fyrir. Ef þú gerir þetta munu kettirnir þínir finna annan stað til að gera það sem þeir þurfa að gera.

Allt sem þú þarft að vita um ruslakassa, þar á meðal hvernig á að velja ruslakassa og hvað á að setja í hann, er í 8. og 15. kafla.

Klóra staði, fela og leita

RÝMI ER ANNAR ÞÁTTUR í því að halda hamingjusamri kattabyggð. Góðu fréttirnar eru þær að þú þarft ekki að flytja inn í höfðingjasetur til að gefa köttunum þínum stað til að hreyfa sig, nema auðvitað þú viljir það.

Kettir elska háa staði og með því að gefa þeim nóg pláss til að klifra hátt gefurðu hverjum köttum sitt eigið pláss. Há húsgögn með flötum flötum, eins og bókaskápum eða skemmtistöðum, eru tilvalin svo framarlega sem þú leyfir nóg pláss fyrir kött eða tvo á milli skreytinganna. Rökréttari lausn er að fjárfesta í nokkrum klórapóstum, sérstaklega þeim sem eru með palla og ferninga. Kettir þínir munu elska það!

Ein vinkona Ginu á fimm ketti og þegar Gina dvelur í þessu húsi finnst henni gaman að sjá hvert dýr leggja undir sig svæði. Uppáhalds hans af þessari fjölskyldu, gamall síðhærður þrílitur köttur að nafni Darlene, hafði valið þakið á bókaskápnum í einu af svefnherbergjunum á efri hæðinni sem "sín" stað. Hann átti frekar gott samband við kattafélaga sína, svo lengi sem allir mundu að eini kötturinn sem fékk að sofa þar var hennar hátign Darlene.

Fóðurtími í klakstöð

Almennt séð er köttum sama um matinn sinn eins og hundum. Reyndar deila flestir mjög vel: þeir borða saman nokkuð ánægðir, svo framarlega sem þeir eru vissir um að það sé nóg um að vera.

Þrátt fyrir rólegt eðli katta á matmálstímum gætirðu viljað íhuga hvaða tegund af fóðri hentar þér best á fjölkatta heimili.

• Stefna #1: Borðaðu stöðugt. Það er kannski auðveldasta leiðin til að gefa köttinum þínum að borða alltaf að skilja eftir disk af matarbitum. Ef þessi áætlun virkar vel fyrir þig, þá er ég ánægður, en fyrir marga er það ekki góð aðferð. Sumir kettir misnota og letja aðra til að borða; aðrir eru einfaldlega matháir og borða þar til þeir eru feitir.

Ef þú ert með ofbeldisfullan kött skaltu alltaf skilja eftir tvær skálar af þurrmat á mismunandi stöðum í húsinu. Kötturinn þinn getur ekki verið á tveimur stöðum á sama tíma og leyfir hinum köttnum þínum eða köttum að borða. Allt verður í lagi svo lengi sem kettirnir þínir eru í heilbrigðri þyngd; ekki of þykkt, ekki of þunnt.

Ef þú ert með kött sem getur ekki haldið eðlilegri þyngd sinni skaltu íhuga að breyta því hvernig honum er gefið.

• STEFNA #2: EINSTAKUR matur. Ef kettirnir þínir hafa mismunandi fæðuþarfir, til dæmis einn sem er ávísað af lækni og einn sem er of þungur, gætir þú þurft að fæða hvern kött fyrir sig. Ef kettirnir þínir berjast eða, til dæmis, annar er hræddur við að borða fyrir framan hinn, gefðu þeim þá sérstaklega.

Þú gætir ekki þurft að gefa köttunum þínum að borða í mismunandi herbergjum; kannski mismunandi stig geta virkað. Sumir kettir kjósa að borða á borði vegna þess að það veitir þeim öryggi, vitandi að þeim verður ekki truflað. (Ef þú þolir ekki tilhugsunina um að hafa kött í eldhúsinu þínu eða í hillunum skaltu prófa einn í þvottavélinni eða þurrkaranum.)

- STEFNA #3: KETTLINGAHLAÐBORÐ með sérstakri þjónustu. Sumum finnst gott að hafa þurrfóður til reiðu og gefa köttunum sínum nokkrar skeiðar af bragðgóðasta dósamat einu sinni á dag, kettir elska það. Kosturinn við þessa fóðrunarstefnu er að þú veist að kettirnir þínir munu alltaf hafa eitthvað að borða og þú tryggir líka að allir borði á hverjum degi. Þessar upplýsingar geta verið dýrmætar til að greina snemma heilsufarsvandamál þar sem lystarleysi getur verið merki um veikindi.

Einn af lesendum Ginu sagði okkur frá öðrum ávinningi af því að gefa nokkrar skeiðar af dósamat á hverju kvöldi: það kemur heimilislausum heim. Næturtími er kannski hættulegasti tíminn fyrir kött úti og að geta haft köttinn þinn inni yfir nótt útilokar mikla áhættu. Ef kettirnir vita að þeir fái bragðgóðan máltíð rétt fyrir myrkur koma þeir á tilsettum tíma, sama hvar þeir eru að leika sér.

Læknisvandamál fyrir fleiri en einn kött

Kettir sem búa með öðrum köttum þjást af sömu sjúkdómum og þeir sem búa einir. Munurinn er sá að mörg heilsufarsvandamál virðast aldrei hverfa og berast frá einu dýri til annars.

Besta leiðin til að halda ketti heilbrigðum er að halda þeim inni; Þetta á sérstaklega við á heimili með marga ketti. Eftir að þú hefur byggt "lokaða" nýlendu af heilbrigðum köttum þarftu ekki að hafa áhyggjur af sníkjudýrum eða smitsjúkdómum. Kettir sem koma og fara koma oft aftur sem heilsufarsvandamál sem geta borist yfir á aðra ketti á heimilinu.

Eins og getið er hér að ofan er ein flóknasta áskorunin í fjölkattafjölskyldu að deila, en aðskilja, ruslakassa og skálar. Þessar áhyggjur eru margfaldar í tengslum við læknisfræðileg vandamál.

Vertu viss um að minna dýralækninn á að það eru margir kettir á heimili þínu og þeir munu geta hjálpað þér með ráðleggingar og aðferðir til að halda öllum gæludýrum þínum við bestu heilsu.

Vandamál með sníkjudýr

Sníkjudýr eru eitt erfiðasta heilsufarsvandamálið til að stjórna á fjölkatta heimili. Sníkjudýr eru mjög dugleg að flytja frá einum hýsil til annars. Ef einn köttur er sýktur af sníkjudýrum, þá eru líklega allir það.

Flóar og mítlar

Flær eru yfirleitt stærra vandamál fyrir ketti en mítla. Kettir eru svo duglegir að snyrta að það er algengt að þeir haldist mítlalausir (nema þeir haldi sig þar sem kötturinn kemst ekki auðveldlega til) en flær eru önnur saga. Þessa dagana er flóavörn frekar auðveld þökk sé staðbundnum lyfjum sem fáanleg eru frá dýralæknum, þó að sumum gæti fundist mánaðarkostnaður þeirra svolítið hár ef þeir eiga fleiri en nokkra ketti. Ef allir kettirnir þínir eru innandyra gætirðu haft hemil á flóum með því að fara með þá út og úða þeim með skordýraeitur. Ef þú setur flólausa ketti í flóalausu umhverfi ættir þú ekki að eiga í neinum vandræðum þó að það sé mjög erfitt að ná því.

eyrnamaurar

Þessi litli skaðvaldur nærist inni í eyrunum. Það getur verið mjög smitandi og erfitt að útrýma því. Ef einn köttur er með maura í húsinu eru allar líkur á því. Talaðu við dýralækninn þinn um meðferðarmöguleika.

Stærsta vandamálið við að meðhöndla eyrnamaura er að fylgjast með. Að meðhöndla ketti er engin veisla og vegna þess að það er svo erfitt hætta margir að meðhöndla þá um leið og þeir taka eftir því að maurarnir eru byrjaðir að hverfa. Vandamálið er hins vegar að þau eru ekki farin; þau klínast bara saman. Ef þú heldur ekki lyfinu áfram í þann tíma sem dýralæknirinn mælir með mun ný kynslóð maura fæðast og þú verður að byrja upp á nýtt.

þarmaormar

Önnur sníkjudýr sem geta borist frá kött til kattar eru ormar eins og bandormurinn, plága sem flær hjálpa. Eins og með öll önnur sýkingu, ef þú ert með kött með flær, eru líkurnar á því að allir hafi þá. Hafðu samband við dýralækninn þinn til að fá rétta greiningu og meðferð.

Hringormur er sveppur sem getur borist frá köttum til manns og frá köttum til kattar.

Þó að aðeins dýralæknirinn þinn geti gefið þér nákvæma greiningu, eru sum merki til að fylgjast með hárlosi á hringlaga svæðum og stundum hreistruð eða hrukkuð húð. Eftir að hafa talað við dýralækninn þinn gætirðu líka þurft að tala við þinn eigin lækni vegna þess að vandamálið getur breiðst út til fjölskyldumeðlima.

smitandi veirusjúkdóma

Þó að sníkjudýr geti gert þig (og köttinn þinn) brjálaðan, þá skapa smitandi veirusjúkdómar eins og kattahvítblæði eða kattaónæmisbrestsveiru alvarlega heilsufarsáhættu fyrir kettina þína. Svo sem eins og smitandi lífhimnubólga hjá köttum, sjúkdómur sem veldur mestum áhyggjum af fólki sem deilir heimili með nokkrum köttum. Undirbúðu þig sem kattaeiganda.

KAFLI 11 OG 12 VEITA frekari upplýsingar um þessa alvarlegu og smitandi sjúkdóma og skrefin sem þú getur tekið til að vernda kettina þína. Mikilvægasta ráðið sem við getum gefið þér er að ræða við dýralækninn þinn um viðeigandi forvarnir fyrir dýrin þín.

18. kafli

ferðast með köttinn þinn

Í þessum kafla

- Ákveddu hvort þú vilt að kötturinn þinn ferðast

- VELDU BÚSETU EÐA MANN sem mun sjá um gæludýrið þitt

- FERÐAST MEÐ FLUGVÉL eða bíl

- HVERNIG Á AÐ GERA hreyfingu bærilegri

- VITA HVORT KÖTTURINN þinn sé sýningarhundur

EF ÞAÐ VÆRI UNDIR KETTINUM komið, væri sennilega hvorugt ykkar að fara neitt. Ekki fyrir vinnu, ekki fyrir rómantíska helgi með annarri ást lífs þíns, ekki fyrir tryggingar hjá dýralækninum. Kettir elska rútínu, yfirráðasvæði og sérstaklega rútínu á yfirráðasvæði þeirra. Ef hún hefði viljað myndu þau vera heima allan daginn, njóta hvers kyns duttlunga af mat, leikföngum og knúsum, dást að fegurð hennar þar sem þau lágu í heitu, sólríku horni stofusófans í fyrsta, öðrum fjórða eða... Tíundi lúrinn eins fljótt og auðið er, ómissandi fyrir daginn.

Fyrir köttinn er gleðin yfir vel skipulögðu heimili með tímanlegum mat, hlýjum svefnstöðum og athygli ástríkrar skepnu himnaríki.

Hins vegar er slíkt líf leiðinlegt fyrir fólk. Við erum miklu hirðingjanlegri hópur en kettirnir okkar og mörg okkar elska hugmyndina um að skipta um landslag af og til eins mikið og við kunnum að meta þægindin heima. Stundum er ákvörðunin um að ferðast ekki okkar; Fjölskylda, vinir og vinna halda okkur á ferðinni. Allt frá viðskiptafundi til hádegisverðar, að fara í gegnum brúðkaup vinar eða jarðarför ættingja.

SAMA HVERT ÞÚ ERT AÐ fara eða hvers vegna þú ert að fara, þú þarft að skipuleggja umönnun kattarins þíns vandlega svo að kötturinn þinn sé eins ánægður og mögulegt er miðað við aðstæður. Kötturinn þinn mun vera heima í flestum ferðum þínum, en ef þú ákveður að taka hann með þér skaltu gera ferðina öruggari og þægilegri fyrir hann. Ef þú getur ekki tekið það með þér, vertu viss um að einhver sjái um þarfir þínar svo þú þurfir ekki að hafa áhyggjur.

AUÐVITAÐ VILJUM VIÐ ekki að þú hafir áhyggjur hvort þú ákveður að taka köttinn þinn með þér eða ekki. Þess vegna útskýrum við allt sem þú þarft að vita til að geta tekið rétta ákvörðun fyrir gæludýrið þitt, hvort sem það er að fara í burtu um helgina eða fara til annars landshluta, köttur innifalinn að sjálfsögðu. Þú vilt að kötturinn þinn sé hamingjusamur og það gerum við líka.

Þó að flestir kettir vilji ekki ferðast, geta sumir tekist á við áskoranir nokkuð vel. Ekki aðeins sýningarkettir falla í þennan flokk, heldur einnig sýna ketti sem ferðast með stjórnendum sínum til að vinna í sjónvarpi, kvikmyndum og auglýsingum.

Er kötturinn þinn hæfur til að ferðast?

ÓLÍKT HUNDUM FINNST mörgum köttum ekki gaman að ferðast og ef þú vilt að þinn líkar við það þarftu líklega að venja hann við kettling. Það er erfiðara að kynna fullorðinn kött fyrir nýju fólki og nýjum stöðum og hann getur aldrei aðlagast nógu mikið til að njóta upplifunarinnar.

Sumar ferðir eru óumflýjanlegar, sérstaklega þegar þú ert á ferðinni. (Sjá kaflann Að fara með köttinn þinn á nýtt heimili síðar í þessum kafla.) Hversu margar ferðir hún fer með köttinn sinn í bakgrunni er undir henni komið og snýst um tvær spurningar: Er gæludýrið þitt nógu þægilegt? , Að vera heilbrigður. ? Ertu að ferðast? Ertu með rétta karakterinn fyrir ferðina?

Þú verður að svara þessum spurningum með hjálp dýralæknis þíns og auðvitað kattarins þíns. Gerðu tilraunir með stuttar skemmtiferðir til að tryggja að þið njótið þess bæði. Sumir kettir eru fæddir til að gleypa rjóma af frönsku kaffihúsi, aðrir gleðjast yfir vel útbúnum kerru. Kannski er kötturinn þinn einn af þessum ferðamönnum!

Ferðin sem nánast engum köttum líkar er á dýralæknastöðina. Sjá kafla 11 fyrir ábendingar til að gera þessi umskipti auðveldari fyrir þig, köttinn þinn og dýralækninn þinn.

heilbrigðisþætti

Áður en þú ferð með köttinn þinn í eitthvað flóknara en borgarfrí skaltu fara með hana til dýralæknis til að tryggja að hún sé heilbrigð og upplýst um hvers kyns fyrirbyggjandi aðgerðir dýralæknirinn þinn mælir með. Köttur með heilsufarsvandamál er ekki góður ferðafélagi.

Ræddu við dýralækninn þinn um ferðina og allar áhyggjur sem þú hefur um köttinn þinn. Ef þú ferð með flugvél þarftu dýralæknisvottorð. (Sjá kaflann „Að taka köttinn með þér“ síðar í þessum kafla fyrir frekari upplýsingar um flugferðir.) Ef þú ert að ferðast með bíl eða flugvél skaltu biðja um afrit af bólusetningarskrá kattarins þíns, sérstaklega bólusetningarskrána hennar. Tilhugsunin um að kötturinn þinn bíti einhvern eða lendi í slagsmálum við villt dýr er skelfileg, en ef hún gerir það ættir þú að hafa sönnun fyrir hundaæðissprautunum hennar. Ef þú heldur að kötturinn þinn myndi njóta góðs af slævingu á ferðalagi skaltu ræða við dýralækninn þinn um þennan valkost.

Ef kötturinn þinn er persneskur, framandi stutthærður eða snubbnefjablanda geta ferðalög verið mjög hættuleg þar sem erfiðara er að anda þessi gæludýr. Líklega ætti að útiloka möguleikann á að ferðast í lest flugvélar. Spyrðu dýralækninn þinn hvernig á að tryggja öryggi kattarins þíns ef þú verður að ferðast með honum.

líflegur skinn

Þú þekkir köttinn þinn betur en nokkur annar. Er hún feimin og kvíðin eða hlédræg og hlédræg? Ertu að laga þig vel að breytingum? Og hávaðinn? Breytingar á hádegisverðartíma eða staðsetningu? Ef kötturinn þinn tekur tvo daga að róa sig eftir stutta ferð skaltu íhuga að takmarka framtíðarferðir.

Hins vegar, ef kötturinn þinn leyfir það, prófaðu það. Kannski njótið þið samverustundanna, sama hvert þið farið.

yfirgefa köttinn þinn

ÞÚ ÞARFT AÐ VITA HVAÐ þú átt að gera ef þú getur ekki tekið köttinn þinn með þér, þar sem þú ferðast oftast. Kötturinn þinn er kannski ekki einn af þessum sjaldgæfu fólki sem hefur gaman af áskorunum ferðalaga, og jafnvel þó þú gerir það, muntu ekki alltaf geta tekið hann með þér. Viðskiptaferðir eru alveg jafn nauðsynlegar og neyðarferðir um landið til að samþykkja arf fjölskyldumeðlims. Annar staður sem þú gætir þurft að fara sem kötturinn þinn gæti ekki fylgt er sjúkrahúsið.

Spyrðu vini þína, nágranna og vinnufélaga hvað þeir gera við kettina sína þegar þeir fara út. Biddu líka dýralækninn þinn um að mæla með kattavörðum eða gistiheimilum ef þeir eru ekki með sitt eigið.

Ef þú ert með þjónustu í huga, hvort sem það er íbúð eða pössun, hringdu og biddu um meðmæli og hittu svo. Það er skref sem fáir taka. Kannaðu líka hvort um dýraverndarsamtök sé að ræða því það getur tryggt betri umönnun.

Óháð því hvaða umönnun þú velur fyrir gæludýrið þitt skaltu skipuleggja fyrirfram ef þú getur. Gæludýraverndarar og gistiheimili bóka vikur og jafnvel mánuði fram í tímann á álagstímum eins og sumarfríi og gamlárskvöldi.

Vertu viðbúinn neyðartilvikum

Ein algengasta aðgerðaleysið þegar þú skilur köttinn þinn eftir, hvort sem hann er hjá vini, pössun eða heima, er að segja honum hvað þú vilt gera ef hann veikist. Talaðu við dýralækninn þinn um meðferðarmöguleika og segðu síðan þeim sem mun sjá um köttinn þinn. Að skipuleggja bráðaþjónustu virkar best þegar þú ert í góðu sambandi við dýralækninn þinn og þegar þú hugsar um það gildir það sama um allt annað sem tengist heilsu gæludýrsins þíns. Dýralæknirinn hennar Ginu veit hvers konar umönnun á að búast við og er fullviss um ákvörðun sína ef hún er ekki í boði. Í skrá gæludýrsins þíns er athugasemd frá dýralækninum sem segir að sama hver mætir með gæludýrin þín, sjúkrahúsið verður að sjá um þau,

Ég mæli með því að þú þróar svipað samband og Gina hefur við dýralækninn sinn svo þú þurfir ekki að hafa áhyggjur af því að sjá um köttinn þinn á meðan þú ert í burtu. Talaðu við hann þegar þú athugar köttinn þinn eða áður en þú ferð til að ganga úr skugga um að það sé enginn misskilningur.

fólk sem hugsar um dýr

Það er margvísleg þjónusta sem fellur undir almenna yfirskriftina gæludýravernd, allt frá gagnkvæmu samkomulagi milli vina um að sjá um gæludýr hvers annars til þess að borga syni nágranna fyrir að sitja köttinn þinn eða jafnvel ráða þjónustu fagaðila til að aðstoða þig á þínu eigin heimili.

Ávinningurinn af því að skilja gæludýrið eftir heima er að það kynnist umhverfi sínu, mjög mikilvægur þáttur fyrir ketti. Að auki geta gæludýragæslumenn gert meira en að heimsækja köttinn þinn; Þeir sjá um að safna pósti og dagblöðum, vökva plönturnar og kveikja og slökkva ljósin.

Talaðu við þetta fólk um þjónustu og verð fyrirfram og ef þú ákveður að ráða faglega þjónustu skaltu ganga úr skugga um að þetta fólk sé löglegt og tryggt.

Stærsti ókosturinn fyrir vistmenn er að skilja gæludýrið þitt eftir í friði í langan tíma, þar sem flestir hafa ekki mikinn tíma til að verja til einstaklingsbundinnar umönnunar. (Samningur við ungling eða húsvörð sem býr hjá þér á meðan þú ert í burtu gæti gefið köttinum þínum fleiri tækifæri til að láta klappa honum eða leika við hann.) Ef kötturinn þinn veikist eða hleypur í burtu gæti húsvörðurinn ekki tekið eftir dýrinu fljótt. . Að lokum, sumir eru ekki ánægðir með hugmyndina um að hafa fólk á heimilum sínum á meðan það er í burtu.

Óformlegar ráðstafanir við húsverði, einhvern sem dvelur heima hjá þér á meðan þú ert í burtu, eða gæludýr, einhver sem kemur heim til þín einu sinni eða tvisvar á dag til að athuga með köttinn þinn, getur valdið meiri vandræðum með að ráða fagmann, spurðu bara Gina's vinkona, sem skildi eftir heimili sitt og gæludýr í umsjá unglingsdóttur vinar síns, aðeins til að komast að því síðar að hún var ekki rólegur leigjandi. Hann hafði tekið á móti gestum og jafnvel skipulagt veislur. Húsið var svolítið eyðilagt en dýrin voru allavega í lagi! Ef þú ákveður að ráða ungling, sem margir gera án þess að sjá eftir, vertu viss um að eftirlit foreldra sé hluti af samningnum.

Ein besta lausnin er að skiptast á gæludýragæsluþjónustu. Flestir sem eiga gæludýr eiga vini sem eiga líka gæludýr og það getur virkað mjög vel ef þú gerir samning við annað þeirra um að sjá um gæludýr hins þegar þú ert ekki nálægt. Snyrting í atvinnuskyni er þægileg lausn þegar þú átt vini sem elska dýr eins mikið og þú, og það er líka ódýrt. Það eina sem þarf er þinn tími í staðinn.

Búseta

Pennar eru annar valkostur, tilvalin fyrir vingjarnlega ketti sem aðlagast auðveldlega. Hins vegar, þrátt fyrir öll ráð í heiminum, ekki skilja gæludýr þitt eftir á stað sem þú hefur ekki skoðað. Þú þarft að ganga úr skugga um að aðstaðan sé hrein, þægileg og vel við haldið og ef svo er ekki skaltu leita annars staðar.

Spyrðu hvar kötturinn þinn væri og biddu um að sjá aðstöðuna. Gakktu úr skugga um að kötturinn þinn sé algjörlega í burtu frá hundum og aðskilinn frá öðrum köttum. Þó að hægt sé að halda köttunum þínum saman, ættirðu aldrei að blanda köttum sem þú þekkir ekki.

Þeir sem bera ábyrgð á aðstöðunni verða að vera einlægir og hafa áhuga á að aðlaga aðstöðu sína til að gera dvöl kattarins þíns þægilegri. Þú ættir að vera tilbúin að fæða köttinn þinn eins og þú gerir, sérstaklega ef hún er á sérstöku mataræði, og þú ættir að leyfa henni að skilja eftir leikföng eða hluti sem lykta eins og þú (eins og notaður sokkur) til að gera köttinn þinn þægilegri. .

AÐ SETJA KÖTTINN ÞINN á heimili hefur marga kosti fram yfir að ráða gæludýravörð. Húsin eru almennt mjög örugg og það besta er að þú munt alltaf hafa einhvern sem vakir yfir köttinum þínum á hverjum tíma.

Ef þú finnur ekki heimili í borginni sem þú ert að flytja til getur viðurkennd búseta sótt gæludýrið þitt á flugvöllinn fyrir komu þína og séð um það þar til þú kemur. Auk þess geturðu oft skilið eftir gæludýrið þitt á meðan þú leitar að íbúð og skipuleggja ferð heim til að fara þegar þú hefur fundið viðeigandi gistingu. (Sjá kaflann „Flugflutningar" síðar í þessum kafla.) Almennt mælum við með því að ferðast með flugvél með fylgdarliði, en staðsetning þín leyfir það kannski ekki. Ef þetta er raunin getur virtur búseta hjálpað.

Margir dýralæknar eru líka með búsetu og ef þitt er eitt þeirra gæti þetta verið besti kosturinn fyrir gæludýrið þitt. Stærsti kosturinn er að starfsfólkið þekkir nú þegar gæludýrið þitt og sjúkrasögu þess.

Ekki fara í athvarf sem biður ekki um bólusetningarskrá kattarins þíns. Ef þau þurfa ekki á gæludýrinu þínu að halda til að vera heilbrigt og vel varið gegn sjúkdómum, eða með öðrum gestum, og ef þú gerir það ekki, er kötturinn þinn í hættu.

taktu köttinn þinn með þér

ÞAÐ SKIPTIR EKKI MÁLI hvort þú ert að ferðast með bíl eða flugvél: það er auðveldara að ferðast með köttinn þinn ef þú skipuleggur fram í tímann og kemur með nauðsynlegan búnað til að auðvelda ferðina. Þegar þú ferðast með flugvél þarftu að ferðast aðeins léttari; Ef þú ferð á bíl, taktu það!

VIÐ TÖKUM AÐEINS MEÐ í lofti og á jörðu niðri, því þetta er eini kosturinn fyrir flesta ef þeir vilja að kötturinn þeirra fylgi þeim. Gæludýr eru ekki leyfð í flestum skemmtiferðaskipum og í flestum rútum.

Eftirfarandi listi inniheldur nokkur grundvallaratriði til að ferðast með köttinn þinn. Sjá kafla 8 fyrir frekari upplýsingar um val á gæludýrum.

• CAT CARRIER – KATTABERI sem er samþykktur af flugvélum, einnig þekktur sem burðarberi, getur verið hjálpsamur í öllum aðstæðum þar sem kötturinn þinn kemur við sögu. Leitaðu að góðu verði, en ekki spara á gæðum. Keyptu öruggan og endingargóðan kattaburð úr plasti sem er nógu stór fyrir köttinn þinn til að standa upp og rúlla sér í. Hægt er að nota þennan kattaburð til að flytja köttinn þinn á öruggan hátt til dýralæknisins eða hvar sem er í heiminum. Það er ómissandi hlutur til að ferðast með kött.

EF ÞÚ ERT AÐ FARA Í langt ferðalag gætirðu viljað kaupa stærri kattaburð eins og Cat Carrier. B. fyrir meðalstóran hund, því þú getur sett ruslakassa á hann. Annar flutningsmöguleiki er mjúkfóðraður kattaburður, sem gæti verið þægilegri fyrir þig og gæludýrið þitt þegar þú ferðast með flugvél, en aðeins ef þú tekur hann með þér í farþegaklefann. Ef þú ert að ferðast í farmrýminu þarftu endingargóðan, viðurkenndan plastþakgrind.

• BEISLI, MERKI OG TAUMUR: Það er erfiðara að halda á köttum sem er skelfingu lostinn eða hræddur en að halda á heitri pönnu. Gakktu úr skugga um að það fari ekki framhjá enda ólarinnar þegar þú sleppir henni. Settu hann í kattaból með auðkenniskorti og festu taum við beislið þegar hann er ekki í kattapokanum. Mjög góð lína til að hjóla á er léttur sem gefur um 10 feta frelsi.

• SANDKASSI OG SMÁSTEINAR - Þó að við mælum almennt með því að nota venjulega vörumerkið, gætir þú fundið klumpótt fylliefni sem auðveldara er að nota þegar þú ferðast. Ekki gleyma að koma með rykpönnu og loftþétta plastpoka til að geyma ruslið þar til þú getur hent því í ruslatunnuna. Skolaanleg klósett með innstungum gætu verið betri, sérstaklega ef þú notar ekki klumpsteina. Þú þarft aðeins að henda smásteinunum og ruslakassanum þegar þörf krefur, jafnvel á hverjum degi. Annar möguleiki er að kaupa plastkassa með loki. Jafnvel þótt það passi ekki í kattapoka, getur slíkur kassi rúmað farangur fyrir heila ferð; allt sem þú þarft að gera er að skilja lokið eftir, nema þegar þú gefur gæludýrinu þínu tækifæri til að létta sig,

• MATUR, VATN OG DISKAR: Pakkaðu venjulegum skammti gæludýrsins þíns og ef þú lætur niðursoðinn mat fylgja með skaltu ekki gleyma að taka með þér gaffal og dósaopnara (eða kaupa dósir sem auðvelt er að opna). Geymdu vatnsflösku í bílnum og bjóddu köttinum þínum kalda drykki oft. Annar valmöguleiki er að nota flösku sem hangir í burðarefni kattarins. Þeir eru fáanlegir í gæludýravænum stærðum frá músum til Dana. Að lokum, ekki gleyma nokkrum verðlaunum.

• SKYNDIHJÁLP OG SNYRTIVÖRUR: Komdu með grunn sjúkrakassa, greiða og bursta. Ekki gleyma að koma með öll lyf sem kötturinn þinn gæti þurft. Þú getur keypt tilbúið sett.

• PAPPÍRSHANDKLÆÐI OG alhliða hreinsisprey: Þú þarft þau, ég lofa. Bættu líka við nokkrum gömlum handklæðum. Þeir þjóna sem rúm og til að stjórna köttinum þínum í neyðartilvikum (sjá kafla

12 fyrir frekari upplýsingar um neyðartilvik) og fyrir hvers kyns þrif. Að auki er þægilegt að bera spreybragðefni.

• SUM AF UPPÁHALDS LEIKFÖNGUM kattarins þíns, þar á meðal gagnvirkt eins og kattasandkassa eða leikfang sem er fest við enda strengs: Hvað gerirðu annað á hótelherbergi fyrir utan að skemmta köttinum þínum?

• FERÐAHANDBÓK: ÞÓ AÐ það sé auðveldara fyrir kött að fá inn á hótel, mótel eða gistihús en hund (og hundrað sinnum auðveldara að smygla þeim á flugu, en við höfum ekki sagt það ennþá), veistu ekki enn hvaða staðir leyfa gæludýr? Það eru aðeins sérhæfðir leiðbeiningar um þetta efni.

ÞAÐ SEGIR SIG SJÁLFT að þú munt laga þennan lista að þinni ferðategund. Þú pakkar ekki öllu fyrir stutta flugferð, en þú þarft allt ef þú ert að keyra hundruð kílómetra.

Ferðast með flugvél

Þó að það séu fullt af ógnvekjandi sögum í fréttunum, þá er sannleikurinn sá að flugferðir eru frekar öruggar fyrir flest gæludýr. Gæludýrið þitt mun líða vel ef þú fylgir reglunum og skipuleggur allt vel.

Gæludýr ferðast með flugvélum á tvo vegu: sem innritaður farangur eða sem handfarangur. Þú ferð betur með honum svo þú getir séð til þess að vel sé hugsað um hann.

SUM FLUGFÉLÖG LEYFA gæludýr í farþegaklefa ef farþegar eru undir sætinu, sem inniheldur flesta ketti. Að ferðast í farþegaklefanum er besti kosturinn fyrir köttinn þinn sem mun ekki yfirgefa umönnun þína meðan á ferðinni stendur. Hins vegar leyfa ekki öll flugfélög gæludýr í farþegaklefanum og sum hafa takmarkanir á fjölda gæludýra í farþegarýminu og því borgar sig að skipuleggja fram í tímann.

Ef kötturinn þinn getur ekki ferðast í farþegaklefanum fer hann niður í hólf undir þrýstingi. Þetta ástand er ekki tilvalið, en margir kettir hafa það gott.

Til að tryggja að gæludýrið þitt eigi ekki í vandræðum skaltu fylgjast vel með eftirfarandi tillögum:

- TALAÐU VIÐ FLUGFÉLAGIÐ. Sum flugfélög, sérstaklega þau nýrri og ódýrari, leyfa ekki flutning á dýrum. Jafnvel þau sem hafa takmörk á fjölda dýra sem mega vera í fluginu, bæði í farþegarými og í farmrými. Þú þarft líka að vita hvar og hvenær þú átt að sýna gæludýrið þitt og hvaða skjöl þú átt að taka með þér, svo sem læknisvottorð, meðal annars.

- GAKKTU ÚR SKUGGA UM að kötturinn þinn sé við góða heilsu og ekki flöt kyn. Þessir kettir eiga erfitt með að anda undir neinum kringumstæðum og streitan vegna flugferða getur verið þeim of mikil. Talaðu við dýralækninn þinn.

- NOTAÐU VIÐURKENNDAN kattabera með símanúmeralímmiðum þar sem hægt er að ná í þig á ferðalögum. (Heimasíminn þinn mun ekki hjálpa þér ef hann er ekki til staðar.) Hvort sem þú kemur með gæludýrið þitt inn í klefann eða skráir það inn sem innritaðan farangur, auðkenndu það í kattaberanum.

Samkvæmt lögum verður kattabúrið að vera nógu stórt til að kötturinn þinn geti staðið upp og snúið sér inn.

GAKKTU ÚR SKUGGA UM að allar festingar sem festa hluta kattaberans séu öruggar og þéttar áður en þú athugar með gæludýrið þitt. Ekki gleyma að setja öryggisbelti og skilríki. Einnig ættir þú að íhuga að setja inn auðkenningarörflögu áður en þú ferð. (Sjá kafla 8 fyrir frekari upplýsingar um örflögur.)

- EKKI TAKA KÖTTINN með þér í slæmu veðri eða mikilli flugumferð. Forðastu háannatíma eins og jólafrí. Veldu flug sem tekur á loft og lendir í hitastigi sem er hvorki of kalt né of heitt. Hugsaðu ekki bara um brottfarar- og komuflugvelli, heldur líka um millilendingar. Þó að hitastig sé ekki stór þáttur þegar kötturinn þinn er að ferðast með þér, þá er það þegar hann ferðast á jörðu niðri. Flutningarýmin eru ekki með hita eða loftkælingu. Á sumrin vilt þú líklega frekar næturflug en á veturna er betra að fljúga á daginn. Það er reglugerð um hitastig sem dýr getur ferðast um. Ef hiti í brottfarar-, milli- og komuborgum er utan þessara marka, Ferðaáætlanir gæludýrsins þíns gætu verið háðar ófyrirséðum afpöntunum eða töfum. Skipuleggðu fram í tímann.

- VELDU BEINT FLUG; Ef þetta er ekki mögulegt, finndu stutta stöðvunarleið. Mörg dýravandamál eiga sér stað á landi þegar dýr eru skilin eftir í flutningsgrindum á heitu malbiki eða í kveikjandi flutningarýmum. Beint flug útilokar millibilanir og styttir tíma á jörðu niðri þegar stutt er.

• MUNDU AÐ LÍF KATTARINS þíns veltur á athygli flugliða þegar hann er ekki í umsjá þinni í farþegaklefa. Flestir þessara starfsmanna eru frábærir og tillitssamir, en mistök geta samt gerst. Vertu tilbúinn að spyrja starfsfólk flugfélagsins hvort gæludýrið þitt hafi farið um borð og gert sömu tengingar og þú. Ef gæludýrið þitt ferðast eitt, talaðu við farangursstjóra á hverjum flugvelli sem þú heimsækir. Vertu kurteis en ýtinn; Ekki samþykkja "ég er viss um að þú sért í lagi, þú ert með flautupakka" fyrir svar frá áhöfninni. Biddu þá um að athuga og komdu aftur með svar.

ANDSTÆTT ÞVÍ SEM ALMENNT er talið er almennt best að róa ekki ketti áður en þeir ferðast. Sambland hæðar og takmarkaðs súrefnis er áskorun sem líkami dýrsins ræður betur við þegar hann er ekki svæfður. Hins vegar gæti gæludýrið þitt verið undantekning. Að lokum verður þú og dýralæknirinn þinn að ákveða hvað á að gera.

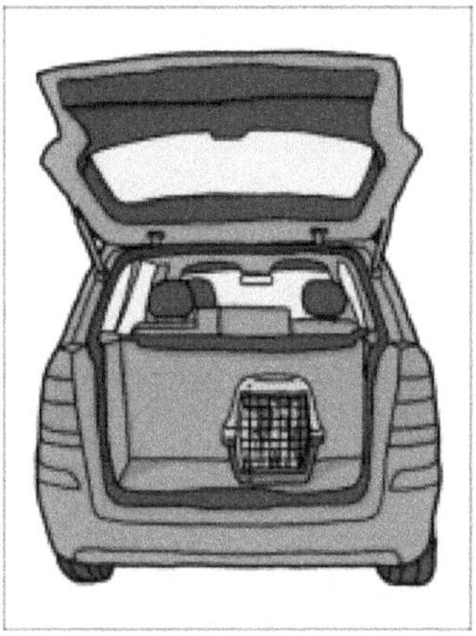

MYND 18-3: BEST ER að flytja tjakkinn í viðeigandi flutningskassa aftan á bílnum

ferðast með bíl

Við vitum að þú elskar félagsskap kattarins þíns. Við vitum að þú elskar hið fullkomna andlit hennar. Við vitum líka að af öryggisástæðum verður kötturinn þinn að vera á réttan hátt í kattaberanum sínum á ferðalögum. Laus köttur í bíl er áhætta sem ætti ekki að grípa; Jafnvel þótt það passi ekki undir fæturna getur það leynst undir sætinu og það verður erfitt fyrir þig að komast út þegar upp er staðið.

Kötturinn þinn mun líða þægilegri og öruggari en rólegri ef þú hylur burðarberann með handklæði á meðan þú keyrir. Prófaðu þá aðferð sem þú kýst. Ef hann hættir ekki að mjá, hafðu með þér flösku af vatni og úðaðu honum í hvert skipti sem hann byrjar. Taktu líka mikið af aspiríni, því eftir að hafa hlustað á það í nokkrar mínútur þarftu það.

Kötturinn þinn getur haldið eins miklu og þú getur án þess að teygja út fæturna. Ef þú stoppar skaltu setja tauminn á hann áður en þú hleypir honum út úr bílnum, bara til öryggis. Nema hann geti gert það í kisupokanum sínum, bjóddu honum upp á vatn og pásu til að kæla sig. Matur verður að skilja eftir á hótelherberginu á morgnana og á kvöldin.

Skildu köttinn þinn aldrei eftir einan í bílnum. Ef hitinn skaðar þá ekki, kannski þjófur. Ef þú þarft að fara út úr bílnum, til dæmis til að fara á klósettið, leggja í skugga, loka gluggunum aðeins og ekki hika. Jafnvel betra, taktu köttinn og köttinn hennar með þér inn á baðherbergið. Hann hefur séð þig áður, hann er ekki hræddur.

EF ÞÚ VILT FARA Í GÖNGUTÚR, versla eða fara í skoðunarferðir skaltu leita í símaskránni fyrir dýralæknastöð í nágrenninu og athuga hvort þú getir komist út í nokkrar klukkustundir. Gina hefur gert þetta í mörg ár - flestir dýralæknar eru fúsir til að hjálpa og eru yfirleitt mjög góðir. Þú getur líka skilið köttinn eftir á hótelherberginu þínu, en alltaf í kattaboxi af öryggisástæðum.

Farðu með köttinn þinn á nýtt heimili

FYRIR MARGA KETTI ER eitt af streituvaldandi augnablikunum líka mjög truflandi fyrir eigendur þeirra: að flytja hús. Sameinaðu hraða ferðast með skyndilegri viðveru í framandi umhverfi, sem minnir kannski á gamla gæludýraeigendur, og þú getur auðveldlega skilið hvers vegna sumir kettir eyða miklum tíma í að fela sig undir rúminu eftir flutning.

Kötturinn þinn heldur að núverandi heimili hennar sé fullkomið, en þar sem hún hefur í raun ekki að segja um málið, þá er hún að reyna að gera flutninginn eins þægilegan og mögulegt er. Lykillinn að velgengni er að vernda köttinn þinn fyrir, á meðan og eftir flutninginn. Gerðu ráð fyrir vandamálum sem geta komið upp og vertu viss um að gæludýrið þitt sé eins þægilegt og mögulegt er í öllu ferlinu.

AUKIN ÖRYGGISRÁÐSTÖFUN er að búa til auðkennismerki með nýju heimilisfangi og símanúmeri um leið og þú veist það og festa það á hálsband kattarins þíns með gamla auðkenninu. Þetta mun tryggja að upplýsingarnar séu á kraga kattarins þíns áður en þú byrjar að pakka. Ef þú ert að ferðast um langa vegalengd að nýja heimilinu þínu skaltu nota lyklakippur úr pappírsmerki til tímabundinnar auðkenningar. Skrifaðu upplýsingar dagsins eins og nafn þitt, símanúmer og hótelherbergisnúmer á miðann og festu lyklakippuna við háls kattarins þíns. (Sjá kafla 8 fyrir frekari upplýsingar um kraga og auðkenniskort.)

Notaðu öruggt rými til hreyfingar.

BESTA LEIÐIN TIL AÐ færa köttinn þinn er að loka hann á öruggu svæði fyrir og eftir flutninginn. Tilvalið umhverfi er herbergi þar sem kötturinn þinn er ekki truflaður, lítið notað baðherbergi er fullkomið, búið mat og vatni, ruslakassa, klóra, rúm og leikföng. (Ekki hafa samviskubit yfir að loka gæludýrinu þínu, það mun líða betur í litlu rými og munu ekki upplifa streitu við að horfa á fólk koma og fara.)

Öruggt rými er líka gagnlegt þegar þú kynnir kött fyrst inn á heimili þitt og til að sækja ketti sem eyðileggja húsgögn eða nota ekki kassann. Kafli 6 hefur frekari upplýsingar um notkun öruggs herbergis til að koma með kött inn á heimili þitt. Kafli 14 og 15 geta hjálpað til við hegðunarvandamál katta.

Gisslan kemur einnig í veg fyrir að kötturinn þinn sleppi, sem er hættulegt bæði á gömlum og nýjum heimilum. Kötturinn þinn getur orðið hræddur, hlaupið í burtu og villst mjög auðveldlega, jafnvel í hverfinu þínu. Ef kötturinn þinn birtist skyndilega í gamla húsinu þínu verður erfitt að ná honum upp, sérstaklega ef þú hefur flutt til annarrar borgar.

Þú ættir að læsa köttinn þinn inni í öryggishólfinu daginn áður en þú pakkar öllu saman, farðu með hann í nýja húsið í kattaberanum og læstu hann inni í nýja öryggishólfinu þar til flutningi er lokið og húsgögnin eru sett upp og allt sem þeir þarfnast.

Þegar allt er á sínum stað, opnaðu hurðina að öryggisherberginu og láttu köttinn þinn kanna á sínum eigin hraða, en innan ramma hússins. Þú ættir að hafa hann inni í nokkrar vikur, jafnvel þótt hann sé enn útiköttur. Þetta tímabil heimavistar hjálpar þér að tengjast nýju umhverfi þínu.

Að reyna að þvinga hræddan og stressaðan kött til að gera eitthvað sem hann vill ekki gera er hættulegt heilsunni þinni. Þegar það kemur á nýja heimilið, ekki taka það úr sendingarboxinu. Best er að fara með hann í öryggisherbergið, opna kattahurðina og hleypa honum út hvenær sem hann vill, jafnvel þó það taki meira en klukkutíma. Þegar hann er aðeins rólegri geturðu boðið honum inn með ferskan mat eða góðgæti ef þú vilt, en ekki flýta þér eða þvinga hann út eða þá mun hann bíta eða klóra þig.

Skildu kattaburðinn eftir í öryggisherberginu með hurðina opna. Þetta er best kunnuglegasti staðurinn á nýja heimilinu þínu fyrir köttinn þinn, og það verður líklega uppáhaldsstaðurinn hennar um stund þar til húsið verður kunnuglegt.

AÐ FLYTJA ER FULLKOMINN tími til að breyta köttinum þínum í gæludýr. Í gamla húsinu þínu myndi hann kvarta ef þú hleypir honum ekki út (þ.e.a.s. þangað til hann venst því að þú hleypir honum ekki út). Hins vegar, á nýju heimili, er yfirráðasvæði þeirra það sem þeir leyfa því að vera.

koma vandamálunum á framfæri

AÐ SETJA KÖTTINN ÞINN á öruggt svæði eftir flutning býður upp á annan ávinning: Það gefur henni tækifæri til að hressa upp á þjálfun sína á húsreglum, sérstaklega eyðileggjandi klóra, þvagmerkingar og höfnun á kassa. Öll þessi hegðunarvandamál geta komið fram þegar kötturinn þinn finnur fyrir stressi eða stefnuleysi.

Með því að takmarka valmöguleika sína við ruslakassa og klóra í öruggu rýminu sínu mun kötturinn þinn fljótt snúa aftur til góðu venjanna sem hún hafði fyrir flutninginn. Seinna, þegar þú skilur hann eftir úti til að kanna restina af húsinu, settu upp annan sandkassa eða tvo á mismunandi stöðum til að auðvelda umskiptin. Fækkaðu ruslakössunum smám saman þegar þú ert viss um að gæludýrið þitt fari þangað sem þú vilt að það sé.

ÞÓ AÐ KÖTTURINN ÞINN muni líklega snúa aftur til gömlu góðu venjanna eftir nokkrar vikur ef þú heldur honum heima og leyfir honum að slaka á skaltu ræða við dýralækninn þinn um öll viðvarandi vandamál. Kötturinn þinn gæti verið veikur eða þurft kvíðalyf til að hjálpa honum að aðlagast. Skoðaðu ábendingar okkar um hegðunarvandamál í 14. og 15. kafla.

Gefðu þér tíma til að endurstilla

Það mun líklega taka nokkrar vikur fyrir köttinn þinn að venjast nýju rútínu sinni: yfirgefa öryggisherbergið, kynna sér húsið og fara aftur að nota klóra og ruslakassann eins og venjulega. Ekki flýta þér. Leitaðu að vísbendingum um að hann sé minna óöruggur og öruggari í könnunum sínum, og síðast en ekki síst, ekki hleypa honum út úr húsinu fyrr en honum líður inni.

LÍKAMSMÁL KATTAR GETUR verið mjög lúmskt. Sjá kafla 7 til að komast að því hvort kötturinn þinn er afslappaður, glaður eða leiður.

Ef þú ætlar að láta köttinn þinn ganga úti skaltu fyrst taka hann í belti og taum og fylgja honum um á meðan hann kynnir sér nýja svæðið. Þegar hann kemur heim skaltu bjóða honum inn með hrósi og góðgæti, og ef þú getur, láttu hann fara sjálfur í stað þess að sækja hann. Verðlaunaðu hverja skemmtun með aukaleik eða gæludýrkun svo hann myndi jákvæð tengsl við nýja heimilið sitt og viðurkenni það sem heimili.

Hvenær er rétti tíminn til að fara? Satt að segja er það alltaf áhætta. Gerðu þitt besta til að gefa köttinum þínum allan þann tíma sem hún þarf til að aðlagast og láttu hana síðan kanna útiveruna undir þínu eftirliti í viku í viðbót. Ef þú endar með því að krefjast þess að láta það gerast fyrir utan húsið þitt verður þú að taka sénsinn og vona það besta. Ef þú gefur honum þann tíma sem það þarf til að aðlagast mun það líklegast festast.

hluti 5

Decalogues

Í þessum hluta...

Þessi hluti hefur svolítið af öllu. Í þessum köflum munum við taka í sundur nokkrar goðsagnir um ketti og við munum gefa þér röð leiðbeininga um hætturnar sem kötturinn þinn getur staðið frammi fyrir í heimilisumhverfi sínu. Við segjum þér líka hvað þú getur gert til að koma í veg fyrir að kötturinn þinn leiðist og við bjóðum þér upp á röð af bókmenntalegum setningum um þessa ketti.

19. kafli

Tíu goðsagnir um ketti

Í þessum kafla

- Kettir og mjólk

- MIKILVÆGAR UPPLÝSINGAR um purring

- SANNLEIKURINN UM SVARTA ketti

- KETTIR OG BARNSHAFANDI konur

- ÞRÍLITA KÖTTURINN

KÖTTURINN ER DÝRKAÐUR sem guð í Egyptalandi til forna, boðinn sem púki í Evrópu á miðöldum og er nú metinn um allan heim sem góður félagi.

Þrátt fyrir breytingar á viðhorfum okkar í gegnum aldirnar hafa hvorki lögun né skapgerð kattarins breyst verulega. Þetta er sama skepnan og hún var þegar hún ákvað að sameinast tegundinni okkar.

Við vitum nú meira um ketti en nokkru sinni fyrr, en það er enn mikið um rangar upplýsingar. Það sem verra er, í mörgum tilfellum eru þær úreltar, rangar og oft skaðlegar upplýsingar sem birtast á undarlegum nýjum stöðum eins og internetinu eða kvikmyndunum.

Að kanna fornaldartrú um ketti er áhugaverð leið til að læra hvernig litið hefur verið á kattafélaga okkar í gegnum aldirnar, en þessar goðsagnir og goðsagnir ættu aldrei að koma í stað nútímaþekkingar þegar kemur að því að sjá um köttinn þinn. .

Njóttu gömlu sagnanna, þær lesa vel með köttinn í kjöltu þér á köldu kvöldi. En fyrir kattarfélaga þinn, mundu alltaf að aðgreina staðreyndir frá skáldskap.

Kettir eiga sjö líf.

Kettir lifa af, án efa, dvelja lengur í náttúrunni en nokkur önnur dýr. Hvort sem er á götum borgarinnar eða í hesthúsum landsins, lifa kettir eins og þeir gerðu fyrir þúsundum ára, drepa í raun nagdýr, fjölga sér í miklu magni og þiggja alls kyns dreifibréf án þess að afsala sér sjálfstæði sínu einu sinni.

MARGIR VINNA AÐ ÞVÍ að bæta líf villikatta og veita þeim kærleiksríka félagsskap sem menn geta veitt þeim sem hægt er að temja. Lestu kafla 4 til að fá upplýsingar um villiketti og hvernig á að temja þá og sjá um þá.

Viðleitni mannkyns hefur lítið gert til að breyta líkama katta nema í öfgafyllstu hreinræktunum, eins og persneska köttinum með persneska köttinum og næstum hárlausa Sphynx köttinum. (Jafnvel þessar tegundir hafa lítið breyst í samanburði við hreinræktaða hunda!) Kötturinn, sem er þekktur í daglegu tali sem almenni sundkötturinn og í formlegri hringjum sem heimiliskötturinn eða heimilislanghærð, virðist vera vel í stakk búinn til að takast á við erfiðleika lífsins utandyra. Viðvarandi við minnsta hættumerki getur hann hlaupið á miklum hraða, klifrað enn hraðar og varið sig með nöglum þegar andstæðingurinn ræðst á hann. Mjótt, lipur líkami katta, sem hefur verið virtur í gegnum orð og list um aldir, kemst í gegnum minnstu eyður eða sveiflast á þrengsta borðinu.

Með svo mörgum rökum, er það furða að fólk trúi því að kettir eigi ekki eitt líf, heldur sjö?

Sannleikurinn er sá að kettir eru viðkvæmari en við höldum. Sem tegund hafa þær veitt mikið mótspyrnu en sem einstaklingar eru þær alveg jafn banvænar og við og mjög viðkvæmar. Þó að innandyraköttur geti lifað vel í meira en tuttugu ár, þá væri köttur sem verður fyrir utandyra heppinn að lifa aðeins helmingi lengri tíma. Hætturnar í nútímalífi - bílar, rándýr, illgjarnir nágrannar eða smitsjúkdómar - eru of margar og drepa jafnvel snjöllustu ketti í þúsundatali.

Kettir eiga aðeins eitt líf og þeir þurfa ást okkar og vernd til að halda þeim lengi, heilbrigðum og hamingjusömum.

Kettir verða að drekka mjólk.

MÓÐIR GINU HEFUR MJÚKAN stað fyrir flækingsketti og veitir öruggan stað til að borða og drekka fyrir þá sem koma úr læknum nálægt húsinu hennar. Garðurinn þinn er paradís fyrir óstýriláta kettlinga. Eitt hráefni sem er alltaf á matseðlinum er mjólk. „Kettir deyja úr mjólk," segir hann. "Það hlýtur að vera gott fyrir heilsuna."

Kettir elska mjólk, það vita allir sem hafa einhvern tíma farið í hlöðu á mjaltatíma eða séð hana í sjónvarpi. Stórir og litlir kettir stilla sér upp fyrir skvettu af alvöru mjólk: heitt, bragðgott og mjög ferskt. Hmm!

En er kúamjólk hið fullkomna fóður fyrir ketti? Algjörlega! Mjólk getur verið frekar óþægilegt val fyrir þig og gæludýrið þitt, sem veldur magaverkjum og jafnvel niðurgangi. Þó að þessi möguleiki trufli mömmu Ginu kannski ekki með safni sínu af hálfvilltum gestum sem hin víðáttumikla eyðimörk er ruslakassi fyrir, þá getur það verið frekar pirrandi ef kisinn þinn er húskettlingur og þú þarft að þrífa ruslakassann (eða eitthvað annað)).) Staður sem þú hefur ekki samþykkt). .

Þetta þýðir ekki að kettir ættu ekki að drekka mjólk. Brjóstamjólk móður þeirra er besta fóðrið fyrir kettlinga og á meðan þær eru ungar fá þær allt sem þær þurfa, þar á meðal mikilvæg mótefni. Hins vegar, um 12 vikum eftir fæðingu, missa sumir kettir (eins og sumir menn) getu til að melta laktósann í mjólk, svo mjólk er ekki ráðlögð. (Ef þetta á við um köttinn þinn muntu líklega sjá einkenni í ruslakassanum.) Fyrir þá sem eru ekki með laktósaóþol getur mjólk verið uppspretta próteina, steinefna og vítamína, þó að þeir geti einnig fengið þessi næringarefni úr jafnvægi í atvinnuskyni.

Í náttúrunni drekka kettlingar aldrei mjólk eftir frávenningu, og ekki þín heldur. Hins vegar, ef kötturinn þinn líkar við og þolir mjólk, geturðu boðið hana af og til sem skemmtun, en mundu að það getur aldrei komið í stað rétts fæðis eða ferskvatns. Ef þú hefur aldrei boðið gæludýrinu þínu bolla af mjólk, geturðu veðjað á að það verði í lagi án mjólkur.

Fljótandi næringarefni eru mjög mikilvæg fyrir munaðarlausa kettlinga; Svo mikið að flöskuna er eini möguleikinn á að lifa af! Sjá kafla 16 fyrir frekari upplýsingar um hvað á að gefa eða fæða kettling í neyð.

Kettir purra þegar þeir eru ánægðir.

Að mati flestra er purring eitt af sérkennum kattar. Sýnt hefur verið fram á að það að klappa gæludýr sem spinnur getur slakað á dýrinu og jafnvel lækkað blóðþrýsting. Köttur eða kettlingur sem spinnur kemur örugglega til með að koma brosi á andlit hvers sem er, ungur sem gamall, og kettir hafa gjörbreytt lífi fólks á fósturheimilum og öðrum stofnunum einfaldlega í krafti þeirrar staðreyndar að þeir eru kettir. .

En allir sem fylgjast vel með köttum vita að purring er ekki bara hljóð af ánægju. Jafnvel þegar þau meiðast, þegar þau fæða og jafnvel þegar þau deyja. Breski dýrafræðingurinn Desmond Morris sagði að purring væri „merki um vináttu, hvort sem [kötturinn] er ánægður með vin, þarfnast félagsskapar eða er í vandræðum.

Vinur okkar Dr. Cat heilsusérfræðingurinn Margie Scherk líkir purrs við mannlegt bros. Auðvitað brosir þú þegar þú ert ánægður, en þú getur líka brosað þegar þú ert kvíðin eða jafnvel ógnað. Í síðustu tveimur aðstæðum getur bros verið leið til að sýna að þú sért góð manneskja og viljir ekki særa, og það sama á við um purring.

Kettlingar byrja að purra jafnvel áður en þeir opna augun: þegar þeim er gefið á brjósti gefa þeir frá sér huggunarhljóð fyrir móðurina sem neyðist líka til að purra.

Köttur getur purkað, ljón ekki, og ekki aðrir stórir kettir heldur. Tígrisdýr getur grenjað vinsamlega kveðju, en aðeins við útöndun. Enginn stór köttur getur gert það sem húskettlingarnir okkar geta, purra stöðugt og áreynslulaust, bæði að anda að sér og anda frá sér. Hins vegar, til að koma jafnvægi á hlutina, búa stórir kettir yfir hæfileikanum til að öskra. Á heildina litið náði kisunni okkar betri endi á samningnum, að minnsta kosti samkvæmt mati manna.

Þó að sérfræðingar séu nokkuð vissir um hvers vegna kettir purra, þá eru þeir ekki vissir um hvernig. Algengasta skýringin er sú að þetta mjúka hljóð eigi uppruna sinn í barkakýlinu, í svokölluðum sleglafellingum, eða fölskum raddböndum. Talið er að leið lofts í gegnum þessi mannvirki skapi purring.

Kettir borða plöntur þegar þeir eru veikir.

Kettir hafa gaman af því að narta í plöntur sem margir telja að séu mikilvægur hluti af mataræði katta. Þessi hugmynd er skynsamleg þegar þú sérð allt ómelt plöntuefni í "litla nammið" sem kötturinn þinn skilur eftir á teppinu (af hverju aldrei á gólfinu?) eftir að hún kastar upp. Þú sérð líklega fyrir þér að kötturinn þinn borði plöntur til að losna við það sem veldur magaverkjum hennar.

Þó að sérfræðingar deili um magn plantna sem þarf í mataræði katta er eitt augljóst fyrir alla sem hafa reynt að halda plöntum og köttum í húsinu: Kettlingar narta í plöntur vegna þess að þær elska þær. Fyrir kött er „svona bara“ venjulega næg ástæða.

Kafli 10 veitir upplýsingar um hvað kötturinn þinn þarf að borða og hvers vegna, og hvaða plöntur eru góðar fyrir hana. Kafli 8 hefur allt sem þú þarft að vita um catnip. Plöntur geta líka verið banvænar; Til að forðast hörmungar á heimili þínu skaltu skoða lista yfir eitraðar plöntur í kafla 20.

Kettir eru hættulegir þegar þeir komast nálægt börnum.

Það eru svo margir kettir sem þurfa að finna sér nýtt heimili þegar barn kemur að börn eru að öllum líkindum hættuleg ketti!

Það er engin þörf á að finna nýtt heimili fyrir gæludýrið þitt þegar þú ert ólétt, sama hvað velviljaður ættingi eða vinur segir hið gagnstæða. Kettir kæfa ekki af illgirni eða hlúa að börnum eins og goðsagnirnar segja. Í öllum tilvikum, til að vernda barnið þitt, þarftu að vita nokkrar staðreyndir og gæta varúðar.

Kettir draga ekki andann frá börnum, en líklegt er að goðsögnin hafi sprottið af náttúrulegri forvitni katta að skoða nýjasta fjölskyldumeðliminn sem tengist harmleiknum skyndidauðaheilkenni. Við getum auðveldlega skilið hvernig fyrir hundruðum ára síðan sumir sáu kött í vöggu, kannski þefa andann af barnamjólkinni, og fundu síðan dáið barn og reyndu að útskýra missinn í tengslum við tvennt á því. .

Skynsemin segir til um að ekkert dýr megi skilja eftir eftirlitslaust í návist barns. Þetta ráð er að vernda barnið þitt og köttinn.

MEÐGÖNGU OG KÖTTINN þinn

EIN AF ÁSTÆÐUNUM FYRIR því að þunguðum konum er oft ráðlagt að finna nýtt heimili fyrir ketti sína er vegna smits veirunnar.

Toxoplasma, frumdýr af sníkjudýrum sem veldur sjúkdómi sem kallast toxoplasmosis.

Sjúkdómurinn hefur litla áhættu í för með sér fyrir heilbrigða fullorðna, en ef fóstur smitast af fylgju nýsmitaðrar móður stendur það frammi fyrir dauða eða fósturláti og fæðingargöllum ef það lifir af. Það er vissulega alvarlegt.

Kettir eru áhyggjufullir vegna þess að þeir eru mikilvægur hluti af lífsferli þessarar smásjárveru og varpa frumdýrunum í hægðum sínum á smitstigi þeirra. Hins vegar eru þau ekki eina leiðin til að komast í snertingu við sjúkdóminn; hrátt eða vansoðið kjöt er annað.

Um það bil helmingur Spánverja ber sníkjudýrið. Hins vegar er sníkjudýrið smitað til inntöku, þannig að þú getur samið það með því að borða frumdýrið óvart.

Ef þú ert burðarberi getur læknirinn prófað þig til að komast að því. Þú getur ekki sent sníkjudýrið í barnið þitt á meðgöngu: hættan er sú að þú smitist í fyrsta skipti á meðgöngu.

Hættan er svo mikil að barnshafandi konur verða að gera varúðarráðstafanir til að vernda börn sín á meðgöngu. Helst ætti einhver annar að viðhalda kassanum á meðgöngunni, jafnvel fyrr fyrir pör sem reyna að verða þunguð.

Ef enginn getur notað ruslakassann nema þú, notaðu hanska og grímu, tæmdu innihaldið í lokaða plastpoka og þvoðu hendurnar vandlega á eftir. Sérfræðingar mæla einnig með að vera með hanska við garðyrkju (til að koma í veg fyrir að saur katta komist á jörðina), hylja sandkassa barna þegar þeir eru ekki í notkun og halda köttum frá þeim.

Sömu varúðarráðstafanir eru einnig mikilvægar fyrir fólk sem á í vandræðum með veikt ónæmiskerfi, eins og þá sem eru smitberar eða eru í krabbameinsmeðferð. Þó að venjulega heilbrigðir fullorðnir eigi ekki í neinum vandræðum með að smitast, geta þeir sem eru með ónæmisvandamál verið í alvarlegri hættu. Ef þú hefur spurningar um köttinn þinn og toxoplasmosis skaltu hafa samband við lækninn, dýralækninn eða heilbrigðisdeild á staðnum.

JAFNVEL ÞEGAR BARNIÐ þitt eldist þarftu að fylgjast með hugsanlegum vandamálum. Ung börn skilja ekki að það þarf að umgangast dýr með varúð og þó að flestir kettir skilji fljótt að best er að forðast ung börn, þá eru alltaf líkur á því að ef gæludýrið þitt er með horn gæti barnið þitt klórað eða bitið. . hvort sem er. jafnvel meiða sig.

KETTIR BÚA TIL DÁSAMLEG fjölskyldugæludýr, svo ekki láta blekkjast: Þeir eru aðeins sveigjanlegri og sjálfstæðari en hundar, en þeir eru samt ástríkir, dæmalausir félagar. Hafðu bara í huga að lítil börn og kettir geta skaðað hvort annað - fylgstu með þeim þegar þau eru saman.

Hægt er að koma í veg fyrir að kettir noti neglurnar sínar

Ó, ÞÚ VILT! ÞRÁTT FYRIR tilraunir þínar til að koma í veg fyrir að ketti klóri í húsgögn - og þú getur lesið um þau öll í kafla 14 - er það besta sem þú getur gert fyrir köttinn þinn og hlutina hennar að snúa þessari hegðun við því hún þarf virkilega á henni að halda.

Að klóra er álíka mikill hluti af hegðun katta og að purra. Naglaslíping teygir vöðva kattarins þíns á mikilvægan og ánægjulegan hátt. Kettir lifa í ilmandi heimi og að merkja hluti, þar á meðal þig, er náttúruleg og mikilvæg hegðun líka. Með því að grafa klærnar sínar í hornið á sófanum þínum, finnst kötturinn þinn vera heima því hún skilur lyktina eftir þar með ilmkirtlana í loppunum.

Það er sagt að það að búa með kött sé eins og að klappa tígrisdýri og að klóra er eiginleiki sem gæludýrið þitt deilir með öllum villtum ættingjum sínum. Það er hollt og náttúrulegt og þú getur meðhöndlað það á þann hátt sem fullnægir ykkur báðum, sennilega án þess að þurfa að fjarlægja það með skurðaðgerð, sem einnig er fjallað um í 14. kafla.

Vel fóðraður köttur veiðir ekki.

ALLIR KETTIR FÆÐAST með hæfileikann til að veiða, en löngunin fer eftir erfðafræði þeirra og reynslu, ekki urrinu í maganum. Kettlingaleikur er í raun veiðihegðun. Að hoppa og hoppa á allt sem hreyfist, frá fingri til blaða, er snemma merki um hæfileika sem kettir hafa haldið opnum í gegnum mannlega tilveru.

Þó að löngunin til að veiða sé óumdeilanleg, stafar ákvörðunin um að drepa líklega meira af hungri en nokkuð annað, segir dýrafræðingurinn Desmond Morris. Hann bendir á að hin almenna tilhneiging katta til að leika sér að bráð sinni sé í raun vegna þess að þeir eru ekki nógu svangir til að borða, heldur frekar ósjálfrátt knúnir til veiða. Svo heldur kötturinn áfram að hoppa á hana. Krafa mæðra um að halda bráð sinni hálf lifandi kemur frá þeirri ábyrgð sem þær bera gagnvart ungum sínum; Þeir nota veruna til að kenna þeim veiðikunnáttu.

Morris kemur líka með mjög áhugaverða staðhæfingu: kötturinn þinn sér þig sem kettling þegar hann færir þér nýdrepna bráð. Gerðu þér grein fyrir því að sem veiðimaður ertu núll til vinstri og reyndu að hjálpa þér.

Þvílíkt majónes!

Sú staðreynd að þér finnist þessi tilboð skelfileg skiptir engu máli og öskur breytir ekki hegðun þinni. (Refsing virkar aldrei með köttum, svo ekki reyna það.) Gerðu það sem þú getur til að þiggja gjöfina af kurteisi og vinsemd. Gerðu því allar viðeigandi varúðarráðstafanir, taktu greyið veruna út, gríptu hana með dagblaði og þvoðu hendurnar vandlega þegar þú ert búinn.

Veiðihegðun katta er mjög umdeild, sérstaklega þegar bráðin er syngjandi eða í útrýmingarhættu nagdýra. Að setja bjöllu um háls kattarins þíns, eða önnur hávaðaframleiðandi tæki, hefur lítil áhrif á veiðihæfileika hennar: kettir læra að elta án þess að bjallan hringi! Að koma í veg fyrir að kötturinn þinn fari út er eina leiðin til að vernda náttúruna fyrir klóm hennar og þig fyrir frábærum „gjöfum" hennar. Inniköttur er einnig varinn fyrir skaða sem náttúran gæti valdið honum, svo sem smitsníkjudýrum og bitsárum.

Í Lancaster, Englandi, var karlkyns töffari kynntur sem einn mesti músafangari sögunnar, en hann veiddi meira en 22.000 mýs á 23 ára ævi sinni. Þeir segja líka að í Englandi hafi kvenkyns tígrisdýr drepið meira en 12.000 rottur á 6 árum, það er um það bil 5 eða 6 rottur á dag. Bæði eru ótrúleg afrek, en það er eitt sem við viljum vita: hver í fjandanum taldi öll þessi dauðu nagdýr?

Kattahár veldur ofnæmi.

LÍKAMI FÓLKS MEÐ OFNÆMI fyrir dýrum bregst ekki við hárinu, heldur próteinum í húðinni og munnvatnsseytingu, sem í daglegu tali er kallað kattaflasa. Þessar agnir falla á feld kattarins við burstun og annað yfirborð sem kötturinn þrífur. Hver útskrift ber þau út í umhverfið og fólk andar þeim að sér og nær til vefja lungna og sinusa.

Fleiri eru með ofnæmi fyrir köttum en hundum og er þetta ofnæmi oft alvarlegra. Sumir reyndir ofnæmislæknar hafa einnig sett fram þá kenningu að vinsældir katta sé ein ástæða þess að astmi hefur orðið sífellt algengari og hættulegri á undanförnum árum.

MÝTUR ERU ENN TIL UM „ofnæmisvaldandi" kattakyn eins og næstum hárlausa Sphynx köttinn eða Devon eða Cornish Rex. Ræktendur margra þessara tegunda telja þær vera góðar fyrir ofnæmi, en ofnæmissjúklingar segja annað. Öll gæludýr með heitt blóð hafa seyti úr feldinum og munnvatni; Þess vegna eiga öll dýr með heitt blóð við hugsanleg ofnæmisvandamál. Okkur langar að koma með fleiri ketti inn á heimili þeirra sem vilja þá!

Hinum megin á peningnum getum við lesið þessar heillandi fréttir: rannsókn frá Long Island háskólasjúkrahúsinu í Brooklyn, New York, bendir til þess að dekkri kettir séu verri fyrir ofnæmissjúklinga en ljósari frænkur þeirra. En ekki taka það of alvarlega. Rannsóknin var gerð í litlum hópi fólks og sömu vísindamenn sögðu að meiri vinnu þyrfti til að sanna með meiri vissu tengslin á milli skinnlitar katta og ofnæmis.

ÞÓ ÞAÐ SÉ EKKI GÓÐ hugmynd fyrir fólk með alvarlegt ofnæmi, þola margir ofnæmi og ketti nokkuð vel. Kafli 1 veitir upplýsingar um nokkrar læknis- og heimilisaðferðir sem geta gert það mögulegt að sjá um kött með ofnæmi.

Svartir kettir koma með óheppni

SVARTUR ER KANNSKI óheppinn litur fyrir kött. Svartir kettir hafa verið tengdir öflum hins illa í mörg hundruð ár og dýraverndarsamtök segja að þessi goðsögn hafi kostað mörg mannslíf. Svartir kettir eru oft hið fullkomna skotmark fyrir þá sem vilja iðka sataníska helgisiði sem fela í sér að pynta og drepa dýr. Þessi hryllingur snýst að mestu um hrekkjavöku (Alla heilögu), að sögn dýraverndarsamtaka, sem bæta við að gerendurnir séu ekki mjög háþróaðir; Ef það er enginn svartur köttur í boði geta þeir notað hvaða kött sem er til að ná markmiðum sínum.

Svartur getur verið óheppinn litur af annarri ástæðu: skyggni. Þúsundir katta eru drepnir á hverju ári. Á kvöldin eru glansandi yfirhafnir mikill kostur fyrir kisu.

Ef svartur köttur fer á vegi þínum, telur þú það merki um góða eða óheppni? Það fer eftir því hvar þú býrð. Á Spáni er svartur köttur talinn óheppinn, á Englandi er það öfugt. Þrátt fyrir að Spánverjar séu líklegri til að trúa því að svartur köttur sé slæmur fyrirboði, telja Bretar að það að sjá „djöfulinn“ í eigin persónu sé merki um að þeir hafi losnað við óheppni.

Hins vegar er hugmyndin um að svartir kettir hafi sérstaka krafta til góðs eða ills ekkert annað en hjátrú.

Allir þrílita kettir eru kvenkyns.

NÆSTUM ALLIR ÞRÍLITA kettir (og skjaldbökukettir, oft kallaðir skjaldbaka) eru kvenkyns, en ekki allir. Samkvæmt rannsókn frá University of Missouri School of Veterinary Medicine er um það bil einn af hverjum 3.000 af þessum köttum karlkyns ... ja, svona.

GENIÐ SEM ÁKVARÐAR hvernig litirnir rauður og appelsínugulur koma fram hjá köttum er X, eða kvenkyns, litningurinn. Hvaða köttur sem er, karlkyns eða kvenkyns, getur verið rauður og appelsínugulur, en hjá karldýrum kemur sá litur í einni mynd: tambamynstrið, oft kallað appelsínugult tabby. Hins vegar geta kvendýr verið rauðbrjósk, skjaldbaka eða þrílit. Vegna þess að kvendýr eru þrílit, skjaldbökuskel eða bröndótt, heldur fólk oft að flest rauð tíguldýr séu karlkyns og tölfræðilega eru karldýr meirihluti rauðbrjótadýra. En það er mun algengara að sjá kvenkyns rauða brjósthol en þrílit karlkyns eða skjaldböku.

Til þess að köttur geti verið þrílitur eða skjaldbaka verður hann að hafa tvo X-litninga, sem þýðir að dýrið er kvenkyns í flestum tilfellum. Þegar þrílita- eða skjaldbökumynstrið er til staðar hjá karldýrum er það vegna þess að kötturinn hefur í raun auka litning, tvo X og einn Y, erfðafræðilega sérkenni sem kemur af og til. Þessir menn eru með Klinefelter heilkenni og eru venjulega, en ekki alltaf, dauðhreinsaðir.

20. kafli

Tíu heimilishættur fyrir köttinn þinn

Í þessum kafla

- Vörn gegn eiturefnum

- HÆTTULEGAR TENGINGAR

- TVEGGJA TONNA HÓTANIR

- VARIST VANDAMÁL MEÐ tvo fætur

Vinir okkar dýralæknis hafa séð nánast öll hugsanleg vandamál sem köttur getur lent í. Til dæmis sáu þeir tilfelli af heilbrigðum dýrum með minniháttar heilsufarsvandamál eins og sníkjudýr sem gætu beðið til næsta morguns eða jafnvel viku í viðbót. Þú hefur séð tilfelli af gömlum eða banvænum dýrum seint á kvöldin vegna þess að eigendur þeirra hafa loksins tekið þá átakanlegu ákvörðun að svæfa þau og vilja ekki svæfa þau. Þú hefur séð dæmi um að kettir hafi slasast af hundum, villtum dýrum eða öðrum köttum. Þú hefur séð tilvik þar sem kettir þjást af hvítblæði í katta. Þú hefur líka séð hvernig kettir hafa slasast af BB-byssum sem fólk hefur skotið á eða fengið brunasár og rifbeinsbrotið af byssuskotum. Við the vegur,

Þó það sé harmleikur að missa gæludýr er sumt erfiðara að þola en annað. Í þessum flokki eru dauðsföll sem eru afleiðing af einhverju sem eigandinn hefði getað komið í veg fyrir ef hann hefði vitað.

Í þessum kafla höfum við tekið saman algengustu heimilishætturnar sem kötturinn þinn gæti lent í. Viðvörun maður er tveggja virði, svo lestu þennan kafla og gerðu allt sem þú getur til að vernda köttinn þinn fyrir þessum hættum sem hægt er að forðast.

Hvað er dýralæknaneyðartilvik? Kafli 11 inniheldur upplýsingarnar sem þú þarft til að taka ákvörðun sem gæti bjargað lífi kattarins þíns. Finndu út hvenær þú þarft tafarlausa dýralæknishjálp og hvað getur beðið til morguns.

Vírar og álíka hlutir

Hvað kallarðu kettling með ullarkúlu? Fullkomið augnablik? Hvað með hugsanlegt slys?

Kettir elska að leika sér með strengi, strengi, tætlur og aðra hluti sem sveiflast og dansa. Þeim finnst gaman að elta, hoppa, skjóta bráð sinni upp í loftið og byrja að elta aftur. Þetta er allt mjög skemmtilegt, en það er alltaf möguleiki á að kötturinn þinn hætti ekki að leika sér og ákveði að borða leikföngin sín. Þetta er þar sem fjörið endar því hvers kyns strengur, borði, jólasnákur eða strengur getur klúðrað þörmum kattarins þíns og valdið vandamálum sem þarfnast skurðaðgerðar.

Ef þú ert að prjóna eða sauma skaltu leggja frá þér vistirnar þínar þegar þú ert búinn og ef þú ert að opna eða pakka pakka skaltu leggja þær frá þér þegar þú ert búinn. Pökkunarefni, eins og þurrar snjókögglar, geta einnig valdið heilsufarsáhættu fyrir gæludýrið þitt.

Jafnvel þó að kötturinn þinn hafi ekki gaman af leikjum gæti henni fundist einhver tegund af garni ómótstæðileg. Forðastu þessar freistandi hættur með því að setja þær í ílát sem kötturinn þinn getur ekki opnað.

Allt sem þú þarft að vita um örugg leikföng fyrir gæludýrið þitt er í kafla 8. Við höfum sett inn ókeypis uppástungur fyrir kattavörur!

Rafmagnandi upplifun

Að tyggja á rafmagnssnúrum er algeng hætta fyrir forvitna kettlinga, en að verja fullorðna köttinn þinn gæti ekki verið slæm hugmynd. Felið strengina þar til þeir ná ekki til þeirra, og ef þú finnur einn sem þú getur ekki falið og hvetur kisurnar þínar til að tyggja skaltu húða hann með óþægilegri bragðefni (eins og sítrónukjarna) til að hvetja þá til að tyggja á eitthvað annað . .

Strengir eru ekki það eina sem köttum finnst gaman að tyggja á; Sumir laðast mjög að ullarefnum. Í kafla 14 útskýrum við hvernig á að fá gæludýrið þitt til að láta peysurnar sínar (og önnur prjónafæði) í friði. Í kafla 6, lærðu meira um kattaheld heimili þitt.

Þurrkari, heitur og banvænn

Kettir elska heita, dimma staði og þurrkari fullur af köldum, þurrum fötum er uppáhaldsstaður margra katta. Af hverju að nenna? Sumir kettir hafa dáið eftir að eigendur þeirra kveiktu og slökktu óvart á þurrkaranum með köttinn inni.

Það virðist ómögulegt? Það kemur þér á óvart hversu margir kettir deyja á þennan hátt og hversu auðvelt það er að fara í fleiri föt, loka hurðinni og kveikja á þurrkaranum án þess að átta þig á því að kötturinn þinn sé inni. Ein vinkona Ginu missti köttinn sinn þannig.

Forvarnir eru einfaldar en öll fjölskyldan verður að gera þær til að vera árangursríkar: Haltu þurrkarahurðinni lokaðri og vertu viss um að allir sem þvo þvott viti það svo þú gætir alltaf athugað hvort kötturinn sé í húsinu, ef til vill. Farðu líka varlega með þvottavél, uppþvottavél og ofn. Þetta er ástand þar sem orðatiltækið "forvitnin drap köttinn" getur verið hörmulega satt.

Ef þú finnur köttinn þinn í þurrkaranum, ofninum, þvottavélinni eða uppþvottavélinni skaltu anda djúpt og gera eitthvað sem hljómar grimmt, en er í þágu kattarins þíns: hræða hann til dauða. Hann lokar hurðinni á meðan hann er inni og slær í þurrkarann í nokkrar sekúndur og gefur frá sér hljóð sem myndi vekja upp dauðan mann. Opnaðu síðan hurðina og leyfðu þeim að flýja. Það er engin leið að ganga úr skugga um að allir í húsinu þínu muni eftir að hafa hurðir heimilistækja lokaðar eða athuga hvort kötturinn sé inni áður en þú ýtir á aflhnappinn. Að sannfæra köttinn þinn um að forðast þessar dvalarstaðir veitir aðra tryggingu gegn hörmungum. Við værum ekki að leggja til svona harkalegar aðgerðir ef það væri ekki svona hræðileg leið til að deyja.

verkjalyf sem drepa

EINFÖLD REGLA TIL AÐ muna: Aldrei gefa köttnum þínum lyf án þess að ráðfæra þig við dýralækninn þinn.

Þetta er almennt góð þumalputtaregla en hún á aðallega við um verkjalyf. Þó að þú getir örugglega gefið aspirín til gigtarhunda, eru kettir minni og hafa mismunandi efnaskipti, sem gerir aspirín hættulegt. Acetaminophen, virka innihaldsefnið í Gelocatil, getur drepið köttinn þinn, eins og önnur nýrri langverkandi verkjalyf sem hægt er að nota án lyfseðils.

Ef kötturinn þinn er með sársauka skaltu tafarlaust hringja í dýralækninn þinn. Kettir eru stóískir og ef þú tekur eftir því að gæludýrið þitt er óþægilegt þýðir það að þeir eiga um sárt að binda og þurfa tafarlausa athygli. Fyrir langvarandi sársauka getur dýralæknirinn ávísað áhrifaríku og öruggu lyfi fyrir ketti.

Árás á drápsplönturnar

Kettum finnst gaman að borða plöntur. Sumir sérfræðingar benda til þess að kettir þrái hálfmelt plöntuefni, sem þeir munu finna í maga grænmetis bráð sinnar, þó önnur gild skýring sé sú að kettir borði plöntur einfaldlega vegna þess að þeir vilja.

Dekraðu við köttinn þinn við að maula plöntur (sjá kafla 10 fyrir þætti kattavæns garðs), en vertu viss um að hún borði ekki eitthvað sem gæti gert hana veik. Þú getur komið í veg fyrir að kötturinn þinn tyggi skrautplönturnar þínar (við bjóðum upp á tillögur í kafla 14), en þú getur ekki tryggt að hún snerti þau ekki. Það besta sem þú getur gert er að ganga úr skugga um að ekkert innan seilingar kattarins þíns geti skaðað þig.

Þó að það sé augljóst að þú getur ekki stjórnað því hvað kötturinn þinn borðar úti á meðan þú ferð, ættir þú að vera á varðbergi gagnvart veikindamerkjum. Þú getur lesið um kafla 11.

Jólastjörnu, einnig þekkt sem aðfangadagsblóm, var einu sinni talin eitruð planta, en það hefur breyst. Eiturefnapróf sýna að þessi jólaplanta er ekki banvæn, en inntaka hennar í miklu magni getur valdið maga í maga kattarins þíns.

hættur í bílskúr

FLESTIR ERU EKKI MEÐ mjög snyrtilegan bílskúr. Auk þess að huga ekki að dropi og pollum sem bílar þeirra skilja eftir, sem geta auðvitað falið í sér banvænan frostlegi, getur fólk farið varlega í geymslu á skordýraeitri, málningu, hreinsiefni og áburði, sem getur verið eitrað.

Þrátt fyrir að kettir séu vandlátari en hundar varðandi það sem þeir borða, þá er samt góð hugmynd að geyma efni til heimilisnota og hreinsa upp leka.

Önnur hætta á bílskúrum eru sjálfvirkar hurðir. Fólk opnar og lokar bílskúrum sínum óvarlega en það getur verið hættulegt ef köttur festist á milli hurða. Baksýnisspegillinn hjálpar ekki við slíkar aðstæður og því er best að halda köttinum þínum frá bílskúrnum þegar hann opnar eða lokar honum.

Og á meðan þú ert að því, ekki gleyma að leita að öðrum stöðum sem kötturinn þinn gæti skriðið inn á og verið bundinn við, eins og kjallara og skápa.

Frostvörn? gegn ketti

Ef þú ert heimilisvélvirki skaltu vera mjög varkár þegar þú skiptir um frostlög í bílnum þínum, þar sem mest af honum stafar alvarleg hætta af gæludýrum og börnum.

Það þarf ekki mikið af þessu banvæna efni til að drepa kött; minna en teskeið er nóg. Frostvörn hefur sætt bragð sem gæti laðað köttinn þinn að þér, eða gæludýrið þitt gæti tekið inn banvænan skammt með því að sleikja lappirnar á honum eftir að hafa stigið í poll.

Eftir að hafa skipt um frostlög ættirðu að þrífa gólfið og passa þig alltaf á holum í bílskúrnum þínum. Ef þú heldur að kötturinn þinn hafi gleypt frostlegi skaltu fara með hann til dýralæknis strax. Það gæti verið eina tækifærið sem þú hefur til að lifa af.

Nú eru fáanlegar tegundir af frostlegi sem eru ekki eitraðar. Þau eru gerð eins og hefðbundinn frostlegi með própani í stað etandíóls. Þessar nýju vörur eru fáanlegar í flestum bílavöruverslunum. Gerðu breytinguna!

ógn á hjólum

ÞAÐ SEGIR SIG SJÁLFT að kettir eru í mestri hættu frá bílum þegar þeir eru á ferðinni. Árekstur tveggja tonna bíls við fimm kílóa kettling er aldrei góður fyrir dýr. Stöðvaður bíll getur líka orðið banvæn freisting fyrir kött.

Kettir sækjast eftir hlýju og margir finna að vélar haldast heitar í langan tíma eftir að slökkt hefur verið á þeim. Þessir kettir skríða alla leið að vélarrúmsgólfinu, kúra sig upp að heitum málmnum og krulla sér þægilega upp fyrir lúr. Á köldu kvöldi hlýtur skjólsæll staður sem þessi að vera guðsgjöf fyrir flækingskött.

Hins vegar er vél í gangi ekki góður staður fyrir kisu og ef köttur er inni eftir að bíllinn er ræstur getur hann slasast alvarlega eða drepist.

JAFNVEL ÞÓTT KÖTTURINN þinn komist aldrei út úr eða hafi aðgang að vél bílsins þíns geturðu bjargað lífi annars kattar með því að tileinka þér einfaldan vana: Áður en þú sest inn í bílinn, sérstaklega á köldum morgni, berðu á húddið nokkrum sinnum. . Ef það er köttur í vélinni þinni mun hann vafalaust vakna og hleypa í burtu frá hávaðanum.

hætta á hæð

PAUL LAUK DVALARNÁMI sem hjartalæknir við Animal Medical Center í New York City, stærsta dýrasjúkrahúsi í heimi. Þú hefur séð mörg tilvik þar sem kettir falla, eða kannski hoppa, úr háum byggingum. Sumir kettir lifa svona fall af en margir ekki.

Duttu þeir eða hoppuðu? Enginn veit með vissu, þó flestir geri ráð fyrir að þessi fall hafi verið óvart. Þrátt fyrir að kettir séu mjög færir í að lenda á öruggan hátt geta áhrifin af því að detta úr mörgum sögum verið banvæn.

Forvarnir eru lykillinn að því að forðast þessi slys. Settu skjái á gluggana þína og skildu aldrei köttinn þinn eftir í garðinum.

Paul hefur séð nokkra kettlinga lifa af fall úr 15 hæðum eða meira. Rannsóknir á kattaheilkenni í fallhlífarstökki sýna að kettir eru líklegri til að lifa af þegar þeir hoppa úr skriðskýlum. Sá sem hoppar af neðstu hæðum hefur ekki tíma til að búa sig undir höggið, það er að segja að standa upp. Frá hæð er fallið of öfgafullt til að lifa af. Hins vegar eru nokkur svigrúm til að lifa á milli, þó fáir kettir komist ómeiddir út.

Ekki nota hundavörur.

ÞÚ GÆTIR HALDIÐ AÐ flóadrepari fyrir hunda og hvolpa sé jafn öruggur fyrir köttinn þinn. Þó að þetta virðist eðlileg röksemdafærsla, þá hefurðu rangt fyrir þér, stórlega rangt.

Notaðu aldrei flóavöru sem er hönnuð fyrir hunda á kött. Margir hafa tilhneigingu til að taka þessum vörum létt, en skordýraeitur eru hönnuð af mikilli varúð. Þeir hafa nóg af eiturefnum til að drepa sníkjudýrið án þess að skaða dýrið. Vara sem er hönnuð fyrir hunda virkar kannski ekki fyrir ketti. Athugaðu merkimiðann. Spyrðu dýralækninn þinn. Hringdu í framleiðanda áður en þú notar vöruna. Líf kattarins þíns er í húfi.

Sjá kafla 9 fyrir upplýsingar um örugga og árangursríka flóavörn á köttum, þar á meðal nýjustu vörurnar sem völ er á.

21. kafli

10 leiðir til að gleðja heimilisköttinn þinn

Í þessum kafla

- Eigðu nóg af leikföngum.

- VEITA NÁTTÚRULEGA og aðra truflun

- FINNDU STAÐ Í SÓLINNI

- NJÓTTU FÉLAGSSKAPAR annarra.

ÞEGAR VIÐ HÓFUM NÁM í dýratengdu fagi þótti hugmyndin um að hafa kött á heimilinu í besta falli óvenjuleg og í versta falli grimm. Fólk hélt því fram að kettir væru frjálsar sálir og ættu að geta farið út hvenær sem þeir vilja. Yfirleitt voru þeir einu sem héldu ketti heima þeir sem bjuggu í háhýsum eða áttu ættkött. Aðrir kettir komu og fóru eins og þeir vildu og fáir skildu hvers vegna þeir þurftu að breyta umönnun gæludýra sinna.

Á undanförnum áratugum hefur sú stefna að halda ketti inni þó farið vaxandi. Ef þú vilt ættkött, munu flestir virtir ræktendur ekki selja þér gæludýr nema þú lofar að hafa það heima. Dýraathvarf hafa einnig byrjað að kynna hugmyndina um að halda ketti inni og í sumum tilfellum jafnvel krefjast þeirra. Sumir af stærri dýraverndarsamtökunum hafa meira að segja byrjað að kynna þessa hugmynd; Húskettir lifa lengur, segja þeir.

Hin raunverulega breyting kom frá kattavinunum sjálfum, í stað þess að sætta sig við þá hugmynd að það að eiga kött þýði að missa ungana í hætturnar úti, ákváðu þeir að vernda hann með því að koma í veg fyrir að hann færi. Síðan þá hefur hugmyndin náð vinsældum og margir kettir lifa lengur og heilbrigðara lífi. En eru þeir hamingjusamari? Umræðan lifir enn.

Ef þú hefur enn spurningar um að takmarka brottför kattarins þíns úr húsinu skaltu lesa kafla 1 til að læra um ávinninginn. Í 6. kafla er einnig að finna tillögur um skref-fyrir-skref umskipti.

Þú getur ekki læst kött inni í þægilegu fangelsi eins og heimili þínu, læst hurðinni og búist við tafarlausri ánægju. Kettir með aðgang að útiveru gera tilkall til stórs landsvæðis (10m eða meira, samkvæmt sumum sérfræðingum) og eyða dögum sínum í eftirlit. Kettir geta fundið margt áhugavert úti vegna breytilegrar fjölbreytni í hlutum, lykt og hljóðum.

Ef þú biður köttinn þinn að gefast upp á öllu þessu þarftu að gera nokkrar breytingar. Þú verður að útvega það sem dýragarðsverðir kalla nærandi umhverfi til að gæludýrið þitt verði hamingjusamt. Hverjir eru kostir fyrir þig? Margir! Fóstureyðing er streituvaldandi fyrir gæludýr og streita getur verið þáttur í sjúkdómnum. Jafnvel þó þú bjóðir köttnum þínum ekki eitthvað að gera, mun hann finna upp nýjar athafnir. Þú gætir ekki verið sammála ákvörðunum þeirra, sérstaklega þegar þeir klóra eitt af bestu húsgögnunum þínum.

VIÐ ERUM EKKI AÐ REYNA að aftra þér frá því að hafa köttinn þinn heima. Þvert á móti styðjum við það! Með smá fyrirhöfn og sköpunargáfu af þinni hálfu getur kötturinn þinn verið mjög ánægður og þú munt sjá ávinninginn líka.

Köttur á aldrei nóg af leikföngum.

Þú þarft ekki að eyða miklum peningum í kattaleikföng. Sumir af þeim bestu eru jafnvel ókeypis, svo vertu viðbúinn. (Sjá kafla 8 fyrir lista yfir uppáhalds ókeypis leikföngin okkar.) Komdu köttinum þínum á óvart með fjölbreyttu úrvali af mismunandi leikföngum: að elta, lemja og jafnvel sitja leikföng.

Leikföng geta gert meira en bara að koma í veg fyrir að köttur leiðist; Þeir fullnægja líka grunnþörf sinni til að veiða. Þeir eru bráðavaramenn og ef þú horfir á köttinn þinn leika sér, sérðu að hann er veiðimaður: hann eltir grunlausa „bráð", hoppar og bítur. Það skiptir ekki máli hvort bráð hennar er lítill kúla með bjöllu eða mús fyllt með kanínufeldi. Áskorunin við að elta leikfang er skemmtileg fyrir köttinn þinn og miklu betri fyrir okkur en að þurfa að takast á við alvöru bráð!

Það eru tvær grunngerðir af leikföngum: þau sem eru hönnuð fyrir köttinn til að leika við mann og þau sem hægt er að nota einn. Kötturinn þinn ætti að hafa báðar tegundir því þegar þú ert heima þarftu að eyða tíma með þeim.

Kattaleikföng eru einn hluti af gæludýraiðnaðinum þar sem frumkvöðlastarf þrífst. Þú getur fundið helstu fjöldaframleidd leikföng í hvaða gæludýraverslun, vörulista eða vefsíðu sem er og það er góð hugmynd að birgja sig upp. En fylgstu með sérstökum leikjum. Þú getur fundið þessa handgerðu hluti (ástarvinnu DIYer) á hvaða kattasýningu sem er; Sumt er heillandi og þess virði að leita að.

Þegar þú velur leikföng skaltu ekki vanrækja öryggi gæludýrsins þíns, sérstaklega þau sem verða notuð án eftirlits. Gleymdu leikföngum með beittum brúnum, strengjum eða kögri sem köttur getur rifið og gleypt. (Veistöngur eru dásamleg gagnvirk leikföng, en þau ættu að vera til staðar ef þú getur ekki fylgst með köttinum þínum.)

Staður til að klóra, klifra og hanga... Ahhhhh

Sérhver köttur þarf trjálaga klóra. Að klóra er náttúruleg hegðun fyrir ketti og er skemmtileg fyrir þá. Kettir klóra sér til að halda nöglunum beittum, til að merkja yfirráðasvæði sitt með ilminum og til að teygja sig. Allar þessar athafnir eru mikilvægar fyrir kött og enn frekar fyrir kött sem hefur ekki tækifæri til að brýna klærnar á ýmsum flötum sem finnast úti, allt frá trjám til sæta.

Skapstaur eða klórapóstur verður að uppfylla eftirfarandi skilyrði:

- Vertu nógu sterkur til að kötturinn þinn geti klifrað og bít.

- HYLJIÐ ÞIG MEÐ EFNI sem kötturinn þinn getur grafið klærnar í.

- VERTU BIRT Á SÝNILEGU rými til notkunar.

ÞÚ GETUR BYGGT TRÉ eða klóra, en þau eru líka seld í gæludýravöruverslunum og sjaldgæfara stöðum eins og flóamörkuðum.

Þó að það sé góð hugmynd að útvega mismunandi gerðir af klórapóstum eða minni mottum, vertu viss um að kötturinn þinn hafi að minnsta kosti eitt hátt tré með pöllum og felustöðum. Þannig geturðu klifrað afslappað og, þegar þú kemur á toppinn, fundið rólegan og algjörlega falinn stað til að fá sér lúr. Frá sjónarhóli kattarins er þetta hinn fullkomni staður þar til komið er að... kvöldmat!

Ef þú þekkir einhvern sem gerir rispupósta í bænum þínum skaltu spyrja hvort hann geti valið liti sem passa við innréttinguna þína. Það er kannski ekki aðlaðandi húsgagn sem þú munt eiga, en það mun örugglega líta best út ef þú málar það í lit sem passar við herbergið.

bragðgóðar veitingar

KETTIR SEM HAFA AÐGANG að útiveru njóta þess að narta í plöntur. Húskettir hafa gaman af að narta í plöntur. Hver er munurinn? Fyrir utan tyggja kettirnir ferskt gras. Innandyra bíta þeir plönturnar þínar.

Jafnvel ef þú hunsar vandamálið að sumar plöntur eru eitraðar (þú ert með lista í kafla 20), þá fyllirðu ekki húsið þitt af plöntum sem kötturinn þinn gæti eyðilagt. Þess vegna er betra að útvega eigin plöntur til að narta í.

Sjá kafla 14 fyrir upplýsingar um að halda köttum frá stofuplöntum.

Þú ættir alltaf að hafa ýmsar plöntur fyrir köttinn þinn til að tyggja á. Eitt af því bragðbesta er algengt gras. Þeir elska blíð skot!

ÞÚ GETUR LÍKA NOTAÐ mat kattarins þíns þér til skemmtunar. Sumir snjallir framleiðendur hafa þróað tæki sem losa lítið magn af kubb af og til. Dæmi um þessar vörur er vél sem sleppir kúlum með ákveðnu millibili. Það er aðeins eftir að fylla kúlurnar með krókettum. Kötturinn getur leikið sér með kúlurnar og þegar það er búið borðar hann. Frábær hugmynd!

Felustaður

KETTIR ERU VEIÐIMENN og veiðimenn veiða bráð. Kötturinn þinn þarf ekki bráð til að borða, því þú hefur þegar uppfyllt þá þörf, en hefur samt gaman af veiðinni.

Það sem þú getur falið Lítil leikföng og smábitar eru góðir kostir fyrir þennan leik, eins og kvistir af kattamyntu. Ef kötturinn þinn er í megrun skaltu skilja kibble frá dagskammti hans til að fela hann.

KÖTTURINN ÞINN ER KANNSKI ekki einn af þessum köttum sem líkar við kattarnip; hæfileikinn til að njóta þess er arfgengur. Sjá kafla 8 fyrir upplýsingar um þessa jurt og hvernig á að halda gæludýrinu þínu köldum.

Notaðu ímyndunaraflið þegar þú felur hluti sem kötturinn þinn getur fundið. Settu leikfang í efsta hornið á rispunni hans, eða feldu góðgæti í glugga eða í púðunum fyrir aftan rúmið. Láttu köttinn þinn líta á þig á meðan þú felur meðlætið svo að hann skilji hugtakið. Fela svo par án þess að sjást.

Þér gæti fundist svolítið skrítið að fela skemmtun fyrir köttinn þinn. Mundu að allt sem þú gerir til að gera tíma kattarins þíns áhugaverðari mun aðeins draga úr streitu hennar og hafa marga kosti fyrir heilsuna.

Sjónvarp fyrir ketti? Af hverju ekki?

Ef þú neitar að fela smá nammi fyrir köttinn þinn, hver veit hvað þér finnst um næstu ráð okkar: finndu sjónvarpsþátt sem kötturinn þinn gæti líkað við. Þessi hugmynd er ekki eins undarleg og hún virðist. Margir segja að kettir þeirra séu heillaðir af ákveðnum sjónvarpsþáttum, oftast þeim sem innihalda dýr og dýrahljóð. Sumir framleiðendur hafa gengið skrefi lengra og framleitt myndbönd til að skemmta köttum með hlutum af litríkum líflegum nagdýra- og fuglaköllum sem laða að og halda athygli kattarins.

Þú getur notað slíkt myndband eða stillt sjónvarpið þannig að það kvikni á meðan á náttúrusýningu stendur. Þú getur líka keypt sjálfvirkt ræsibúnað í hvaða byggingavöruverslun sem er ef þú getur sleppt því. Ef það virkar ekki skaltu stilla á náttúrurás og skilja sjónvarpið eftir.

Sjónvarp og útvarp hafa notkun sem nær lengra en skemmtun. Ef hávaði er vandamál á heimili þínu, ef þú býrð í stórborg eða nálægt þjóðvegi, geturðu notað það til að fela utanaðkomandi hávaða svo kötturinn þinn geti sofið mestan hluta dagsins. Þú getur náð sömu áhrifum með tónlist með því að forrita kerfið til að spila geisladisk með afslappandi tónlist yfir daginn.

herbergi með útsýni

Þrátt fyrir að þeir megi ekki fara út í umheiminn finnst kettir gaman að fylgjast með því sem er að gerast í kringum þá. Honum finnst líka gott að sofa í heitri sólinni við gluggann. Þú getur hjálpað köttinum þínum að líða gríðarlega hamingjusamur með því að gefa honum sitt eigið gluggasæti.

Eða þú getur sett kommóðu eða kommóðu undir glugga svo þú hafir stað til að sitja og horfa út. Annar valkostur er að kaupa "kattakarfa" sem þú getur fest neðst í gluggann.

Þegar þú velur glugga til að breyta í kattakarfa skaltu hafa útsýnið í huga. Gina er með glugga sem horfir út á kirsuberjatré. Þegar kirsuberin eru þroskuð laðar tréð að sér tugi svöngra fugla og marga vegfarendur manna þegar það er á veginum. Ginu tekst aldrei að tína meira en nokkra bolla af kirsuberjum, en tréð sjálft er frábær tegund af kattaskemmtun.

Þú getur líka sett fuglafóður fyrir framan uppáhalds gluggann þinn, ákvörðun sem mun halda köttinum þínum skemmtilegum og fuglunum í kringum þig ánægðum. Vertu viss um að festa fóðrið á þann hátt að það verndar fuglana fyrir flækingsketti.

Flækingskettir geta líka verið vandamál fyrir heimilisköttinn þinn. Sumir kettir eru svo ósáttir við að sjá annan kött á „svæði sínu“ að þeir pissa eða ráðast á fyrstu lifandi veruna sem þeir sjá, sem gæti verið þú, í formi þess sem sérfræðingar kalla endurstýrða árásargirni. Sjá kafla 14 fyrir ábendingar um hvernig eigi að leysa þetta vandamál.

MYND 21-2: GLUGGAR gera köttum kleift að njóta heimsins frá öryggi heimila sinna

hærri og hærri

Gæludýravöruframleiðendur hafa búið til óteljandi kattavörur sem eru ekki bara skemmtilegar heldur gefa líka hugmyndir sem hver sem er getur prófað sjálfur. Þar sem kettir dragast að hæð eru tré og staur mikilvæg fyrir þá. Fólk hefur sett upp tískupalla sem eru hannaðar fyrir ketti til að ganga í lofthæð um allt húsið, frá svefnherbergi til stofu. Þú gætir viljað setja einn í herbergi þar sem kötturinn þinn eyðir miklum tíma!

Ef þú vilt ekki vera svona djörf geta háar hillur gefið köttinum þínum stað efst. Ef þú fyllir venjulega efri hluta hillanna með skreytingum, ráðleggjum við þér að endurskoða: kattarúm gæti verið besti kosturinn þinn.

HVAÐ ER ÞAÐ VIÐ RAMMANA sem þú vilt ekki að kötturinn þinn heimsæki? Við bjóðum upp á nokkrar tillögur til að vernda viðkvæma hluti í kafla 6.

Fersku loft

EF ÞÚ ERT SVO HEPPIN að hafa svalir geturðu klætt þær með skjám, þar á meðal þaki, og sett upp kattalúgu sem tengir það við húsið svo gæludýrið þitt geti auðveldlega komist inn og út úr þessu örugga horni (næstum) Umheimurinn. .

Eftir að hafa leyft köttnum þínum aðgang að svölunum skaltu krydda plássið aðeins. Nokkrir góðir kostir eru að naga plöntur og annan klóra. Fyrir náttúrulegri áhrif, fáðu stóra grein. Fjarlægðu öll laufblöðin og settu þau þannig að köttinum þínum líki að grafa klærnar sínar í og klifra.

Ef húsið þitt er ekki með svalir getur kötturinn þinn samt notið ferska loftsins ef þú ert með garð. Þú getur aðskilið hluta með trelli (ekki gleyma að hylja hann með sama efni) og setja hurð sem tengir hann við húsið þannig að kötturinn þinn hafi frjálsan aðgang.

AÐ SKILJA EFTIR OPINN glugga opinn getur líka gefið köttnum þínum ferskt loft, en vertu meðvitaður um áhættuna sem fylgir því þegar þú ert að heiman.

Önnur leið sem kötturinn þinn getur fengið ferskt loft er að fara með hann í göngutúr í taum. Þægileg beisli og léttir taumar fyrir ketti eru fáanlegir í hvaða gæludýravöruverslun sem er. Þegar kötturinn þinn er vanur að finna fyrir takmörkunum, verður þú tilbúinn í gönguna.

SKILDU ALDREI KÖTT einan eftir í taum. Það er fullkomið skotmark fyrir hund sem hatar ketti, ásamt öðrum hættum.

einhvern til að leika við

Besta leikfangið þegar þú ert ekki heima er annar köttur. Ef starf þitt krefst þess að þú sért að heiman í langan tíma og þú ferð oft út á nóttunni eða um helgar, þá er mjög góð hugmynd að fá þér annan kött. Kötturinn þinn hefur takmörk fyrir því hvað hann getur gert til að halda uppteknum hætti og verður að lokum einmana.

Góðu fréttirnar eru þær að tveir kettir eru ekki endilega tvöfalt meiri vinna en einn.

Auðvitað þarf að taka tvo ruslakassa og fylla tvo bolla af mat. Það er ljóst að ef þú kaupir fyrir tvo og ferð með tvo ketti til dýralæknis í stað eins kostar það þig tvöfalt meira. En fyrir utan það, að hafa nokkra ketti getur raunverulega gert líf þitt auðveldara þar sem þeir geta haldið þér félagsskap og leik. Að vita þetta mun draga úr sektarkennd þinni þegar þú þarft að skilja gæludýrin þín eftir heima.

SJÁ KAFLA 6 FYRIR ÁBENDINGAR um að kynna nýja ketti. Auk þess höfum við sett inn heilan kafla um gleðina og áskoranirnar við að búa með fleiri en einum kött; allar þessar upplýsingar er að finna í 17. kafla.

kannski þú

Jafnvel þó að þú hafir gert allt sem þú getur til að gera heimilið þitt áhugaverðara fyrir köttinn þinn, gæti mikilvægasta púslið vantað þegar það er ekki til staðar, því það ert þú. Gefðu þér tíma fyrir köttinn þinn. Snyrting og burstun eru frábær leið til að tengjast gæludýrinu þínu á meðan þú sinnir grundvallarábyrgð. Meðan á rútínu að fóðra, snyrta og fara með köttinn þinn til dýralæknis skaltu ekki gleyma að gefa þér tíma fyrir þá einföldu ánægju að vera saman.

Lifðu með köttinum þínum. Þú getur skipulagt næturnar þínar þannig að þú hafir tíma til að klappa honum og leika við hann. Taktu veiðistöngina úr köttinum og æstu hann. Þú getur horft á sjónvarpið eða lesið með köttinn þinn í kjöltunni. Það besta við að eiga kött er félagsskapurinn. Þú getur verið besti vinur kattarins þíns og þú munt sjá að tryggð og athygli mun koma aftur, margfaldast.

Endirinn.

www.ingramcontent.com/pod-product-compliance
Ingram Content Group UK Ltd.
Pitfield, Milton Keynes, MK11 3LW, UK
UKHW021239031026
15588UKWH00001B/163

9 798215 318997